Ký Ức Sơ Sài

Tùy bút Nguyễn Anh Khiêm

Nguyễn Anh Khiêm

Ký Ức Sơ Sài

tùy bút

Người Việt Books

Ký Ức Sơ Sài

Nguyễn Anh Khiêm

Người Việt Books xuất bản lần thứ nhất tại Hoa Kỳ, 2015

Bìa và trình bày: Uyên Nguyên

Nguyễn Anh Khiêm, sinh năm 1944 tại làng Non Tiên, Đại Lộc, Quảng Nam.

Học trung học tại trường Trần Quý Cáp, Hội An. Học Đại Học Văn Khoa, Đại Học Sư Phạm Sài Gòn.

Dạy học qua hai chế độ tại Kiên Giang, Biên Hòa, Sài Gòn.

1

Làng Non Tiên, quê tôi, nằm ven con sông con chảy ra sông Vu Gia tạo thành ngã ba sông, có đò ba bến nơi làng Hà Tân - quê hương của nhạc gia cụ Phan Khôi, Cử Nhơn Lương Thúc Cần. Toàn vùng nằm trong một thung lũng phía tây huyện Đại Lộc, tỉnh Quảng Nam (Nơi diễn ra hai trận đánh đẫm máu, trận Thường Đức và trận Đồi 1062 vào những năm cuối cuộc nội chiến). Dòng sông trong veo trườn ngoằn ngoèo dưới chân núi, ngồi trên đò ngang có thể nhìn thấy con tôm bơi lững lờ trong lòng cát trắng. Con sông nhỏ tới nỗi không có tên riêng, chỉ gọi bằng danh từ chung, Sông Con. Hằng năm, sau mùa mưa lụt, nước cạn trong mà chảy xiết, muốn qua làng bên chỉ cần xắn quần lội, nước chỉ quá đầu gối. Đây cũng là mùa câu cá bống vô cùng hào hứng. Lũ cá bống cát mập tròn, thân trắng trong, kho tiêu ăn với cơm gạo mới thơm lừng trong nhà tới ngoài vườn. Giao thông dễ dàng chẳng được bao lâu thì người ta bắt đầu dựng xe gió, đóng cừ ngăn dòng chảy khiến nước đổ về một phía tăng cường sức nước cho guồng xe quay nhanh, múc được nhiều nước hơn đổ vào ruộng lúa. Nước bắt đầu dâng lên, qua sông phải chờ đò lâu lắc. Cho tới trước mùa lụt năm sau người ta lại giở xe vì sợ nước cuốn trôi, sông lại cạn xuống. Loại xe đó không hiểu sao lại gọi xe gió trong khi nó vận hành hoàn toàn bằng sức nước. Tương truyền kiểu xe thủy lợi này do cụ Phạm Phú Thứ chỉ vẽ. Nhân chuyến đi sứ bên Tây, cụ nhìn thấy đâu đó liền vẽ đúng kiểu đem về dạy lại giúp dân.

Cho đến đầu thế kỷ trước, làng tôi hình như vẫn là làng giàu nhất xứ, nhờ thiên nhiên ưu đãi: Một con suối nhỏ chảy hiền hòa quanh năm ngang qua cánh đồng đủ cung cấp nước cho cư dân gieo cấy hai mùa trong khi các làng khác phải đợi mưa cho một mùa lúa duy nhất trong năm (những ngày chưa có xe gió). Cách nay ngót thế kỷ mà dân cư đã dựng được chục ngôi nhà rường lợp ngói, vách tường. Trước năm 40, ông tôi đã sắm được xe đạp, súng săn hai nòng. Muông thú bấy giờ dồi dào, ra ngõ đã thấy chồn đèn ăn chuối chín bói. Đi ngang Bùng Đình thấy cả bầy gà nước lấp ló trong đám lá sen. Chỉ cần nổ súng là có bữa chiều thịnh soạn. Thịt rừng gần như không ngớt, không thịt con này thì con kia, kể cả cọp, gấu... Chúng tôi đã sống trên chốn địa đàng mà bấy giờ đâu nhận biết.

Từ xa xưa, tổ tiên tôi đã "qui hoạch" một ngọn đồi trồng gỗ sao để dựng đình chùa, một triền núi trồng mít lấy gỗ tạc tượng Phật, miền Trung vẫn chuộng loại mít ướt múi mềm, ngọt cay. Không thể nào quên những trưa nắng với gió Lào khô cháy, bọn nhỏ chúng tôi vẫn bất kể, cởi áo đội đầu rủ nhau tắm sông. Chúng tôi không quên ghé Gò Chùa tìm mít chín sút cùi rụng dưới gốc. Không phải lúc nào cũng có nhưng nếu may mắn được thì châu đầu xúm xít dưới bóng cây làm một ruột đầy sảng khoái trước khi dầm mình vùng vẫy dưới sông trốn nóng. Còn mấy gò hoang rộng rãi dọc theo cánh đồng thì ông bà chúng tôi cho trồng xoài hầu con cháu chia nhau ăn. Hằng năm, mỗi nhà đấu giá một cây lúc trái còn xanh, sở hữu cây đó cho đến hết mùa. Đó là giống xoài cơm nhỏ quả, chín cây, thơm nức và ngọt lịm. Những đồi xoài chín vàng đung đưa trong mưa giông tháng ba vẫn chập chờn theo tôi vào giấc ngủ mãi đến tuổi già và con suối róc rách ven bờ tre vẫn chảy mãi trong hồn tôi tận những ngày xế bóng. (Giống xoài đó, ngạc nhiên thay, khi vào Sài Gòn, tôi thấy người Pháp trồng xen kẽ với me trên hè phố để lấy bóng mát, nhiều nhất trên đường Tự Do, tôi bồi hồi như gặp lại cố nhân, nay bị chặt bỏ hết nhường chỗ cho nhà lầu xi-măng cốt thép). Tất cả đình chùa đồ sộ và đẹp thần tiên ven sườn núi đã bị Việt Minh đốt phá trong tháng tám 1945, có lẽ cốt xóa dấu tích phong kiến hơn là tiêu thổ kháng chiến như họ vẫn thường bảo. Rồi lần cuối, một buổi chiều 1965, máy bay Mỹ hủy diệt ngôi làng bằng 50 quả bom. Cũng chẳng rõ của Mỹ hay không quân Việt Nam nhưng với lượng bom như trải thảm thả xuống xóm quê bé xíu thì chắc của Mỹ thôi. Cửa nhà tan nát, vườn cam chỉ là những hố bom sâu hoắm nhưng lạ một điều, dân cư nấp trong những chiếc hầm tạm bợ vậy mà không một người bị thương. Mọi người kháo nhau vì là làng Non Tiên! Sau bom, thuốc khai quang cũng quét sạch mấy đồi xoài, không một cây sống sót.

Nay thỉnh thoảng tôi vẫn về lại thăm mồ mả tổ tiên. Về lại để thấy rong chìm, thấy đá nổi và không thể tin làng quê như một chốn địa đàng ấy đã từng có tại đây chỉ mấy mươi năm trước. Ngày đó, tôi học Tiểu học cách nhà chừng ba cây số, đi bộ trên bờ ruộng, vượt mấy cây cầu khỉ, ngang qua gò gỗ sao vắng tanh rờn rợn, nghe con công "tố hộ" trong lũng xa. Mấy học trò lớn chuyên dọa cọp, nhác ma, chiều đi học về chạy rớt dép, mực đổ tèm lem khắp mình mẩy. Ký niệm "sâu sắc" nhất, năm lớp ba, tôi bị ông thầy, vốn người trong xã, xô mạnh, trán va vào bảng đen đau điếng chỉ vì tôi viết THÌ MÀ LÀ hơi nhiều trong bài văn miêu tả. (ông thầy, nếu còn sống đến nay, chắc ông đề nghị xử bắn hầu hết các biên tập viên đài truyền hình Vờ Tờ Vờ, họ nói một câu với hàng chục tiếng THÌ MÀ LÀ, nghe "bức xúc" tệ).

Về mấy nhân vật trong làng, tôi không quên được ông bác họ. Mọi người cứ nhắc mấy chuyện về ông sau 1975. Hồi đó công an thôn, cũng là con cháu trong làng, phát cho mỗi nhà mấy câu khẩu hiệu để dán lên vách. Bác tôi chừa lại, không treo lên câu "Bác Hồ sống mãi trong sự nghiệp của chúng ta", bị hạch hỏi lý do, bác nói bác đã nghĩ kỹ, bác thấy sự nghiệp của bác tệ quá, chỉ có mỗi tấm phên rách, Bác Hồ sống ở đây chi cho cực khổ, Bác nên đi chỗ nhà giàu "sống mãi" khỏe hơn. Một lần ra thăm đồng, lúa vừa trổ bông, gió bấc bỗng nhuộm tím núi rừng, thổi lao xao trong buổi chiều u ám, nhìn bông lúa xác xơ cúi rạp trong giá lạnh, bác lẩm bẩm:

- Gió kiểu này thì rồi ra chỉ còn Bác Hồ sống mãi thôi, ai cũng chết tiệt hết.

Coi bộ bác tôi "tâm đắc" câu sống mãi... đó dữ. Lại một đêm hội họp, học tập gì đó tại trụ sở thôn, về khuya ai cũng mỏi mệt, ngủ gà ngủ gật mà viên cán bộ xã lại cao hứng chỉ ra nguồn gốc tổ tiên loài người là khỉ, bác giơ tay xin phát biểu ý kiến:

- Dạ, tôi thấy tổ tiên loài người là con khỉ hay con chi cũng được, xin cho chúng tôi về ngủ, mai còn đi mần sớm.

Nghe nói, nhưng không chắc, ông là tác giả câu nhận xét về "lưu thông phân phối": Có cứt chi mà phân, có phân cũng như... cứt.

Năm 1956, vào học tại trường Trần Quí Cáp, chúng tôi phải lội bộ rục giò 25 cây số từ quê nhà tới Ái Nghĩa mới có xe đò đi Hội An để qua một kỳ thi concours tương đối khó vào lớp Đệ thất. Từ đây bắt đầu bảy năm trung học ăn cơm tháng ở nhà trọ buồn bã triền miên. Nghề nông không còn khá nữa, tiền khó kiếm, má tôi vất vả lắm mới chu cấp đủ cho tôi ăn học. Càng điêu đứng hơn khi mùa đông năm đó ba tôi qua đời vì bạo bệnh, sau khi ra tù dưới chế độ Ngô Đình Diệm được gần sáu tháng. Ông chỉ mới 37 tuổi. Tháng ngày tiếp sau, tôi chẳng thiết học hành, không nguôi đau đớn tiếc thương ba. Ba tôi đang làm công chức cho Pháp, chef gare Trà Kiệu, Kỳ Lam, năm 1945 bỏ về theo kháng chiến. Phải chi ông bớt yêu nước một chút hẳn cuộc đời chúng tôi đã khác.

Thị xã Hội An ngày ấy trong trí nhớ tôi với những cống nước thải lộ thiên bốc mùi tanh nồng dưới nắng hè gay gắt, những ngày mùa đông mưa dầm áo quần phong phanh đi học ngang qua ruộng rau muống gió thổi lồng lộng lạnh thấu xương, mặt mày tái mét. Hội An với những ngôi chùa Tàu diêm dúa, cửa nhà cũ kỹ mái ngói rêu phong, thấp lè tè, rệu rã như muốn đổ nhào trong cơn lụt sóng vỗ bập bềnh, nước ngập gần tới nóc phố dọc sông Hoài. Hội An với mì bà Đợi xã Cẩm Châu loe hoe vài con tôm sông giã giập phảng phất mùi cua biển cùng vài lát thịt heo ba chỉ với nước lèo cô đặc ăn kèm rau húng lủi và cải con, không bao giờ thấy đâu ngon bằng. (Nay cũng đã tuyệt tích, tôm sông không còn, cải con cũng tẩm thuốc tăng trưởng). Hội An với cách phát âm rặt địa phương, "mắm" thành "múm", "xuân" thành "xưng", "cá lác" là "cá lóc", lạ nhất là "phim" thành "phin" (Tối nay rạp Hòa bình chiếu phin(!) "Cầu sông Kwai"). Hội An với món Cao Lầu đặc trưng nấu bằng thịt heo xa-xíu, ăn với cọng bánh giòn giòn cán từ bột mì ngâm nước tro nước vôi gì đó. Nghe nói phải dùng nước giếng Bá Lễ mới được. (chắc là huyền thoại dành cho một món ăn đơn giản). Các bạn tôi, nhất là Mạc Phi Hoàng, con trai nhà buôn Phi Yến nổi tiếng, hễ có tiền là đi ăn Cao Lầu, ăn hai ba bát. Như Lâm Ngữ Đường có nói văn hóa là những món ăn mẹ ta cho ta ăn từ ngày bé dại. Hội An ngày đó thu mình trong chiến tranh, buôn bán sơ sài, dân cư nghèo khó, hầu hết không có tiền sửa nhà. Đó là một bất hạnh đầy may mắn, nhờ thế nên tới những năm sau này, thị xã trở thành khu du lịch phố cổ nổi tiếng khắp thế giới. Đúng là Thánh cho ăn lộc. Nếu không còn mấy ngôi nhà cổ và giả cổ, thành phố sẽ sống bằng gì?

Những năm đầu trung học, hễ có dịp là tôi đạp xe về quê, được nghỉ lễ vài ngày, tôi tự cho phép mình nghỉ thêm vài bữa nữa. Tôi hay bị phạt cấm túc vì trốn học. Mặc kệ, miễn được về quê tắm sông câu cá, lên đồi Sơn Điều hái sim (Ôi, "Ngọn Sơn Điều đen nhánh một mùa sim" - thơ của ông Nguyễn Anh, chú tôi), vào suối nằm trên tảng đá dưới vòm cây râm mát nức hương hoa dại nghe chim hót vang lừng trong hẻm núi là tôi quên hết mấy giờ cấm túc. Gần như lần nào trên đường về tôi cũng ghé vào quán chỗ Cầu Chìm ăn bát mỳ Quảng nhưn thịt gà. Ngôi quán nhỏ lợp tranh dựa lưng vào núi, phía trước che rợp một giàn thiên lý thơm lừng. Mỗi lần nhớ tới, không hiểu sao tôi liên tưởng tới câu lục bát xót xa của Tô Thùy Yên:

Xót thay hoa đợi trên giàn
Quán xanh còn mở cho chàng về qua.

Đã nửa thế kỷ trôi qua, nay tôi đi ngang đó, quán xưa đâu còn dấu tích.

Năm 1963, tôi phải ra Huế thi Tú Tài 2, ban văn chương C. Lên đến đỉnh đèo Hải Vân phải dừng lại đợi xe cộ bên kia đèo lên hết rồi mới được đổ dốc. Chúng tôi ngồi ăn bánh bèo, chè đậu ván nước, không thấy ngon vì mãi lo chuyện thi cử. Thi xong trở về quê rong chơi, đợi đài phát thanh Huế báo kết quả. Không lo nhiều vì nghĩ mình sẽ đậu. Sau đó tôi vào Sài Gòn ghi danh Đại học Văn khoa với học bổng đủ sống của Hội Thánh Tin Lành Alliance. Tôi chịu ơn hội thánh. Mỗi lần nghĩ tới chuyện này tôi lại buồn buồn, ái ngại nữa, vì nay tôi không còn đi nhà thờ. Tôi không mấy thích nhà thờ, mặc dù thâm tâm vẫn còn tin có Chúa. Nhờ hát thánh ca từ bé, nhạc của Bach, Mendelssohn, Handel… Tôi quen với các giai điệu nhạc cổ điển Tây phương đến nỗi riết rồi không muốn nghe nhạc nào khác, mặc dù tôi mù tịt nhạc lý… Không biết tôi vốn có máu vong bản hay sao, mỗi khi nghe mấy nhạc sĩ VN dựa vào làn điệu dân ca này nọ để viết ca khúc tân nhạc, tôi chán ngán quá lắm.

Khi tôi vào đến Sài Gòn thì cuộc lật đổ chính quyền Ngô Đình Diệm đã xong, chỉ còn vết tích bom đạn trên đường Thống Nhất, dinh Gia Long… Hai năm sau, thấy học Văn khoa phiêu quá, tôi nộp đơn thi vào Đại học Sư phạm, ban Việt – Hán, một phần cũng lo trốn lính. Thi xong, thấy bài vở hơi bê bối, nghĩ mình không đậu, tôi bỏ lên Đà Lạt chơi. Tôi sững sờ nhận thấy Đà Lạt thông xanh, hồ trong vắt, dân chúng hiền hòa, thiên nhiên đẹp như trong chiêm bao, theo tôi, không có cây gì trên đời đẹp bằng cây thông Đà Lạt mà dân bản xứ gọi cây ngo. Việt nam, ở một khía cạnh nào đó hẳn phải biết ơn nước Pháp, họ khai hóa ta thật sự. Cứ nhìn đất nước từ ngày gọi là độc lập thì thấy ngay. (phải chi độc lập… trễ hơn chút!). Về Sài Gòn, tôi chạy đến trường xem kết quả, thấy thông báo viết bằng phấn cho riêng tôi: N. A. K liên lạc gấp với văn phòng trường để thi vấn đáp. Tôi hết hồn, vào ngay văn phòng, bị thầy nào mắng, tôi không còn nhớ:

- Anh đi đâu giờ này mới tới? Anh thi cử kiểu gì vậy? Có muốn học không?

Tôi ngồi đợi một lúc thì thầy Lê Hữu Mục đến. Dĩ nhiên tôi chỉ biết tên thầy sau này lúc thầy dạy chúng tôi chữ Nôm. Thầy hỏi tôi mấy câu, hơi qua loa, tôi nhớ một câu:

- Theo anh, bầu cử hay bàu cử đúng?

Tôi nói:

- Dạ, bầu.

Thầy nói sai nhưng... tôi cũng đậu. Bao nhiêu năm học, thú thật, tôi không có thiện cảm với thầy, tôi bực bội vì thầy dạy chúng tôi học chữ Nôm bằng cách chép tự điển Génibrel rồi học thuộc lòng. Về sau, hoàn cảnh buộc phải học thêm Anh ngữ, tôi mới thấy thầy đúng. Học thuộc lòng là "the best way", tiếng Anh còn vậy, huống gì chữ Nôm. Tôi còn viết bài trong tờ nội san Việt - Hán có ý chê thầy. Tôi sai trái quá chừng, nghe đâu thầy còn sống bên Canada, con xin thầy tha lỗi. Tôi còn chưa quên có lần thầy nói với lớp tôi lời phê phán của thầy Trần Văn Tấn (tiến sĩ toán đệ tam cấp ở Pháp, Khoa trưởng Đại học Sư phạm, người Bến Tre) như sau:

- Người Bắc mấy anh nói quá nhiều mà làm thì chẳng bao nhiêu, coi bộ, cái được nhứt của mấy anh là đem theo… phở vào Nam thôi.

Thầy Mục nói thêm:

- Cũng đúng chứ, nói nhiều làm ít cũng chướng.

Về thầy Tấn, thầy là Khoa trưởng, tôi chỉ là sinh viên quèn, chưa bao giờ gặp trực tiếp thầy. Mãi tới sau này, dưới thời cách mạng cai trị, đám sinh viên Sư phạm cũ gọi tới gặp thầy bàn tính giúp thầy (mà họ bắt chước ngôn ngữ mới gọi là "hỗ trợ") về chuyện thầy ra ứng cử Quốc Hội gì đó. Tôi không hiểu thầy ra ứng cử dưới áp lực nào hay tự thầy nghĩ có thể đóng góp chút gì cho giáo dục nước nhà, nhưng dù với mục đích gì, tôi thấy chuyện thầy ra cũng chỉ là thứ hàng thần lơ láo, thật đáng tiếc. Thầy có vẻ sợ rớt nữa mới lạ chứ (ngày xưa thi Tiến sĩ toán bên Pháp không biết thầy có sợ rớt như vậy không). May sao kỳ đó thầy "đậu". Từ đó là xong, biệt vô âm tín. Không hề nghe thầy nói gì, không thấy hình ảnh thầy trên TV. Nghĩ cũng buồn.

Học cổ văn Tàu với thầy Giản Chi, nay không còn nhớ Đào Hoa Nguyên Ký nội dung ra sao nữa. Học chữ Hán với thầy Lưu Khôn, nay chỉ còn nhớ cách giải nghĩa đơn giản dễ hiểu của thầy như độc lập là đứng một mình, tiến bộ, tiến là lên phía trước, bộ là bước, du kích là vừa đánh vừa… chạy, kích thích là đánh và đâm, thích khách là thằng cha chuyên đi đâm người ta, cảm là dám, tử là chết, cảm tử là dám chết, đầu là bỏ, đầu phiếu là bỏ phiếu vào thùng, đầu tư là bỏ tiền của vào, hy sinh nguyên là hai con vật tế thần tên con hy, con sinh, sau biến thành động từ... Thầy Khôn, ai nói chi thầy cũng "dạ", sinh viên hỏi gì thầy nghe không rõ, thầy hỏi lại:

- Dạ chi?

Ngại quá. Thầy Trần Trọng San hay ngượng, mỗi lần ngượng thì đỏ mặt tía tai (Không biết thầy có họ hàng chi với ông Trần T Đ Đ..., tác giả một quyển sách đồ sộ với tư liệu sai be bét, nhận định hàm hồ và đầy bạo lực về văn học miền Nam mà Nguyễn Thế Cường đọc xong phát hoảng, bảo vô liêm sỉ viết bằng chữ vàng!). Tôi nhớ ngày đi quân sự học đường về, mấy tay giỏi chữ Hán đọc cho thầy nghe bài "Bành Tổ Tòng Quân Ký" cả lớp cùng góp ý viết để chọc ghẹo Lê Ngọc Thơ vì cái vẻ già nua của anh, dù anh không lớn tuổi hơn ai; thầy cười ha hà, mặt đỏ rần, thầy khen không ngớt, bảo hài hước lắm, các anh giỏi lắm. Mấy tay mang tiếng giỏi Hán văn trong lớp phải chịu trách nhiệm việc quên tác phẩm sáng giá nhất của lớp này (nói theo kiểu Nguyễn Thế Cường thì "lấy quyền gì mà quên"). Thầy Phạm Văn Diêu dạy Việt văn. Hai tác phẩm biên khảo của thầy (Văn Học Việt Nam và Việt Nam Văn Học Giảng Bình), nhất là cuốn sau, không kém gì cuốn của Hà Như Chi lại ít được biết tới trong khi sách của H. N. Chi nổi như cồn. Cả lớp cứ cười nhóm từ trên đầu môi của thầy mỗi lúc giảng văn: tươi tắn như rau vườn mới hái. Thầy hay mang theo bia lon trong cặp, nghỉ giữa giờ hay lôi ra mở lộp bộp để giải khát. Mập mạp, mặt thường đỏ gay, giải khát toàn bia, tôi nghĩ thầy dám bị tension lắm. Và quả vậy, thầy mất vì tai biến mạch máu não sau 1975, nhà thầy cách nhà tôi có cây cầu ngắn, tôi không hay biết để tiễn đưa lần cuối, nay muốn thắp nén nhang tưởng niệm thầy cũng không còn được nữa, nhà thầy dọn đi đâu mất (không biết tủ sách đồ sộ, toàn sách quí của thầy có còn tại Việt Nam không). Những ngày gian khó sau 1975, thầy hay đạp xe đến nhà tôi chơi, thầy trở nên dễ thương hẳn. Lúc còn dạy học, thầy rất khó. Công nhận thời cuộc biển dâu cũng khiến lòng người có phần thêm rộng lượng. Thầy đọc cho tôi nghe mấy bài Đường luật thầy mới viết, cay đắng một nỗi đau đời. Có năm tới Tết, thầy đạp xe tới cho tôi hai ký thịt heo, trong khi tiêu chuẩn của tôi ở trường chỉ được nửa ký. Thấy vợ con tôi ngủ nheo nhóc dưới nền gạch, thầy ái ngại bảo:

- Hay là tôi cho anh mượn ít cây đi vượt biên, qua tới đi làm trả lại tôi, không sao đâu.

Tôi thực sự cảm động và bất ngờ được thầy tin và thương đến vậy trong một thời hỗn loạn toàn chuyện gạt lừa kiếm vàng bạc để thoát thân. Cái thời mà Tô Thùy Yên bảo *"Dân cùng ăn đến cả nhau để / Bán tình thâm mà mua gạo châu... Con tố cha cầu được cất nhắc / Cháu giết bà cướp nửa chỉ vàng"*. Tôi nói:

- Tạ ơn thầy, từ từ cho em tính lại.

Nói vậy chứ tôi biết mình không làm vì bản tính sợ chịu ơn, lại nhát gan, ngại sóng gió và làm mồi cho cá.

Về thầy Giản Chi, tôi chưa quên một kỷ niệm vui. Khoảng thời gian trước ngày thầy qua đời đâu vài ba năm, anh Huỳnh Q Vinh lớp Việt Hán trước tôi gọi đến rủ tôi đi thăm thầy, bữa đó có mấy chị lớp anh, cả Lê Trung Hoa học lớp với Lê Phước Quơn, Giám học trường Rạch Sỏi nữa. Chúng tôi gởi xe, lên lầu ba chúng cư đường Hoàng Diệu, quận Tư. Thần sắc thầy tươi tắn, giọng nói vẫn rất khỏe nhưng thính giác thì đã kém nhiều, phải nói lớn thầy mới nghe. Thầy hỏi tên từng người, tới lượt tôi, tôi phải lôi tên mấy người giỏi chữ Hán năm đó như Lê văn Bảy, Lâm Hữu Tài, Quách Thị Trang... ra thì thầy mới ờ... ờ... ra vẻ nhớ. Thầy hỏi tôi nay sống ra sao, tôi có thưa rằng theo như ông Nguyễn Hiến Lê bảo, người ta, đời sống vật chất nên dưới trung bình, đời sống tinh thần nên trên trung bình. Phần đầu thì tôi không lo, vì tôi dưới trung bình chắc cú, còn phần tinh thần thì e cũng như... vật chất thôi. Nghe vậy thầy mỉm cười vô cùng khả ái. Nhắc tới ông Nguyễn Hiến Lê, ai đó trong nhóm có bảo ông đã được đặt tên đường, thầy bảo cũng phải, xứng đáng lắm. (đến nay tôi cũng không biết đường đó ở đâu). Mấy chị mời thầy dùng bánh mì thứ mềm mềm, tôi ngạc nhiên thấy thầy ăn được, thế thì ông cụ còn khỏe lắm. Chúng tôi làm thơ trêu để thầy vui, mỗi người làm một câu, sửa đi sửa lại một chút, tôi nhớ như sau:

Ô hay trăm tuổi vẫn còn... ngon
Giọng nói sang sảng, cười vẫn giòn
Quế Sơn bảy chục răng đà rụng
Giản Chi trăm tuổi răng cứ còn

Lúc đầu là "vẫn còn" tôi nói bị lặp quá, nên đổi "cứ còn" đỡ hơn. Nghe vậy thầy nói:

- Thầy cho con một khuyên đỏ chữ "cứ" đấy nhé.

Vui nhất là giờ Anh văn thực hành, học với thầy Trí, người Khánh Hòa (tôi không nhớ tên đầy đủ của thầy). Học nhẹ nhàng, dạy thì tếu, chuyên kể chuyện khôi hài bằng... tiếng Việt. Một chuyện thầy kể: Tay kép hát nọ đóng vai vua trong một tuồng cổ, buổi tối trước khi lên sân khấu, y làm sơ ly chè đậu đỏ bánh lọt, lúc sau, bụng bắt đầu sôi ục ục... Đang hò hét ba quân, bỗng tình thế nguy ngập, vua chạy lại ghế đặt đít xuống rồi ra lệnh nhanh gọn:

- Quân bay! Khiêng trẫm vô buồng!

Tôi cũng kể với thầy một chuyện ở quê tôi mà thầy cho là hay nhất thế giới: Một ông nọ say rượu, đi xiêu vẹo ngoài đường, té chổng gọng vào bụi tre gai, miệng lè nhè:

- Đ M, Tổ cha bay, tre mà trồng giữa đàng.

(Tôi mới thêm chữ ĐM vào cho đúng... nguyên văn chứ hồi đó tôi đâu dám nói chữ này với thầy)

2

Suốt khóa học, chúng tôi thực tập từ năm thứ hai tại các trường trung học Sài Gòn, nhiều nhất tại trường kiểu mẫu Thủ Đức. Nếu tôi nhớ không lầm thì mỗi người dạy đâu chưa tới mươi lần. Chúng tôi không đến nỗi tuân thủ năm bước lên lớp nghiêm ngặt như thời sau này, bài soạn, tức giáo án, không cần phải đưa thầy "duyệt". Giáo án, chao ôi, tôi khiếp nó quá (nội từ giáo án thôi đã thấy nghiêm trọng rồi, nói bài soạn bộ chưa đủ nghĩa sao? Cũng như em chọn "phương án" nào thay vì câu trả lời nào, chắc nói phương án nghe oai hơn, hay chữ hơn). Năm 1980, tôi về dạy tại một trường trung học chuyên nghiệp, tôi mất "lao động tiên tiến", chết lên chết xuống vì nó, ông tổ trưởng ngữ văn người Bắc, hình như là bộ đội chuyển ngành, luôn tổ chức thi "giáo án tốt", soạn năm bảy trang với đủ thứ câu hỏi, ghi rõ cả câu trả lời của học sinh (dự kiến!) mũi tên chỉ qua chỉ lại, dạy theo đó phải mất ít ra gấp đôi số giờ qui định, tôi thắc mắc thì ông bảo thi soạn giáo án tốt là một hoạt động khác, không phải để áp dụng 100% khi dạy. Tôi ngờ chuyện này là sáng kiến riêng của ông tổ trưởng chứ làm gì mà thi đua kiểu kỳ cục, cốt hành hạ giáo viên chứ ích gì đâu, nhất là nội dung những giáo án đó được chép từ sách hướng dẫn giảng dạy, có ai dám dạy cái gì khác. Chỉ cần làm tới chức... tổ trưởng thôi đã có thể quay thiên hạ như dế rồi, hèn gì chen nhau dẫm đạp bòn kiếm, dù một chức quèn, đã từ bao giờ là một nếp "văn hoá" điển hình của xã hội toàn trị luôn tự hào là tiến bộ. Dù muốn tôi cũng không quên được một lần, không nhớ vì sao tôi được đi dự một hội nghị về Công nghệ Giáo dục của ông Hồ Ngọc Đại và Phạm Toàn tại Qui Nhơn (Công nghệ này nay nghe như đã chết yểu, chỉ được một thời ông Đại đao to búa lớn). Đoàn giáo viên gồm cả giáo viên cấp một Sư phạm Thực hành chỉ năm sáu người, trưởng đoàn dĩ nhiên người Bắc. Đến giờ đi, ông này bất ngờ phát bịnh, ông Hiệu trưởng chỉ định tôi làm trưởng đoàn, ông giáo người Bắc nói với tôi trong tiếc nuối:

- Sướng nhé, làm trưởng đoàn sướng nhé!

Thật tình tôi chỉ muốn đá ông một đá cho bớt thói ham chức tước... cao hơn năm sáu người trong ba bốn bữa!

Quả thật, khác nhau lắm. Ngày trước, trong thời gian thực tập, chúng tôi cũng chỉ cần viết một plan détaillé cho riêng mình, nhiều khi soạn một đường vào lớp dạy một nẻo theo ý tưởng mới nảy sinh. Xong đâu đó, giáo sư hướng dẫn mới chỉ ra những điểm hay dở, một cách nhẹ nhàng. Cho nên được đi thực tập, ai cũng vui vẻ, hào hứng. Sách giáo khoa thì có cả mấy chục tác giả, chẳng phải pháp lệnh pháp liếc gì cả, ai muốn dùng sách của ai tùy ý, chẳng qua đó chỉ là những độc bản mà thôi. Kiểu dạy xem ra lỏng lẻo nhưng có vẻ như bắt nguồn từ phương pháp giáo dục mở ngay từ bậc trung học, thầy chỉ chú ý xây nền cho chắc, còn lại chỉ cốt làm sao tạo hứng thú cho học sinh tự học chớ chuyện kiến thức mênh mông, biết dạy thế nào cho đủ với thời lượng có hạn. Trong những năm đầu chia cắt, giáo dục miền Nam rập khuôn kiểu Pháp vẫn bị chê là thi cử nặng nề nhưng cứ so với ngày nay, sau bao nhiêu lần cải cách, lạ chớ, thi cử và bằng cấp còn nặng hơn ngàn cân. Chưa nói giáo dục kiểu thực dân đó đã gián tiếp đào tạo cho giai đoạn văn học Việt Nam 39-45 một lớp thi sĩ, văn sĩ đông đảo và tài năng chưa từng có. Tôi từng nghe một nhà thơ miền Bắc chỉ ra nền văn học hiện thực cũng đào tạo một lớp văn nghệ sĩ đông đảo và tài năng, ông còn bảo thơ tình Xuân Diệu sau 1954 vẫn hay chẳng kém gì tiền chiến. Muốn nói gì thì nói, tôi chỉ thấy quả họ đông đảo, sáng tác được nhiều thơ và viết được sách dày cuộm nhưng giá trị tới đâu thì e chẳng cần phải đợi lâu mới biết.

Một hôm, tôi dạy bài thơ của Nguyễn Bỉnh Khiêm tại trường nữ trung học Lê Văn Duyệt Gia Định (Một mai, một cuốc, một cần câu...), tôi có nói với học sinh sự tiến triển của câu thơ Nôm, về hình thức, từ Trê Cóc, Lục súc Tranh công... đến Nguyễn Bỉnh Khiêm là cả một bước tiến dài. Câu thơ chữ Nôm đã nhẹ nhàng, trong sáng lắm, so với ngày nay cũng không khác bao nhiêu. Cuối giờ, để "củng cố" bài dạy, tôi hỏi ý kiến cả lớp, một nữ sinh nói rằng cô thấy thơ Nguyễn Bỉnh Khiêm nhiều chỗ tứ thơ dễ dãi, lời hơi ngô nghê. Tôi nói phải trả những bài thơ đó vào thời điểm sáng tác cách nay đã năm sáu thế kỷ để đánh giá, đừng so sánh với thơ bây giờ theo từng lời từng ý. Tôi nghĩ bụng chắc cô này cũng con nhà nòi văn chương thơ phú. Cao hứng và coi bộ dư giờ, tôi liền đọc cho cả lớp nghe mấy câu thơ của một tác giả trẻ vừa đăng báo Văn của Trần Phong Giao.

Hiền sĩ đọc thơ bên lều cỏ
Tôi đọc thơ giữa chốn ba quân
Cách nhau mỗi ngày là mỗi lạ
Huống hồ trên dưới mấy trăm năm

Hiền sĩ có trăng treo ngoài ngõ
Để lâu lâu ngắm nghía đỡ buồn
Tôi có gì đâu ngoài súng nhỏ

Máng đầu giường chạm gió kêu khan

Hiền sĩ có cây già tựa gối
Có chim ngàn ở ẩn chia vui
Tôi có gì đâu ngoài nón trận
Tránh đạn bom nhờ chút hên xui

Hiền sĩ nhẹ tênh đường danh lợi
Tôi ngược xuôi mòn nẻo phù sinh
Đôi khi cũng muốn như người trước
Xem đời như một giấc mơ tan
Chinh Yên - Ứng chiến, Đọc thơ
Nguyễn Bỉnh Khiêm.

Tôi nói đoạn thơ đó chỉ có "chốn ba quân" có vẻ cổ, ngoài ra làm sao bắt người xưa nói theo kiểu như "ngắm nghía đỡ buồn", "nhờ chút hên xui", "mòn nẻo phù sinh"... Cả lớp cười nhưng tôi không kịp thấy thầy Lưu Khôn phản ứng ra sao, tôi hơi lo vì mình "liên hệ" hơi xa. Nhưng lúc lên xe trở về, thầy nói "Anh dạy được". Một chuyện về sách vở, giảng dạy, tôi chưa quên. Cùng thời điểm này, tôi được dạy giờ tại trường trung học tư thục Thánh Mẫu, Gia Định của linh mục Nấm, (tôi quên họ của cha). Chỉ là sinh viên, tôi được xếp dạy lớp Đệ Thất, Đệ Lục. Một hôm, tôi chép lên bảng bài văn xuôi mình được học từ năm lớp Đệ Thất, nguyên văn... theo trí nhớ như sau:

NHÀNH LÚA MỚI

Tôi tới một miền quê kề bên trận địa vào một buổi chiều hoe nắng.

Ở đây, cánh đồng loáng nước nằm dài, vắng bóng người nông dân cần mẫn. Nhìn vào thôn xóm, không thấy một bóng người, khóm tre xơ xác, mái tranh im lìm. Qua một đêm ngủ đỗ, sáng hôm sau, tôi trở dậy lên đường. Trong ánh nắng ban mai, đố ai biết có gì đổi khác? Nhìn vào thôn xóm, vẫn không một bóng người, vẫn khóm tre xơ xác, mái tranh im lìm nhưng dải đồng loáng nước chiều qua đã xanh rì ngọn mạ. Tôi nghĩ đến bóng trăng đêm trước, đến những đoàn người lũ lượt trở về đây, đến những bàn tay mềm mại cấy từng hàng mạ trên dải đồng rộng mênh mông. Trong lúc chiến tranh cứ tiếp tục gieo rắc tang tóc và đổ nát, trong lúc bom đạn cứ tơi bời trên khắp đô thành và làng mạc, thì ở đây, người nông dân Việt nam vẫn thản nhiên gieo nguồn sống.

Nhành lúa mới như một tuổi xuân vùng trỗi dậy, tượng trưng cho sức sống mãnh liệt của cả một dân tộc.

Vô Danh

Lúc đó cha Nấm đi ngoài hành lang, cha nhìn bảng đen, dừng lại đọc chừng mấy giây rồi đi về văn phòng. Giờ ra chơi, cha ghé phòng giáo sư ngồi nói chuyện với vài vị khách (hồi đó gọi thầy dạy bật trung học là giáo sư trung học), làm như luôn tiện, cha tế nhị hỏi tôi bài dạy đó ở đâu, sao lại tác giả Vô Danh. Tôi trả lời bài đó tôi được học từ nhỏ, có trong sách giáo khoa, còn Vô Danh, theo ý tôi, chắc là người sao lục tránh nêu tên tác giả miền Bắc chăng, có lẽ bài hay nên họ cứ trích cho học. Cha Hiệu trưởng gật đầu, không nói gì thêm. Tôi nghĩ mình cũng đa sự, dạy bài đó làm gì để cha bận tâm, có khi năm tới không được mời dạy tiếp. Thế nhưng không, trước hè, cha giao cho tôi thời khóa biểu lớp cao hơn và nhiều giờ hơn. Tôi dạy ở đó cho tới lúc ra trường Sư phạm, phải rời Sài Gòn về dạy trường trung học Nguyễn Trung Trực Rạch Giá. Tôi vào từ giã linh mục Nấm, dẫn Đào Hiếu theo giới thiệu để anh thế chỗ. Hình như Đào Hiếu cũng không dạy được lâu, vì anh bị bắt trong vụ Huỳnh Tấn Mẫm chứ không phải tại nhà trường từ chối. Trở lại chuyện bài văn xuôi nói trên, vì giá trị nghệ thuật cao của nó, (lời văn bóng bẩy, từ láy gợi hình, câu suôn sẻ đầy nhạc điệu, ý hàm súc, tình yêu nước bày tỏ cách kín đáo nhưng thiết tha, đoạn kết so sánh tuyệt vời...) nên tôi nhớ nó suốt đời. Tâm hồn trẻ thơ thế hệ chúng tôi được dưỡng nuôi bằng những bài văn như vậy, văn xuôi của Xuân Diệu (Phấn thông vàng, Trường ca), của Đinh Gia Trinh (Hoa súng, Một cảnh chùa...), đoạn tả buổi sáng mùa xuân tràn nắng mới của Bùi Hiển trong cuốn Nằm vạ là một đoạn tuyệt bút. Không cần gì nội dung phải thiết thực, phải "gắn liền" với cái này cái nọ. Chỉ cần văn hay, lời đẹp để nuôi dưỡng mỹ cảm nơi trẻ thơ, rèn luyện trực giác nơi tâm hồn chúng. Một nhà phê bình văn học có nói cái hay, cái đẹp cũng chính là cái tốt và đạo đức đó thôi. Chúng tôi cũng đã học văn xuôi của nhiều tác giả khác phần lớn đều ở lại đất Bắc, người ta không nề hà gì mà không sao lục cho học sinh học. Sau này, tôi có dịp hỏi mấy anh chị giáo viên người Bắc dạy cùng trường về tác giả bài văn trên nhưng không ai biết. Càng ngạc nhiên hơn khi họ chưa hề đọc qua những bài chúng tôi đã học. Sách ngữ pháp thì đồ sộ mà dẫn chứng toàn danh ngôn của các lãnh tụ chính trị, còn văn thơ minh họa phần nhiều là dở, (ngoại trừ ông Cao Xuân Hạo, khi phải minh họa các qui tắc ngữ pháp, bao giờ ông cũng dẫn lời nói phổ biến nhất trong dân gian). Tôi có dịp hỏi học sinh chọn giỏi văn lớp 5 của thành phố thử cho biết bài thơ bài văn nào em thấy hay nhất và đã thuộc lòng, kết quả là không. Các em đã không nhớ bài nào trong sách giáo khoa. Buồn chưa! (trong khi phải học thuộc lòng các bài văn mẫu kinh hoàng soạn cẩu thả tràn ngập trong mấy quyển Tập làm văn – có dịp tôi xin "khảo sát" vài bài để quí bạn đọc chơi). Một chuyện oái oăm dạy cho tôi bài học đích đáng về việc "tìm tòi" trong giảng dạy. Tìm tòi là cái nói cho có, tức nói láo. Dại mà tin thì bỏ mạng. Tôi vốn phụ trách phần giáo trình hướng dẫn giáo sinh dạy bài tác văn cho học sinh tiểu học. Dạy phần này đỡ lắm, khỏi giảng văn theo sách quá máy móc chặt chẽ, nhưng rồi Cũng có chuyện. Một hôm, tôi đem bài văn xuôi trên ra minh họa về cách dàn ý bài văn theo trình tự thời gian, tôi đọc qua theo trí nhớ để dẫn chứng. Tôi tưởng vậy là ngon lành, ít nhất tiết dạy cũng "đạt yêu cầu", nhưng không, người ta đem bài dạy ra mổ xẻ, hỏi tôi bài trích ở đâu, tác giả là ai (vô phước cho tôi, tác giả thì... vô danh, trích thì từ trí nhớ!) Nhờ nội dung "tích cực" của nó nên tôi được bỏ qua nhưng khuyến cáo không bao giờ được trích dẫn cái gì không minh bạch, không nguồn gốc, nhất là không được dạy cái gì ngoài sách giáo khoa, sách tham khảo. Người ta bảo thiếu gì bài trong sách hướng dẫn giảng dạy mà phải tìm ở đâu cho xa xôi để dẫn chứng(!)

Tôi ngồi thẫn thờ nghe góp ý, buồn bã ngó ra ngoài tìm một chút thiên nhiên. Đầu mùa mưa miền Nam, gió mang theo hơi nước thổi tung những trái dầu cánh mỏng bay lao xao, rộn rã như đám chuồn chuồn, những cơn nắng nồng khô mỏi mệt bắt đầu tắt dần trong gió mát khiến lòng ta len lỏi một chút gì thanh thản. Bông điệp cánh vàng tàn úa rụng đầy một góc sân, nơi bầy sẻ đang nhảy nhót ríu rít; đàn én chao liệng rộn ràng quanh mấy chiếc tổ bên hông lầu cao hội trường. Nhìn lên nóc chuông nhà nguyện, thấy lũ dơi bắt đầu bay loạn trời chiều, tự nhiên nhớ tới cha Nẫm ngày trước, lòng bỗng rưng rưng. Chiều đó ra về, ghé bệnh viện nhi đồng (xưa là Grall) thăm con trai tôi đang bị bệnh phổi ngặt nghèo. Đứng dưới mái hiên bệnh viện, nhìn mưa rơi trắng xóa trên hàng cây cổ thụ. *Mưa như xưa xối khôn cầm, réo um gió bạt nhòe câm bóng hình* (Thanh Tâm Tuyền). Tôi cay đắng nhận ra mình yếu hèn cùng tận, khiếp sợ cuộc đời quá đáng, yếu đuối trong xử thế, bất lực trong mưu sinh, không dám bắt chước bạn bè ra chợ trời bán thuốc tây, bỏ mối café, làm kem đánh răng bạc hà, dầu gội đầu bồ kết (láo)…

Nghĩ lại và so sánh, không thể không thừa nhận văn học, giáo dục ngày trước có cái gì phóng khoáng, thoải mái lắm. Hiệu trưởng chỉ là người phụ trách về hành chánh, không có quyền gì về chuyên môn, không bao giờ được can thiệp vào việc dạy của người khác, muốn vào lớp nói gì với học sinh phải xin phép người đang dạy, không được quyền "dự giờ" ai hết, quyền hành còn thua xa ông tổ trưởng chuyên môn thời nay. Trường Đại học Sư phạm chịu trách nhiệm hoàn toàn về năng lực người thầy. Họ đã cho thi tuyển (năm tôi thi, hình như gần ngàn thí sinh, lấy đậu ba bốn chục), kiểm tra hằng năm, cuối cùng là kỳ thi tốt nghiệp. Tự tin vào chương trình, lịch trình đào tạo của mình, tin vào người thầy mình đã rèn luyện, không việc gì phải kiểm tra lại, Cũng không nhờ ông nào bà nào ở trường phổ thông kiểm tra, kiểm soát hộ. Đó thiết thực là tôn trọng thầy. Người thầy hoàn toàn độc lập trong giảng dạy, không hề bị bất cứ thứ stress nào từ người quản lý. Học sinh đậu Tú Tài bao nhiêu, nhiều ít là do năm này năm khác, lớp giỏi lớp dở, thầy không bị qui trách, không nghe nói từ "thành tích" bao giờ. Dạy dở thì… trường tư không mời dạy, rán chịu. Chữ nghĩa Cũng là thị trường tự do, không có định hướng gì hết. Không có chuyện ông thầy năm nào Cũng chiến sĩ thi đua nhưng học sinh xầm xì thầy dạy chỉ đọc chép, buồn ngủ muốn chết. Không nói nhưng người ta làm, người ta hành xử cách nào để thầy được tôn trọng đúng mức. Không bao giờ có cái trò tổ chức dự giờ bất nhơn như sau này. Dự giờ là một trong những hoạt động tai hại chỉ tổ làm hạ giá tư cách giáo viên, theo suy nghĩ và quan sát chủ quan của tôi. Học sinh lớp một cũng dư nhận ra những chuẩn bị, sắp đặt thiếu ngay thật của thầy cô. Dần dần trẻ em từ lớp một tới học sinh cấp ba thấy chuyện đó tự nhiên như lửa thì phải nóng vậy thôi. Đoàn dự giờ vừa ra khỏi lớp, thầy trò nhìn nhau cười như đồng lõa, thở phào nhẹ nhõm như vừa thoát nạn và đạt thắng lợi. Không gì tàn phá con người bằng quen thân với dối trá. Ai ơi, nỡ lòng nào "xây dựng cơ ngơi trên sự tàn phá con người" (Lữ Phương). Nói dự giờ để giúp nhau tiến bộ e chỉ là mục đích cao đẹp, chưa bao giờ đạt được, và không bao giờ đạt được. Nói dự giờ để đánh giá năng lực giáo viên e cũng lầm lẫn, đâu cần nhiêu khê như vậy mới biết khả năng thầy. Cứ hỏi học sinh thôi là đủ. Một vài em còn nói sai chứ bốn năm chục em thì không thể nghi ngờ. Tôi đã hơn một lần nghe ông tổ trưởng trường trung học chuyên nghiệp nói trên bảo, một tiết dạy, ông có thể đánh giá dạy tốt với đầy đủ dẫn chứng, và ngược lại, cũng tiết đó, ông đánh giá tiết dạy yếu cũng đầy đủ chứng cớ! Xét giáo án thầy, kiểm tra chuyên môn thầy, dự giờ thầy... dần dần tạo nên hình ảnh ông thầy thật thảm hại dưới mắt học sinh. Thảm hại không kém gì đói cơm rách áo. Triển lãm thời bao cấp, chế nhạo thời bao cấp, cười cợt thời bao cấp, bảo đó là những kinh nghiệm đắng cay, tiếc mãi cho một thời mù quáng, sao chưa một lần nhìn lại xem ích lợi tới đâu của việc dự giờ thường trực, tràn lan. Đọc báo thấy nói ông bộ trưởng, ông giám đốc không thể đến chỗ này chỗ kia vì đang bận dự giờ, tôi không khỏi nén một tiếng thở dài.

3

Thời gian học văn khoa nhàn nhã tôi lang thang tìm chỗ dạy. Sài Gòn đầu những năm 60 còn là một rừng cây êm ả. Những buổi trưa tan trường Đức Tin số 6 Mạc Đỉnh Chi, đi dưới tàng cây dầu nghe tiếng cu gáy râm ran tưởng như tiếng chim gáy chốn quê nhà ngày cũ. Đường Phùng Khắc Khoan kế bên với hai hàng me tơ lá già xanh sẫm, lá non màu đọt chuối chen nhau từng mảng, lâu lâu mới có chiếc taxi hai màu xanh trắng chạy qua, con đường lại trở về tĩnh lặng, gần như không một bóng người. Con chim sâu màu vàng nghệ treo ngược đung đưa dưới cành lá thanh mảnh tìm mồi, thỉnh thoảng buông tiếng hót dài vi... i... xào... ào... nghe ra một điệu buồn kêu than vì cuộc mưu sinh vất vả.

Ôi, những hàng me Sài Gòn của ông Bình Nguyên Lộc:

"Me đẹp với thân cây đều đặn, không cao lỏng khỏng như dầu, không lùn tịt như sanh, đẹp với vỏ cây cằn cỗi gợi nhớ những cội tùng già bên chùa cổ trên một sườn non, với rêu xanh mơn mởn bám trên vỏ sạm đen, đẹp như hòn non bộ dày sương dạn gió. Tàng me không thưa, không xơ rơ như tàng sầu riêng, không dày mịt như măng cụt. Vốn nó đã đẹp ngoài thiên nhiên rồi mà trồng trên vỉa hè đá, bên cạnh những ngôi nhà xi-măng cốt sắt, khô, nóng, và buồn thì nó lại càng đẹp hơn biết bao! Ôi, những hàng me Chợ Cũ, những hàng me phố Gia Long, những hàng me phố Tản Đà giao nhành rợp bóng. Những hàng me bầu bạn của người đi bộ về trưa. Những hàng me tò mò dòm vào các cửa sổ tư gia, gởi vào đó những lá me nhỏ li ti trên tóc cô gái bé, những hàng me tàng xanh sậm quyến luyến tiếng dương cầm của ai từ cửa sổ vọng ra."

Hình như tôi có đọc đâu đó sau này, nhà văn Sơn Nam chê cây me, cho là thứ cây thô lậu, tầm thường; trong khi ông Bình Nguyên Lộc đồng ý: *"Me, cái tên nghe thô lỗ, cộc cằn, chẳng chút cao nhã như thanh tùng, anh đào"* nhưng *"chưa chắc thanh tùng, anh đào đẹp bằng me, nhất là me Sài Gòn"*. Dường như cái gì ông Bình Nguyên Lộc khen thì ông Sơn Nam chê. Người ta, vốn rộng lượng với thiên hạ nhưng có lúc Cũng hẹp với đồng nghiệp. Có lần tôi nghe Lê Ng Đại nguyên giáo sư trường Gia Long nói giỡn ông này che ông kia lại để lãnh phần nhu yếu phẩm! Tôi có "chủ quan" nghĩ bậy, xin hương hồn người đã khuất lượng thứ.

Văn xuôi Việt Nam, những đoạn hay tả cây cối, hoa lá có thể trích giảng cho học sinh tiểu học và cấp 2 xem ra hiếm hoi. Đoạn tả hoa súng của Đinh Gia Trinh thâm trầm sắc màu đạo đức, lời văn bóng bẩy nhưng diễn đạt cầu kỳ, đoạn tả hoa phượng của Xuân Diệu trong tập Trường Ca lời văn lộng lẫy, âm điệu nhịp nhàng nhưng ý tưởng kém phần cụ thể; riêng đoạn này xuất sắc vì văn phong giản dị, từ láy gợi hình, phép nhân hóa sử dụng tài tình, tự nhiên. (Đọc mà nhớ Sài Gòn ngày cây cối chưa bị tàn sát hàng loạt, nhớ xe mỳ tàu Chợ Cũ thơm lừng dưới bóng me mát rượi).

Biết cái hay của đoạn văn đó, may mắn sao tôi gặp được người quen đang tham dự vào việc soạn sách giáo khoa cải cách, tôi nói với anh nên đề nghị cho trích giảng bài đó. Gặp lại, anh nói:

- Xong rồi, sẽ có bài Những hàng me Sài gòn của Bình Nguyên Lộc.

Tôi mừng. Chẳng dây dưa gì bài này bài nọ trong sách giáo khoa nhưng nghe thế tự nhiên tôi cũng mừng. Sách phát hành, mở ra xem, thấy chỉ có một đoạn ngắn ba bốn câu, đề bài là "Những hàng me" cụt ngủn. Trời đất, "Những hàng me" thì khác xa "Những hàng me Sài Gòn" chứ? À ra vậy. Người ta… né chữ Sài Gòn, ghét chữ Sài Gòn vì chữ này gợi tới một thời Sài Gòn xưa cũ chăng? Hèn gì mấy năm trước, nghe ông tường thuật đá banh cứ nói đội Cảng Thành phố Hồ Chí Minh một cách dài dòng thay vì chỉ nói Cảng Sài Gòn cho lẹ. Ông ta không biết Cảng Sài Gòn là tên riêng, Cảng Sài Gòn của thành phố Hồ Chí Minh, (nếu muốn nói đủ). Tò mò, tôi lật ra xem mấy cuốn Tiếng Việt của bậc Tiểu học thử "cải cách" tới đâu so với sách cũ. Trước hết và dễ thấy hơn hết là những cái bìa sách rất khác, khổ in khác, sắp xếp các chủ đề, chủ điểm cũng khác; giấy tốt hơn và giá... mắc hơn. Sách bỏ đi khái niệm từ ngữ, ngữ pháp, thay vào đó là luyện từ và câu, chắc là tránh tên gọi môn học gây cảm giác nặng nề. Văn thơ được sao lục giảng dạy hầu hết lấy lại từ sách cũ. Tất nhiên cũng có bài mới nhưng đặc điểm chung là chia đều mỗi người một hoặc hai bài. Hình như được trích in vào sách giáo khoa là một vinh dự lớn, một quyền lợi hay chứng thực cho giá trị tác phẩm của tác giả đó chăng? Có lần tôi nói chuyện này với Đào Hiếu, Đào quân cười bảo thì cũng như phân phối cho công nhân viên theo tiêu chuẩn nửa ký thịt, mười ba ký gạo. Xem thử một bài học thuộc lòng trong sách Tiếng Việt lớp Ba:

Rừng cây trong nắng.

Trong ánh nắng mặt trời vàng óng, rừng khô hiện lên với tất cả vẻ uy nghi tráng lệ. Những thân cây tràm vươn thẳng lên trời như những cây nến khổng lồ. Từ

*trong biển lá xanh rờn, ngát dậy một mùi hương lá tràm
bị hun nóng dưới mặt trời. Tiếng chim không ngớt vang
xa, vọng mãi lên trời cao xanh thẳm.*

ĐG.

Đoạn văn trên đây nhiều khuyết điểm quá. Trước
nhất là ý. Nói ánh nắng mặt trời là thừa. Nắng mà
không từ mặt trời thì là gì? Nói rừng khô rất dễ hiểu
lầm rừng cây khô, có lẽ nói khô ráo sẽ ổn hơn. Mà rừng
khô thì có gì uy nghi tráng lệ? Tưởng thành quách lầu
đài thì mới tráng lệ uy nghi chứ? Tác giả so sánh thân
cây tràm như những cây nến khổng lồ e không thích
đáng. Có lẽ ông chịu ảnh hưởng Xuân Diệu trong Phấn
Thông Vàng chăng? (*Chín mười cây cau song song vụt
lên giữ ánh sáng trên đầu như những cây nến khổng
lồ*), nhưng có "giữ ánh sáng trên đầu" thì mới so sánh
được với cây nến khổng lồ, còn ở đây, cây tràm với tán
lá xanh rì làm sao so sánh như vậy cho được? Rồi cách
dụng ngữ nữa. Đoạn văn chỉ có bốn câu ngắn mà lặp đủ
bốn lần từ TRỜI, câu nào cũng có trời, hai lần lên trời,
hai lần mặt trời, đọc nghe vụng về, chướng tai... quá
trời! Lỗi không ở nhà văn, nhà văn dù giỏi cũng có lúc
sơ sót vì nhiều lý do. Lỗi thuộc người trích tuyển không
cẩn trọng, không biết chỗ dở chỗ hay. Nghe nói việc đổi
sách giáo khoa được tổ chức khoa học, ban bệ đàng
hoàng lắm và tiền cũng nhiều lắm. Còn nhiều điều trong
sách có thể nói tới, nhưng thôi, không phải chỗ. Buồn

một nỗi nghe đồn sắp đổi đợt mới, tất nhiên là tiền của dân. Chữ nghĩa, giáo dục xứ này coi vậy mà mắc tợn!

4

Ngôi trường Đức Tin nói trên do hội thánh Tin Lành sở hữu, khuôn viên rất rộng nhưng cơ sở đó mới chỉ là hai dãy phòng học nấp dưới bóng cây dầu, lớp Đệ Tứ là cao nhất. Tôi thấy hội thánh Tin Lành vốn nghèo, muốn xây nhà thờ thì quyên góp dâng hiến lâu dài, khó khăn, dường như không có chuyện "Mỹ tới đâu thì lo xây nhà thờ trước rồi đem xe bọc thép và máy bay ném bom đến sau."

Đạo Tin Lành có vẻ bị mang tiếng oan vì đa phần giáo sĩ phương Tây đến Việt Nam truyền giáo là người Mỹ. Xây trường học có vẻ còn khó khăn hơn, họ không chủ trương kinh doanh trường tư như Công Giáo hoặc kinh doanh bệnh viện tư như hệ phái Cơ Đốc. Do vậy kế hoạch xây trường cứ nằm hoài trên giấy cho tới lúc bị *Cách Mạng* tịch thu.

Trên khuôn viên đó còn có nhà thờ Tin Lành Pháp nhìn ra đại lộ Thống Nhất. Ngôi nhà thờ này nhỏ nhắn nhưng kiến trúc rất Tây, đẹp một cách đơn giản, đầy thần sắc. Sau 1975 bị dùng làm hộp đêm hay dancing gì đó, còn trường Đức Tin thì bị đập phá để xây một rạp hát "hoành tráng". Lịch sử, ngoài chuyện "lên cơn dữ bất thường" (Tô Thùy Yên) còn biết mỉa mai nữa, mỉa mai tới bến.

Lúc này, tôi còn được giới thiệu dạy tiếng Việt cho Hội Ngữ Học (Summer linguistics institute) ở số 5 đường Sương Nguyệt Ánh. Họ thuê ngôi biệt thự nhỏ làm trụ sở, ở xúm xít mỗi gia đình một phòng. Họ có vẻ nghèo. Báo chí sau 75 ám chỉ phần lớn họ là CIA. Tôi hoang mang. Có dịp gần gũi, thấy họ sống rất đạo đức, ăn uống đạm bạc. Tôi được mời ăn cơm mấy lần, thấy họ chia nhau một đĩa cá thu chiên, một thố xúp đậu trắng lỏng như canh của Việt Nam, một tô khoai tây nghiền, hũ beurre đậu phộng, một đĩa lớn đu đủ xanh luộc trộn sauce mayonnaise, một đĩa bánh thuẫn có bán nhiều ở Sài Gòn, có khi thứ bánh mì mềm, họ không thích bánh mì kiểu Pháp. Tôi còn nhớ tên mấy người như ông bà Haupper, ông bà Grekinson, ông Grekinson cao dong dỏng và thư sinh như Anthony Perkins, thổi sáo miệng tài tình, bắt chước tiếng chim hót líu lo nghe mê tơi, miệng ông có duyên như miệng Steve Mc Queen. Mới đây, tôi nghe ai đó nói có một giáo sư ngữ học Mỹ được mời thỉnh giảng ở Đại học Hà Nội tên Grekinson, không biết có phải ông này không.

Học với tôi lâu nhất là ông Fippinger, từ lúc ông mới qua Việt Nam đến khi ông nói được tiếng Việt, gần hai năm, nếu tôi nhớ đúng. Ông nói trôi chảy về câu kéo thôi chứ ngữ điệu (intonation) và nhất là thanh điệu (ton) chưa đạt. Về thanh điệu, nói như cụ Nguyễn Hiến Lê, chắc ông phải ăn hết mấy chục thùng nước mắm rồi mới nói đúng, rõ là ông không còn dịp ăn được nhiều nước mắm nữa. Ông phát âm khó khăn những câu đại loại như: "Chị Phụng bị bịnh nặng quá", các thanh nặng thành huyền, thanh sắc thành ngang - không dấu - nghe rất tức cười, câu này nữa: "Hồi này chúng tôi bận, ăn uống qua loa cực khổ lắm" thành ra "hồi này chúng tôi bẩn, ăn uống qua loa cức khô lắm". Ông hay lộn phụ âm đầu nữa, ví dụ thung lũng ra lung thũng, dùng sai động từ một cách... sáng tạo như con muỗi ngồi trên mặt anh kìa, than chín hồng rồi, bắt nồi lên, gió thổi nón chạy trên bãi cỏ, tôi có thể rô ti cà phê... Một người nào đó trong nhóm này hỏi tôi:

- Vì sao người Việt mấy anh gặp nhau không bắt tay nhau mà tự bắt tay mình?

Tôi ngạc nhiên:

- Hồi nào?

- Thì tự bắt hai bàn tay lại, rung rung trước ngực chứ còn gì?

Tôi bật cười nhận ra đúng. Kỳ chưa, chuyện mình làm hằng ngày mà vẫn không thấy, người ngoài lại thấy với nhận xét hài hước, bình thường ta vốn quan sát kém vậy sao?

Tôi nhớ mãi những buổi sáng kê ghế dưới bóng cây dầu học tiếng Việt với ông Fippinger. Đường Sương Nguyệt Anh ngày đó đẹp và tĩnh lặng nhất Sài gòn. Đứng ở đầu này ngó mông cuối phố thấy như một đường hầm cây xanh hun hút. Hai hàng thân dầu dày khít mọc song song như hai bức tường xám dựng đứng và cao vút trên kia, vòm mái xanh bằng lá đan nhau dày mịt. Có lẽ đã hình thành từ lâu lắm nên lòng đường không mấy rộng rãi. Cứ nhìn những gốc cây to tới mấy người ôm ta cũng cảm nhận được đâu đây hồn xưa của phố cũ. Lề đường không được bằng phẳng vì bị mấy chiếc rễ cây vạm vỡ núng lên nhấp nhô. Tàng dầu không tỏa rộng nhưng nhờ trồng khít nhau nên bóng mát vẫn che rợp. Từ ngoài đại lộ nắng chói quẹo vào, ai cũng nhận ra làn không khí mát mẻ khác thường chan hòa khắp nơi và nắng ở đây chỉ còn là những sợi tơ vàng mỏng manh chiếu những đóm loang lổ trên mặt nhựa bóng loáng. Đầu mùa hè, những cánh dầu màu nâu quay tít trong gió, xoay tròn tưng bừng một điệu luân vũ thật lâu trên không sau lúc lìa cành. Chúng len qua cửa sổ, rơi bất ngờ trên bàn học như nhắc nhở sự có mặt kỳ diệu của thiên nhiên giữa chốn đô thành san sát cửa nhà, tấp nập xe cộ. Nhà trên phố lúc đó còn giữ nguyên vẻ xưa, kiểu biệt thự cũ thời Pháp, trước cổng che rợp lùm dây leo hoa tím hay giàn bông giấy ngũ sắc lộng lẫy xiêu xiêu trong gió.

Đường Sương Nguyệt Anh may mắn nay vẫn còn đủ hai hàng cây nhưng cảnh sắc khác xưa nhiều lắm. Nhà cửa đồ sộ, tráng lệ nhưng toàn xi măng khô nóng lạc lõng vô duyên, ô tô đậu chen chúc chẳng còn một khoảng không để thở, người đi bộ tràn xuống lòng đường, thật khó khăn mỗi khi muốn băng ngang qua lộ. *Còn ở đâu miền xanh bóng cây, để ta đến đó ngồi trưa nay, dường như hơi mát trong vòm lá, có chất men làm ta thoảng say.* (Tô Thùy Yên)

Nhà văn Võ Phiến có nói đâu đó rằng mỗi thành phố có một thứ cây tiêu biểu lưu lại nơi du khách nhiều kỷ niệm hơn các cây khác, Sài Gòn với cây dầu. Chắc kể được cây me nữa. Đà Lạt đặc sắc thông xanh nay cũng chỉ còn là thành phố xi măng cốt thép, thật không thể tin nổi. Cậu tôi cứ nhắc chuyện ngày còn Pháp cai trị, đốn một cây thông nhỏ về làm cây Noel bị phạt vi cảnh đến một tháng lương công chức. Khó tin đó cũng là sự thật. Nhắc tới cây cối trồng trên phố, vẫn chưa quên hàng phượng rực rỡ trong nắng hè trên bờ sông Hàn Đà Nẵng bị thuốc khai quang hủy hoại trong chiến tranh, nay chẳng thấy trồng lại. Phượng mà trồng ở Sài Gòn là tội nghiệp nhất. Ngay bên kia đường chỗ Hội Ngữ Học ngày trước, ai đó trồng cây phượng xen giữa hai gốc dầu, cây phượng tội nghiệp sinh ra không đúng thổ ngơi, lớn không nổi, lại bị bóng dầu che kín, cành nhánh cứ tán ngang ẻo lả, rủ xuống la đà, chưa bao giờ nở được cánh hoa đỏ báo hiệu mùa hè. Hội An cũ cũng nhan nhản phượng hồng, mấy năm sau bắt chước Hà Nội trồng nguyên một con đường hoa sữa dày mịt, mùa hoa nở, tưởng thơm tho nhưng nhiều quá hóa ra thối hoắc, phải vội vàng chặt bỏ.

Lại liên tưởng tới xóm quê cuối những năm 50 đầy thanh bình, nề nếp. Từ làng đi khoảng một cây số là đến bìa rừng với ba ngọn đồi chắn ngang gọi là Núi cấm, tức cấm chặt cây. Ai chặt phá sẽ bị phạt giam, tịch thu dao rựa (vì dân nghèo không có tiền), lệnh cấm rất nghiêm, hiếm có ai vi phạm. Rừng xanh ngút, mỗi mùa một mùi hương hoa dại khác lạ, chim muông đông đủ, khe suối dồi dào, dòng chảy hiền hòa hiếm khi nổi giận, không nghe từ "lũ quét" bao giờ. Con suối chảy ra Núi cấm đó dạy cho chúng tôi lòng yêu quí thiên nhiên, chứng kiến bao nỗi hân hoan hạnh phúc của một thời tuổi thơ diễm ảo mà đám con cháu của chúng tôi ngày nay không bao giờ biết tới.

Lũ chúng tôi, năm bảy đứa thiếu nhi, mỗi đứa một mo cơm, nhà ai có mắm cái cá cơm ngon thì đem theo một ve nhỏ, không cần mang theo thức ăn, sẽ câu cá, bắt ếch đá dưới khe nướng rồi giằm mắm làm thức ăn, nói ếch đá vì phải lật mấy hòn đá lên, chúng mất nơi ẩn nấp dù có nhảy nhanh và xa tới đâu cũng vẫn bị tóm, thịt chúng dai và ngọt như đường. Chúng tôi câu theo dòng suối, càng lúc càng đi sâu vào rừng, có đoạn phải trèo lên khỏi vực sâu khó khăn mới đi tiếp được. Con suối đó tổ tiên chúng tôi đặt tên Khe Gành, nhiều nhất là giống cá xanh thân ánh bạc, không lớn lắm, chỉ bằng chừng hai ngón tay nhưng khôn và... láu cá vô cùng. Đừng hòng câu được hai con trong cùng một vũng nước. Bất ngờ thả câu xuống sẽ mau chóng giật được con đầu tiên ham ăn và không bao giờ lừa được con kế tiếp mau lẹ rút kinh nghiệm, mặc dù chắc chúng cũng đói bụng và thèm của lạ như con đã dính câu. Hình như chúng có tổ chức chỉ đạo đầy từng trải nên chỉ thiệt hại chút ít lúc ban đầu. Muốn kiếm thêm cá bảo đảm bữa trưa thì phải đi tiếp, ẩn nấp cẩn thận, thình lình quăng câu xuống, có thể bắt được một con và không có con thứ hai, đừng nấn ná mất công, phải đi chỗ khác. Điều lạ là vượt qua bao nhiêu vực sâu, trèo lên gần tới đỉnh vẫn có cá bơi loạn xị trong lòng suối, không biết lũ cá lên tới thượng nguồn bằng cách nào và lên cao thế làm gì cho vất vả. Dòng suối hoang sơ, lâu lâu mới có bọn nhỏ chúng tôi câu cầu vui, không hiểu sao bọn cá nhỏ thông minh, kinh nghiệm và hiểu đời tới vậy. Mặt trời trên đỉnh đầu, chúng tôi dừng nghỉ bên tảng đá, nhóm bếp nướng các thứ.

Những bữa cơm đạm bạc dưới bóng râm trong tiếng nước chảy róc rách vì sao cứ đeo đuổi cả đời ta? Những cánh hoa rừng tinh khiết đung đưa thơm lừng bên suối với lũ bướm nhởn nhơ chấp chới trong nắng lóa cứ động hoài trong ký ức, bọn nhỏ chúng tôi nói là bông chùm gởi, đâu biết đó là những thứ lan rừng thanh quí mà ông Nhất Linh săn tìm vất vả và đặt tên chữ Hán cầu kỳ ở suối Đa Mê.

Hôm tôi về thăm, mấy hòn núi cắm như mái đầu ghẻ chốc, cây cối trơ trụi, chỉ còn là những đồi cỏ tranh day buồn trong gió đìu hiu. Đất xám bày ra lồ lộ khắp núi đồi quanh thung lũng. Dòng suối vẫn còn chảy nhưng chỉ là một mương nước nhỏ, đá cuội bị lũ dữ cuốn trôi, lùa từ sườn đồi lấp đầy mấy thửa ruộng ven rừng, không còn canh tác được. Mỗi năm đá sỏi càng lấn tới phủ lấp ruộng cày. Núi, quả thật không còn phải núi nữa. Không có đạn bom của thực dân đế quốc nào có thể tàn phá quê hương bằng tự dân ta trong thời gọi là độc lập. Độc lập thì hả hê nhưng nó lại mang theo kè kè bao nhiêu cái độc khác coi bộ cũng... độc địa bội phần. Ta không đủ trình độ cai trị dân chứ chẳng lẽ ta ác với dân, với thiên nhiên, núi rừng châu báu hơn kẻ ngoại nhân sao?

Mấy năm trước tình cờ xem phim, Charlton Heston trong vai một nhà ngoại giao Anh đầy lòng nhân ái bị giết tàn bạo ở Afghanistan. Anh quốc lìa bỏ, trả độc lập cho họ tự cai trị. Từ đó thôi thì đói kém tứ bề, loạn lạc khắp chốn, luật pháp bị chà đạp, văn minh thì được bảo là đồi trụy, bạo lực lên ngôi bền vững, dân chúng mặt mày hớt hơ hớt hãi âu lo thường trực. Mãi cho tới giờ này, hơn nửa thế kỷ sau, không những vẫn thế mà còn tệ hơn. Xứ đó nghe nói cũng có tới mấy ngàn năm "văn hiến" chứ đâu có mới vài trăm năm lập quốc ngắn ngủi như Hoa kỳ.

5

Vào học Sư Phạm, tôi sợ không rảnh nên xin nghỉ chỗ Hội Ngữ Học, chỉ giữ lại vài buổi tối dạy tiếng Việt cho một ông thiếu tá bác sĩ Mỹ ở Bệnh viện 3 Dã chiến trong phi trường Tân Sơn Nhứt, tên Thomas Benton. Chiến tranh lúc này gần như đạt đỉnh điểm ác liệt, Sài Gòn liên miên bị pháo kích, rạp hát, chợ búa thỉnh thoảng bị đánh chất nổ, xe lửa bị đặt mìn.

Chuyến xe lửa em đi trúng mìn bật tung như con sâu
Như con sâu nhỏ mọn trợt chân trên cuống lá trơn lùi
Vậy là em đã chết
Em đã chết em đã chết
Ngoài miền trung
Xứ sở những cây dừa phù thủy xõa tóc hú cuồng phong
Những bờ cát thau, những trái núi chì
Con đường sắt dài xương sống quê hương

Em đã chết lẽ nào em đã chết
Em nào có biết gì đâu
Vậy sao em lại chết
Chết trên xe lửa trúng mìn chết vô tình cho lịch sử
(Tô Thùy Yên).

Tình hình chính trị cũng hỗn loạn không kém, việc nước được tháo khoán cho quân nhân, bọn tướng tá bất lương kết bè kéo cánh gây đảo chánh, chỉnh lý liên tục tranh giành quyền lực hệt những vở bi hài kịch có quá nhiều diễn viên hề lố bịch, lắm lúc xem như trò đùa. Thomas nói với tôi:

- Đêm nào anh thấy máy bay trực thăng lên xuống nhiều trên phi trường thì khỏi đến dạy, họ chở lính Mỹ bị thương về, tôi bận mổ xẻ, tôi sẽ trả anh phân nửa số tiền hai giờ anh thực dạy.

Tôi nói:

- Không sao, ông bắt buộc phải nghỉ, tôi thì đâu có dạy mà lấy tiền.

Ông vẫn nói:

- Không nên, phải... fair một chút, fair là gì anh?

Tôi nói:

- Công bình.

- À, phải công bình một chút. Ông bảo.

Từ đó, hễ thấy trực thăng lên xuống nhiều là... tôi khỏe! Có lần ông dẫn tôi vào phòng mổ xem ông làm việc, tôi cũng bận áo blouse màu xanh như ông, bữa đó vài người bị thương, nặng có, nhẹ có, đều Mỹ đen cả. Họ la khóc như trẻ con chứ không dũng cảm như lính tráng trong phim ảnh. Ngay từ những ngày đầu, ông đã than với tôi về sự vô ích của chiến tranh, đại khái ông nói dân tộc Việt Nam khá bất hạnh, nhiều ít cũng giống như cuộc nội chiến của Hoa Kỳ, ông không thấy lý do gì chính đáng để Mỹ phải trực tiếp tham chiến, ông luôn miệng mong chiến tranh sớm kết thúc... để đem cô vợ Việt Nam xinh đẹp về Mỹ.

Ông tỏ ra lo lắng vì chưa cưới được cô này. Cô là tiểu thư yểu điệu, ái nữ của một gia đình quí tộc gốc Huế, ông nói người Việt Nam trưởng giả còn "phân biệt chủng tộc" hơn Mỹ nữa, cha mẹ nàng cứ ngăn cản cuộc hôn nhân vì sợ thiên hạ đàm tiếu con gái mình là me Mỹ, một từ khá khinh miệt thời đó.

Miền Nam lúc này đã là một xã hội thực dụng, bấn loạn trước làn sóng nửa triệu quân Mỹ và đồng minh ập vào nhưng chuyện lấy Tây lấy Mỹ vẫn bị khinh thường chứ không đến như lấy Đài Loan, Đại Hàn trong thời Cộng Sản vẫn được xem là vinh hạnh. Dân miền Nam gọi lính Mỹ là thằng, sau này họ ngạc nhiên nghe dân Bắc gọi người Nga là ông Liên Xô, gọi các viên chức chính trị ngoại quốc là ngài. Chỉ gần đây, đi tập thể dục ngoài công viên, tôi mới nghe mấy ông cán bộ về hưu gọi bằng thằng Gorbachov. Tiếng Việt rối rắm chuyện đại từ nhân xưng, chuyện phân chia từ loại, cấu trúc câu… chẳng giống ai khiến các nhà ngữ học không tiếc lời mắng mỏ nhau. Không mắng nhau là gì, có lần tôi nghe ông Cao Xuân Hạo bảo:

- Chúng nó bắt chước văn phạm các nước Châu Âu, mà bắt chước cũng không ra hồn, có hiểu ngữ pháp Việt Nam là gì đâu anh, chúng nó đọc sách của tôi có hiểu gì đâu, chúng dốt lắm!

Chẳng là ông đến trường chúng tôi, chán nản thấy chúng tôi vẫn dạy thứ ngữ pháp ông hằng công kích, tôi không rõ "chúng nó" của ông là những ai nhưng chắc không thể không có mấy nhà giáo ưu tú, nhân dân gì đó chuyên soạn sách giáo khoa cho bọn tôi dạy, có khi cả những nhà ngữ học không theo kiểu của ông cũng nên. Ngược lại, có lần tôi được nghe nhà phê bình văn học tiếng tăm ĐT ca tụng các nhà ngữ học miền Bắc, đại khái ông nói sau Nhân Văn Giai Phẩm, trí thức xuất sắc của họ không làm văn nghệ được nên quay ra nghiên cứu ngữ pháp, đội ngũ đông đảo, rất uyên bác, chuyên ngành hẳn hoi chứ không mần mò, tự phát. Ngành này miền Nam chỉ loe hoe, khá nhất là hai ông Trương Văn Chình và Nguyễn Hiến Lê nhưng không bài bản mấy.

Ông ĐT, ông Hạo đều là các bậc thức giả, nói vậy hay vậy, bọn thợ dạy chúng tôi chỉ răm rắp theo pháp lệnh sách giáo khoa, gặp lúc bị quay (chẳng hạn sao sách này nói mấy tiếng đó là cụm từ, sách kia bảo từ ghép, sách giáo khoa bảo chim chóc, cây cối, bạn bè là từ ghép trong khi tự điển bảo là từ láy...) chúng tôi chỉ còn biết nói các anh chị chỉ nên theo sách giáo khoa là đủ, đừng hỏi lôi thôi - làm như mấy cuốn ngữ pháp kia là của... bọn xấu.

Né dạy văn thơ Hiện thực Xã hội Chủ nghĩa, dạy ngữ pháp tưởng khỏe nhưng vẫn bực mình vì đọc những dẫn chứng gượng gạo người viết đặt ra cho phù hợp với quy tắc đã phát biểu, trong khi "nhân dân" không nói hoặc ít nói như vậy; phải lo tránh xa những vấn đề rất thiết thực, nhiều khi nằm gác tay lên trán không khỏi không thấy bê bàng. Phải chi lương lậu nhiều nhặn gì cho cam. Cái thời thật khó lắm thay! Nhớ người bạn Quảng Nam – Nguyễn Công Thuần – viết mấy câu thơ vịnh Kiều trước khi bỏ dạy:

Bán mình không để chuộc cha,
nuôi thân không đủ đời hoa ê chề,
suy đi tính lại mọi bề,
trả quách son phấn trở về làng xưa.

Nghe đâu về quê xưa cũng không xong, anh trôi giạt vào Sài gòn làm công nhân của một công ty chế biến khô mực (cùng "nghề" với nhà thơ Thanh Tâm Tuyền, người ta nói có lúc ông phụ trách phơi khô mực, bị kẻ gian ăn cắp hoài nên mất việc). Điều đáng ngạc nhiên là những vấn đề từ ngữ, ngữ pháp phức tạp còn tranh cãi vẫn được giảng dạy kỹ từ cấp tiểu học.

Trẻ con trên dưới 10 tuổi đã phải biết các khái niệm như từ ghép phân loại, từ ghép tổng hợp, từ láy âm láy vần, động từ làm định ngữ, bổ ngữ, câu đảo vị ngữ (cha đẻ kiểu nói rất quái hằng ngày trên TV: "Hôm qua ở Hà nội đã diễn ra lễ ký kết…"); câu đặc biệt (là những câu không thể phân được chủ ngữ – vị ngữ, tức hầu hết các câu tục ngữ phương ngôn, tức lời nói đầu môi của nhân dân – theo ông Cao Xuân Hạo – ông còn nói ngôn ngữ một dân tộc mà câu đặc biệt nhiều hơn câu bình thường thì quá… đặc biệt). Đây là một câu hỏi khá tiêu biểu trong một kỳ thi giỏi văn lớp 5: "Em tìm tiêu chí để phân loại các từ ghép sau đây thành nhóm, hãy đặt tên cho mỗi nhóm: bánh nếp, bánh ngọt, bánh gai, bánh rán, bánh nướng, bánh mặn". *

Dạy chu đáo vậy nhưng hình như người ta chỉ gặt hái được những hư hao. Học sinh vẫn viết câu sai, từ

---

* Chia ba nhóm từ ghép:

Danh từ + danh từ: bánh nếp, bánh gai

Danh từ + động từ: bánh rán, bánh nướng

Danh tứ + tính từ: bánh ngọt, bánh mặn

tiểu học tới đại học. Làm gì có chuyện càng học nhiều ngữ pháp càng viết sai, câu khô ran, cứng ngắc nhưng xem ra tình hình đúng như vậy mới quái lạ.

Tất nhiên một số ít vẫn viết đúng, viết hay nhờ... trời cho. Một thứ ngữ pháp dù uyên bác, chuyên nghiệp tới đâu khi đem ra giảng dạy chỉ đạt được kết quả ít oi, hoặc đáng ngạc nhiên hơn, một thứ effect ngược thì cũng là thứ ngữ pháp đáng ngờ. Còn chưa nói công trình nghiên cứu đồ sộ, công phu vậy mà không gây được chút ảnh hưởng nào trong xã hội lại càng quái lạ hơn. Cứ nghe cách nói tiếng Việt tùy tiện kinh hoàng hiện nay thì ai có từ tâm tới mấy cũng phải oán giận những kẻ có trách nhiệm về học thuật, giáo dục, ngôn từ của dân tộc.

Năm khi mười họa xem TV, thấy người ta đọc thì còn đỡ phần nào, nhưng khi buộc phải nói với nhau thì bất cứ ai có học hành đôi chút cũng thấy tiếng Việt bị tàn phá, rơi vào hỗn loạn hơn lúc nào hết. Hay tại cái thời triết học bị xuyên tạc và suy tưởng độc lập bị chế độ toàn trị triệt phá và quét sạch khỏi đầu óc con người, không cần suy tư, chỉ cần "quán triệt" giáo điều thì tìm tòi phát tiển ngôn ngữ để làm gì?

Cái gì mà các nhà chính trị từ cao tới thấp "phát biểu chỉ đạo" lúc nào cũng chỉ có mấy "từ khoá" như nỗ lực, phấn đấu, bức xúc, hoàn thành, trăn trở, mạnh dạn...

câu thì chỉ hai ba "câu khoá" như "Không được để… phải hoàn thành… phải đẩy mạnh… Xem ra nói đi nói lại chưa tới một trăm từ! Các MC, biên tập viên, bình luận viên thể thao… phải như những tấm gương soi cho cộng đồng về ngôn từ trên TV thì muốn nói kiểu gì cũng được, cùng một tiếng khi đọc âm này, lúc đọc âm khác, nói sai bậy mà mặt mày đầy tự tin phát ghét. Có thứ tiếng Việt nào trong lịch sử mà nông dân chỉ cần nói: "Bưởi rất ngon nhưng thiếu đất, trồng không đủ bán", đến phiên quan chức sẽ thành ra "Chất lượng bưởi rất là đạt nhưng diện tích nuôi trồng là không nhiều vì chưa có hướng phát triển đúng đắn nên khả năng tham gia thị trường là còn hạn chế".

Tôi không thể tin vào thính giác già nua của mình khi nghe một ông đại uý công an giao thông thay vì chỉ cần nói "đụng xe ngoài ngã tư" thì thành: "Các phương tiện xung đột tại giao lộ", phải chi ông mỉm cười một chút là tôi khoẻ vì nghĩ ông giỡn thôi. Báo chí thì chính thức từ lâu nói "thành viên trong gia đình", "tham gia giao thông"… lạ thật đó. Kinh hoàng nhất là BLV bóng đá. Nghề đó phải nói nhanh và càng gọn càng hay nhưng sao ngược lại mới lạ đời. "Sức khoẻ anh ta vẫn dồi dào" hoặc "anh ta vẫn rất khoẻ" thì thành ra "Sự sung mãn về thể lực ở anh ấy là rất lớn", "Anh ta chạy cực nhanh" thì bảo "Tốc độ chạy của anh ta là rất lớn", "Anh ta có kỹ thuật khéo léo" thành ra "Anh ta đã sở hữu những phẩm chất kỹ thuật rất là tốt", "Đội A thay người" thì lại nói: "Đội A có sự thay đổi người". "Cú đánh đầu vừa rồi là của A" tức "A vừa đánh đầu", lại "đánh đầu chiến thuật" tức chuyền banh bằng đầu. Chiến thuật ở đây là gì? Luôn luôn nói "Thời gian còn lại là không nhiều" trong khi chỉ cần nói" sắp hết giờ". Sao người ta say mê từ "là" quá trớn trong khi từ này cấm kỵ trong tiếng Việt ngày trước, nhất là không được đặt trước tính từ làm vị ngữ, bổ ngữ vì nó thừa thải, dở tệ. Cũng không thiếu hài hước khi nghe các từ ngữ phát sinh theo nhu cầu bẻ quẹo tin tức như "nới rộng biên độ giá xăng" tức xăng tăng giá, "điều chỉnh chỉ số giá tiêu dùng" tức tăng vật giá, "khiếu kiện đông người" là biểu tình, "ngưng việc tập thể" là đình công, "nông dân có khó khăn" là nông dân điêu đứng, "chi tiền chưa đúng đối tượng" là ăn chặn tiền tết của người nghèo…

Những nhà học thuật, họ tỏ ra uyên thâm, sắc sảo mọi bề, chẳng hiểu vì cớ gì không nhìn lại đôi chút kết quả việc mình làm mà thay đổi chương trình, thay đổi não trạng trong việc trích tuyển tác phẩm, nội dung văn thơ trích giảng. Cái gì cũng chăm bẳm rằng chỉ văn học của phe ta là giá trị, đáng học, rồi ra chỉ thu hoạch một "mùa gặt trên hư không" mà thôi.

Lũ chúng tôi, suốt thời kỳ trung học, có học giờ ngữ pháp nào đâu, đó chỉ là những câu hỏi cho có vào cuối bài giảng văn, học sinh không kịp soạn thì thầy cũng không la rầy gì. Thế nhưng lên đến lớp 11, 12 chúng tôi chỉ mắc lỗi về ý tứ trong các bài nghị luận, hiếm khi thầy phàn nàn về lỗi từ ngữ, ngữ pháp. Không phải lúc đó trẻ con thông minh gì hơn bây giờ – dân tộc càng ngày càng khôn lanh hơn chứ – nhưng có lẽ nhờ chương trình chỉ chú ý dạy thứ tiếng Việt thực hành cốt rèn luyện cho trẻ em dùng từ ngữ đúng và viết trôi chảy các kiểu câu tiếng Việt thông qua các văn bản có giá trị thật về văn chương. Văn thơ thật sự có giá trị nghệ thuật, cái gì là tinh hoa của văn chương Việt nếu được trích dạy đúng lúc sẽ ở lại hoài trong tâm hồn trẻ, lời hay ý đẹp, mỗi ngày một ít, sẽ thấm dần trong các em, cách diễn đạt đặc trưng của ngôn ngữ dân tộc trong các áng văn thơ đó đâu khó khăn gì mà không gây được ảnh hưởng trên các em, rồi các em sẽ viết sáng sủa mà không cần phải học ngữ pháp quá nặng nề, vô bổ, mất thì giờ.

6

Đã mấy năm tôi không có dịp ghé lại chỗ Hội Ngữ Học, không biết họ đã soạn xong cuốn Tự điển Anh-Việt-Ca Tu hay Việt-Anh-Ca Tu, tôi không nhớ chắc, cuốn sách lúc còn dở dang đã dày hơn tự điển Petit Larousse rồi. Ca Tu là bộ lạc người thiểu số lớn nhất Quảng Nam, lúc còn bé, tôi vẫn hay thấy họ đi thành hàng vào các thôn xóm người Kinh giao thương đổi chác, vai mang gùi, tay cầm cây lao nhọn, ánh mắt ngờ vực, cái nhìn hiện rõ niềm u ẩn và sâu thẳm của núi rừng. Họ có tập tục đâm trâu rất rùng rợn, tôi đã từng được xem trong dịp Tết, con trâu bị cột vào cây cọc lớn, chạy lảo đảo vòng vòng quanh cây cọc, chảy nước mắt như khóc trước khi và cả trong khi bị đâm từng nhát lao cho tới chết, trò này gần giống đấu bò của Tây Ban Nha, nhưng đấu bò có vẻ "công bình" hơn chút đỉnh, ít ra còn cho con bò chiến đấu chống lại một cách hạn chế để nó đỡ uất ức chắc, hình như con trâu Việt nam nhẫn nhục đợi chết chứ không dũng cảm bằng con bò bên Tây thì phải.

Một buổi chiều ngồi chơi trước nhà, tôi thoáng thấy có người Tây phương nào thập thò ngoài cổng, tôi bước ra nhìn, ngạc nhiên nhận ra ông Fippinger. Tôi mời vào và hỏi ông đến có việc gì. Ông nói:

- Lâu không gặp, tôi đến thăm anh, luôn tiện cũng có chút chuyện muốn nói, một chút thôi. Tôi nói:

- Không sao, tôi có bận rộn như mấy ông đâu, cứ ngồi chơi nói chuyện lâu lâu.

Đôi mắt ông mở to hiền hậu, lúc nào như cũng sợ người khác phiền hà, vẻ lương thiện, thực thà hiện ra trong từng lời nói, cử chỉ. Gương mặt ông tỏ rõ nét đẹp đạo đức toàn bích ít người có thể đạt tới. Cũng như người ta nói gương mặt Greta Garbo đã đạt tới điểm đỉnh sự trong sáng, kiều diễm của người nữ mà nhân loại có thể vươn tới. "Một chút chuyện" của ông khiến tôi không khỏi ngỡ ngàng. Ông nói:

- Anh còn nhớ mấy năm trước một lần đi Singapore tôi có mua giùm anh cái tape recorder nhỏ?

Tôi nhìn ông, vẫn chưa hiểu chuyện gì, tôi bảo rằng tất nhiên tôi nhớ. Lúc bấy giờ chưa có cassette, chiếc máy thu băng nhỏ đó là thứ quí hiếm. Ông nói một cách rụt rè:

- Gần đây tôi mới được biết hàng hóa đem về qua phi trường đều phải đóng thuế, tôi nghĩ anh nên đóng thuế cho chính phủ, rồi Chúa sẽ cho lại mình tùy theo cách của Ngài.

Tôi giải thích cho ông hiểu rằng hàng lẻ xách tay qua phi trường thì được miễn lệ phí theo luật quan thuế lúc bấy giờ, không có gì mờ ám cả. Ông bảo ông có biết điều đó nhưng nghe nói nhiều người lợi dụng chuyện này để kiếm lời, mỗi lúc nhớ lại ông không được bình an. Tôi tự nhiên cảm thấy xấu hổ, ngượng nghịu. Trước mặt ông, tôi trở thành tên trốn thuế chỉ với một món tiền nhỏ mọn chẳng bõ bèn gì. Tình thế kỳ quái khiến tôi không thể nói gì hơn đành hứa với ông tôi sẽ làm theo ý muốn của ông. (chiếc máy ghi âm đó đã sắp hư, sửa đi sửa lại mãi rồi!). Hẳn là "bức xúc" dữ lắm ông mới khổ công tìm tôi tận hang hẻm Sài gòn để nói chuyện này. Làm sao mà chính phủ của người ta trong mắt dân chúng tuyệt vời tới vậy, tôi thật không khỏi lấy làm lạ. Không rõ ông có biết chính phủ đang cai trị chúng tôi rất khác chính phủ của ông hay sao. Thì ra sống đúng luật vẫn chưa phải đạo đức, tiêu chuẩn đức lý của mấy ông này cao quá. Giống như cô em gái tôi thuyết phục tôi đi nhà thờ, tôi bảo tôi ngại lễ nghi, thờ phượng, vốn tôi thiên về… vô tổ chức. Tôi sống đạo bằng cách cố ăn ở ngay thật, không chủ tâm chơi xấu ai… cô em tôi nói thẳng rằng sự công bình và lương thiện của tôi chỉ như tấm giẻ rách trước mặt Chúa mà thôi. Hồi nhỏ, tôi ở với ông bà ngoại, theo đạo Tin Lành, thỉnh thoảng mới chạy qua nhà nội, hai nhà cách nhau có một lối đi cây cối um tùm, đêm hè đom đóm bay lập lòe trong ngõ giếng, tôi tưởng tượng như ánh ma trơi. Ngày lễ Tết, ông nội tôi, mỗi khi cúng quảy, khấn vái ông bà tổ tiên, tôi hay đứng sau lưng ông làm bộ tịch chòng ghẹo khiến không khí nghiêm trang, sùng kính vơi nhẹ đi, vì tôi là cháu nội đích tôn được ông cưng chiều, cũng có thể không tin mấy về cúng bái, chỉ làm theo lệ, nên ông chỉ cười hiền, cốc nhẹ vào đầu tôi mắng thương:

- Mẹ họ mi!

Sao bỗng dưng nhớ quá tháng năm ông bà cha mẹ còn đông đủ, hôm nào ráng chiều đỏ rực trời tây, bà nội gọi đến bất ngờ cho ăn mỳ Quảng cá tràu với nước lèo ít ít, nhưn loe hoe mà sao ngon thấm tận ruột gan, cảm giác đó sau này không bao giờ gặp lại. Ký ức tôi vẫn hằn sâu những buổi chiều cuối năm êm ả, tĩnh lặng như chiêm bao trong ngôi làng nhỏ bên chân núi, gió mùa đông bắc se lạnh xao xác bên vườn chuối âm u, trăng mọc sớm trên ngọn đồi thấp phía đông chiếu một vệt ánh vàng run rẩy lung linh trên đầm nước ven làng. Nhớ ngày ông nội tôi bệnh nặng sắp qua đời, ba tôi công tác kháng chiến ở xa, tuổi nhỏ tôi hiếm khi được ở bên ba, má tôi nhắc nhở:

- Con phải năng đến thăm ông, ông còn không bao lâu đâu.

Tôi một phần ham chơi bắn chim, bắt dế gài bẫy chụp, đào trùn đặt ống trúm bắt lươn, một phần nghe nói ông sắp mất, tự nhiên đâm sợ sệt nên ít đến với ông. Khung cảnh nhà nội tôi lại đồ sộ, cây cột nhà ôm không hết vòng tay, bàn thờ tổ tiên âm u khuất tối khiến tôi càng ngại đi ngang đó vào buồng sau thăm ông. Năm kỉa năm kia, mỗi lúc phải lên nhà trên cao nghệu vắng tanh lấy vật gì do ai đó sai bảo, tôi khổ sở cầm theo cây roi mây, quơ liên tục sau lưng đuổi tà ma khi quay trở xuống nhà dưới, tim đập thình thình, kinh khiếp nhất là ngọn đèn dầu phụng trên tay bất ngờ phụt tắt, chạy nháo nhào va đầu vào cột vẫn không kịp thấy đau. Ông nội, dường như hiểu tâm lý sợ sệt nơi tôi nên có bữa gọi lại nói, giọng đã hơi thều thào:

- Con có thấy người ta đang cưa ván đóng hòm cho ông không? Răng con ít vào thăm ông? Con nề, ông chết rồi thì cũng như cục đất, không thành ma cỏ chi đâu. Mà giá như có cái chi linh thiêng thiệt thì ông thương con cháu, phù hộ giúp đỡ con cháu chớ ai lại làm ma bắt con cháu đâu mà sợ.

Ra khỏi buồng ông, tôi vừa đi vừa lấy tay áo quẹt nước mắt. Không lâu sau, ông tôi qua đời, tháng chín mưa lụt xối xả từng cơn phủ trắng núi rừng một màu tang tóc, xôi nếp mới đám tang ông thơm lừng trong nhà ngoài ngõ. Không hiểu thừa hưởng nét tâm lý nào, của ai, vì ba má tôi cũng là đảng viên trong thời kháng chiến chống Pháp, nhưng sao đến phiên tôi, khi phải sinh hoạt trong các hội đoàn, tổ chức này nọ, bao giờ tôi cũng ngượng ngùng, không nghiêm trang và tự nhiên nổi. Tôi không quên một lần dự lễ kết nạp Đảng với một không khí thiêng liêng không ngờ ở một trường PTTH (thiêng liêng còn hơn làm phép Báp Têm, vì khi ông mục sư nhận đầu tín đồ xuống khỏi mặt nước, dù rất nhanh nhưng vẫn có người bị ngộp nên hơi buồn cười một chút). Đảng viên mới là bà hiệu phó gốc Sài gòn đi tập kết trở về, bao nhiêu năm gian khó trên đất Bắc, khát vọng được vào Đảng nung nấu quá mức hay sao mà đến lúc được thề thốt trung thành với Đảng, bà khóc rũ rượi, gần như té xỉu vì xúc động, không nói nên lời, tôi thì ngồi im như tượng, cảm giác lạnh lạnh cứ chạy suốt sống lưng.

Tôi nói một câu để khều nhẹ ông Fippinger chơi:

- Chúa Jesus ghét bọn thu thuế lắm phải không?

Ông cười cười bảo:

- Chuyện đó ở một hoàn cảnh khác.

Ông khoe vừa đi Quảng Nam về và được gặp người Cà-Tu thiểu số, nhiều người trong bộ tộc nói được tiếng người Kinh nhưng với cách riêng. Tôi hỏi:

-Ông nói cách riêng là sao?

- Chẳng hạn họ luôn đặt tiếng "cái" chứ không tiếng nào khác trước các danh từ, thí dụ như cái sông, cái làng, cái chữ, cái ruộng, cái rẫy, cái bụng, cái buồn, cái vui…

- À, tôi biết chuyện này, mấy ông giáo làng quê tôi mỗi lúc mắng đám học sinh quen thói dùng từ CÁI đặt trước danh từ thường bảo rằng mi nói (viết) như mấy thằng Ca Tu, chi cũng CÁI.

Thành thật xin lỗi đồng bào Ca Tu, tôi chỉ nhắc lại chuyện cũ. Người Việt tự cao và kỳ thị ít ai sánh kịp, dường như tưởng mình văn minh hơn người, ngon lành hơn da đen, hơn Ả Rập, thậm chí gần đây có mấy học giả sử gia nào đó chứng minh tổ tiên người Việt còn văn minh hơn Hán tộc. Chưa thấm, ta còn kỳ thị ngay với chính đồng bào mình nữa. Bạn tôi, chị Lương Kim Loan, vốn người Long Xuyên, tôi hỏi ở Mỹ chị có bị kỳ thị gì không, chị bảo:

- Nói không hề bị kỳ thị e không đúng hẳn, có lẽ cũng có mà kín đáo lẻ tẻ lắm, phần lớn họ tế nhị hơn xa mình, cứ so sánh là mình thấy ngay, anh coi, tôi ở Long Xuyên, năm nào đó đồng bào mình ở Cao Miên bị "cáp dùn" chạy về lánh nạn, mọi người nhìn với nửa con mắt, coi khinh và xua đuổi ra mặt, thậm chí tránh thuê mướn họ làm việc gọi là "lao động giản đơn" nữa kia.

Họ bồng bế lếch thếch ngơ ngác ngay trên đất nước mình, giữa đồng bào mình, coi thảm hại quá, nói thật, chữ đồng bào sao mỉa mai lắm nghe anh, y như mình nói nhiều tới cái gì là mình không hề có điều đó vậy nghe, nên chi mình được đối xử tử tế như vậy thì chẳng nên đòi hỏi gì hơn.

Trở lại chuyện chữ nghĩa, bây giờ thì khỏi lo, người Kinh đã học tập nhuần nhuyễn từ CÁI của các bạn Ca Tu rồi. Cứ ngồi trước TV vài phút sẽ thấy "tần số" cao ngất của tiếng này. Tôi từng nghe một quan chức giáo dục thành phố nói:

- Những cái người giáo viên đó họ có cái bức xúc vì họ có cái khó khăn của họ, cái lo lắng của họ là rất lớn, chúng ta phải có cái quan tâm và có cái giải quyết thích đáng"(!)

(Thật ra tôi ghi... gọn hơn lời nói của ông, vì lẽ khi nói, lúng túng kiếm không ra chữ, ông cứ lặp lại cái... cái... cái... bộn hơn nhiều). Thấy chưa, quan chức phụ trách giáo dục ở đô thị văn minh bậc nhất đã bỏ xa các bạn trong chuyện dùng chữ này rồi còn gì. Cách ăn nói thời còn lạc hậu, chưa "tiến bộ" như ngày nay coi ra chẳng cần CÁI với CÓ dữ thần vậy. Có thể diễn ý thượng dẫn chỉ với nửa số từ: "Những giáo viên đó quá lo lắng và bức xúc, chúng ta phải chú ý tìm cách giúp đỡ để họ bớt khó khăn". Nhiều hướng dẫn viên du lịch nói một câu thì đã có gần phân nửa số từ là từ CÁI, làm sao nghe cho lọt! Các anh cứ thử một lần bỏ hẳn TẤT CẢ TỪ CÁI đó đi sẽ thấy nghĩa của câu vẫn không hại gì mà lời nói lại nhẹ nhàng hơn nhiều. Có lần tôi còn nghe người ta nói " Chúng ta đã có... cái bầu (cử) nghiêm túc". Không tin được! Trong những câu chuyên gẫu với bạn bè, ai đó lưu ý ông Nguyễn Tuân cũng hay dùng từ CÁI, nhưng chúng ta thấy ông dùng trong một văn cảnh khinh bạc, không ai bắt chước, cạnh tranh được, gần như CÁI là "hàng độc", độc quyền của riêng ông.

Chiều đó đám mây đen u ám về chuyện thuế má tan đi phần nào khi chúng tôi nói về chữ nghĩa với chút ít hào hứng. Lúc này tiếng Việt của ông đã khá hơn nhiều, có thể nói với ông vài đặc điểm của ngôn ngữ này. Chẳng hạn tiếng đứng trước danh từ trong Việt ngữ chính là một thứ mỹ từ làm đẹp lời nói nếu ta dùng có ý thức. Từ CÁI nghĩa rất rộng, rất chung chung, gần như đặt vào đâu cũng được do vậy mất tác dụng miêu tả. Thay vì nói CÁI, Tổ tiên chúng tôi đặt trước danh từ những tiếng vô cùng biến hoá, tùy theo hình trạng của sự vật, ví dụ *gương* mặt, *vẻ* mặt, *bộ* mặt, *bản* mặt (Trưa đi ra phố mua gương, về soi bản mặt dễ thương của mình - Nguyễn Đức Sơn). Má thì *gò* má, môi thì *làn* môi, *vành* môi, *vành* tai, *cánh* mũi, *lồng* ngực, *bờ* vai, *ngọn* đồi, *quả* đồi, *chỏm* núi, *trái* núi, *dãy* núi, *rặng* núi, *ngọn* núi, *sườn* non, *cánh* hoa, *đoá* hoa, thậm chí *đoá* trăng

(*Thấp thoáng sườn non ngày mới chớm, một đoá trăng tàn lẩn lút bay, mùa hiu hắt thổi hoang vu quyện, lòng ta quạnh vắng như cỏ cây* – Thanh Tâm Tuyền), *mây* thì *đám* mây, *tầng* mây, *dải* mây, *vầng* mây, *sợi* mây, *cụm* mây, *dòng* sông, *con* suối, *ngọn* thác, *túp* lều, *ngôi* nhà, *tòa* biệt thự, *nỗi* lòng, *nỗi* nhớ, *niềm* vui, *cõi* đời, *nền* độc lập... Câu thơ của Tô Thùy Yên viết về cây dừa trên đảo Trường Sa: "*Nghe cây dừa ngất gió trùng điệp, suốt kiếp đau dài nỗi tả tơi*", nếu thay chữ NỖI bằng CÁI thì còn gì chăng? Diệu kỳ thay chữ nghĩa!

Một trong những cách tàn phá tiếng Việt hữu hiệu và nhanh chóng nhất là tìm mọi cách DANH TỪ HÓA động từ, tính từ, tức là những thuật từ của nó. Nhiều người đã nói, nói rõ nhất là nhà văn Võ Phiến, ông cho rằng Việt ngữ cốt lõi diễn ý bằng động từ, tính từ, đặc biệt các tính từ láy. Tìm cách biến động từ, tính từ ra danh từ là từ bỏ sở trường, chọn sở đoản, nghĩa là lìa bỏ ưu thế, đặc điểm vượt trội nhất của mình để chọn cái mình yếu kém nhất. Nhờ nói bằng động từ, tính từ mà tiếng Việt sinh động, tươi tắn, vô cùng gợi tả, tràn đầy vẻ tượng hình và cảm xúc. Nói bằng danh từ, tiếng Việt trở nên vô hồn, như chỉ còn cái xác, dài dòng mà lại khô cứng, chán ngắt. Nếu diễn ý bằng động từ, viên chức giáo dục trên chỉ cần nói: "Những giáo viên đó gặp khó khăn, họ bức xúc và lo lắng quá nhiều, chúng ta phải quan tâm giải quyết..." như thế có vẻ Việt ngữ hơn, đâu cần phải

CÁI nhiều vậy? Nghe người ta nói trên TV, cả trên BBC, thú thật tôi buồn bã tiếc nuối BBC của Xuân Kỳ, Xuyến Như, Nguyễn Phúc, Hồng Liên… ngày trước, mới đây thôi chứ có xa xôi gì, sao tiếng Việt ngày đó sang trọng, tế nhị, hóm hỉnh tới vậy. Ngày đó người ta chỉ nói "họ gặp nhau" chứ đâu có nói chướng kỳ "họ có cuộc gặp", chỉ nói "tôi nhận định rằng…" chứ đâu có nói "tôi có cái nhận định rằng thì là…". Thủ phạm chính khiến lời nói chúng ta trở nên vụng về, luộm thuộm, dài dòng phải chăng do thói quen tai hại hay tại nghèo nàn về "tư duy" đến nỗi lúc nào mở miệng cũng đeo chữ CÓ trên môi, luôn phải đặt CÓ CÁI trước động từ rồi LÀ sau động từ. Thì đây: Tôi có cái suy nghĩ là… tôi có cái khẳng định là… ta phải có cái quan tâm là… ta nên có cái nhìn lại là… ta nên có cái thông cảm với… Luôn luôn vậy. Nói thêm… chết liền!Tôi biết mình nói gì cũng chẳng qua như chó sủa lỗ không, tuyệt vô âm vọng, người ta cũng sẽ độc quyền chiếm diễn đàn tha hồ kênh kiệu nói "Hôm qua, đã diễn ra lễ… chị X, anh Y đến từ Hà nội… ta có cái dân chủ của ta…" Phải chăng tôi chỉ là kẻ thành kiến, lạc hậu, ôm khư khư quan niệm cực đoan, không chịu chấp nhận việc pha trộn cách diễn đạt có tính toàn cầu, cứ nói lảm nhảm về đặc trưng này nọ? Đã tới lúc Anh ngữ hóa, Âu hóa tiếng Việt rồi sao? (Nói hóa hóa khiến nhớ tới mấy từ bê tông hóa, ngọt hóa… đúng là cẩu thả hóa, khổ quá!). Nhưng thầy cô dạy văn giỏi, sẽ dạy những gì và cách nào? Có nói gì về đặc điểm nghệ thuật diễn ý của tiếng Việt không? Có bảo các em hãy học tập cách diễn đạt của nhà văn này, nhà thơ nọ hay nói học vậy biết vậy, nay ta phải hiện đại hóa tiếng Việt bằng cách cứ học tiếng Việt người ta nói trên TV là mẫu mực, cụ thể nhất? Rồi học sinh giỏi Việt văn là giỏi những gì? Hoang mang quá. Thôi, hãy xem những từ láy tác dụng thế nào trong bài thơ ngắn của cố thi sĩ Thanh Tâm Tuyền một chút để tâm hồn ta thơ thới phần nào:

Mưa bay lất phất gió căm căm
Đường lầy trơn nhà cửa tối tăm
Ẩn đâu lũ trẻ mặt lem luốt
Co ro đứng xem tù qua thôn
Vác bó cuốc nặng bước loạng choạng
Về trong xây xẩm buổi tàn đông
Lạnh lẽo nhà ai không đèn lửa
Ảm đạm lòng ta, chiều cuối năm.
(Chiều cuối năm qua xóm nghèo).

7

Những năm cuối thế kỷ trước, có lần tôi được dự một buổi hội thảo về thơ thiếu nhi do hội nhà văn và hội giảng dạy văn học thành phố tổ chức (cái hội sau này tôi không chắc nhớ đúng tên nhưng đại loại liên quan đến việc giảng dạy văn thơ cho học sinh phổ thông, không thấy hoạt động gì nhiều, đã lâu không còn nghe nhắc tới). Người giới thiệu và điều khiển chương trình là một nhà thơ nay tôi quên mất tên ông, chỉ nhớ ông nói giọng Bình Định hay Quảng Nam gì đó và dường như ông là nhà thơ "chuyên" về thơ thiếu nhi. Ông nói rất lâu về sự cần thiết phải "đẩy mạnh" phong trào làm thơ cho thiếu nhi vì theo ông, thơ thiếu nhi hiện rất yếu và thiếu.

Gần cuối buổi hội thảo đó, (nói hội thảo là kiểu nói quen dùng chứ e không đúng, vì tới phiên mình, diễn giả nào cũng lôi bài viết sẵn trong túi ra đọc, hết người này đến người khác, không có gì là thảo hết). Tôi cũng được nói 15 phút, yêu cầu chính là mọi người muốn biết thơ trong sách giáo khoa cho bậc tiểu học tác dụng ra sao đối với thiếu nhi trong trường học phổ thông, "chất lượng" thơ như thế cao hay thấp... Tôi không có bài viết sẵn, chỉ mấy ý đơn giản, nhận thấy sao thì báo vậy. Thơ thế nào thích hợp với thiếu nhi theo"tiêu chí" hiện nay, công nhận rất khó, thơ vừa hay vừa thích hợp cho thiếu nhi càng khó vì ít quá.

Có điều tôi không tin ta có thể động viên mọi người viết thơ cho thiếu nhi được. Những bài "sáng tác" trong tinh thần động viên đó, nếu có, cũng vội trôi qua mau như nước dưới cầu mà thôi. Thơ trong sách giáo khoa không phải hoàn toàn dở nhưng vì có vẻ phải chia đều cho nhiều tác giả, thậm chí chỉ vì ông lớn nên được trích giảng, bất chấp giá trị thật thế nào, do vậy phần nhiều thơ đó chỉ lưu lại một vùng trắng nơi tâm thức trẻ thơ. Chúng quên rất mau những bài thơ được học.

Thực tế đó rất dễ kiểm chứng. Trẻ con cảm nhận hay dở không thua người lớn mấy, những bài nội dung minh bạch, mục đích yêu cầu cụ thể nhưng diễn đạt vụng về, gần với vè thì dù có bắt học thuộc lòng nghiêm khắc tới đâu, thời gian ngắn sau đó, các em cũng quên ngay. (nhưng nếu vè thật thì ít quên hơn, tại sao? Phải chăng đúng vè thì cũng có cái duyên riêng?). Không phải việc của mình nhưng tôi cũng xin đề nghị nên bỏ bớt chương trình ngữ pháp, thay vào đó, tăng cường dạy thơ cho học sinh phổ thông. Biết đâu học thơ chính là một cách học... ngữ pháp! Đừng sợ thơ khó, trẻ con "hiểu" thơ không phải qua ý mà qua cảm nhận về ngôn từ, về hình ảnh, về âm thanh của từ của câu nữa.

Tôi kể lại rằng có lần tôi đọc đoạn thơ khó của một tác giả hiện đại cho lớp học sinh giỏi văn rồi hỏi các em nghĩ gì về đoạn thơ đó. Một trong các em trả lời rằng không hiểu lắm về nội dung nhưng em thấy hình ảnh và lời thơ rất đẹp và gợi tả, muốn ghi để đọc lại nhiều lần. *Ai cũng biết truyền thống văn nghệ không gián đoạn, lâu bền và dễ nhận thấy nhất của dân tộc ta là thi ca, (bà tôi không biết chữ Nôm, chữ quốc ngữ nhưng hiểu và thuộc không biết bao nhiêu ca dao). Ngôn ngữ chúng ta nghèo danh từ diễn đạt các khái niệm trừu tượng nhưng mặt khác, rất giàu từ ngữ đầy ảnh tượng tả hình trạng sự vật và cảm xúc của nhân quần (nhà văn Võ Phiến gọi là cảm từ). Mà ai cũng biết ảnh tượng là yếu tính nổi bật nhất của thi ca. Cho nên ngôn ngữ dân tộc ta rất... nên thơ.

Học giả Đặng Tiến có nói đại ý rằng thơ là con đường dễ hơn hết khơi gợi được mỹ cảm, kể cả đạo đức nơi tâm hồn trẻ em. Cũng không nên sợ thơ khó, trẻ em không hiểu. Chúng tôi được học Cung Oán Ngâm Khúc từ năm lớp sáu, lớp bảy. Lúc bấy giờ mặc dù thầy có giảng nhưng cũng chỉ hiểu lỏm bỏm phần từ ngữ (chẳng hạn) thệ thuỷ, cổ độ, thu phong, tà huy, phong trần, sơn khê, tang thương, ảo hoá, phù sinh... Nhưng khi đọc cả câu thơ, vẫn "cảm" được nội dung của chúng. Phải chăng nhờ những động từ, tính từ gợi hình đi theo các từ chữ Hán?(ngồi trơ cổ độ, đứng rũ tà huy...) Hay âm thanh của từ? Hay âm nhạc nơi câu thơ? Chắc là tất cả. Nên chi đừng lấy nội dung dễ dãi, mục đích yêu cầu cụ thể làm chuẩn mực chính khi chọn thơ trích giảng.

Tôi có nhắc tới một nhận định của Thanh Tâm Tuyền về nội dung thơ để dẫn chứng (Tất nhiên lúc đó tôi không dám nói tới tên ông mà chỉ nói "một nhà thơ") và để chấm dứt, tôi mượn lời nhà phê bình Đặng Tiến (tôi vẫn không dám nói tên mà chỉ nói một nhà phê bình, kể ra tôi cũng lo sợ hơi quá trong trường hợp này!): "Tâm hồn Việt nam, phần óng ả nhất, được dệt bằng thơ. Chút tơ lòng nọ liệu nay còn bền chặt chăng?", tôi nói thêm rằng còn bền hay không trách nhiệm ở nơi các nhà sư phạm đừng xem thơ chính là những bài giáo dục công dân.

Sau đó, nhà thơ Bùi Chí Vinh lên diễn đàn, tôi cũng vui nghe ông bảo hoàn toàn "nhất trí" mấy điều tôi vừa trình bày. Đến nay đã cuối thập niên đầu TK 21, mọi sự cũng chẳng có gì khác. Cả núi báo chí giấy tờ sách vở đã viết về cải cách giáo dục, e rằng cũng sẽ còn tiếp tục kêu gào trong vô vọng vì những người gọi là có trách nhiệm vẫn trơ như đá và nhất là vững như đồng trên chiếc ghế quyền lực. Chỉ tội cho những người lạc quan, ngây thơ và kém hiểu biết (như tôi) mới kỳ vọng nơi ông bộ trưởng này rồi ông bộ trưởng khác trong vai trò cải cách, không dám nghĩ rằng phải cải cách nền chính trị trước rồi sau mới có cửa cho đổi thay giáo dục. Nay tôi xin trích lại đoạn văn của Thanh Tâm Tuyền vừa nhắc trên đây hòng làm rõ thêm ý kiến của mình:

THẰNG CUỘI

Thằng Cuội ngồi gốc cây đa
Bỏ trâu ăn lúa gọi cha ời ời
Cha còn cắt cỏ trên trời
Mẹ còn cưỡi ngựa đi mời quan viên
Ông thì cầm bút cầm nghiên
Ông thì cầm tiền đi chuộc la đa

"Mấy câu ca ngờ nghệch này chắc chắn thằng con tôi sẽ thuộc rất mau như bố nó thuở bé. Nó sẽ đọc khi đùa chơi, nó sẽ nhớ mãi cùng với hình bóng chập chờn của thằng Cuội. Để đến một ngày nào khi đã lớn bổng nó nhận ra như tôi hôm nay là những câu ca của tuổi nhỏ trong suốt, tự nhiên kia nay thật mờ đục, tối nghĩa. Tôi đã tự hỏi cái ý nghĩa kết hợp thống nhất sáu câu lục bát trên là gì? Nếu thằng con tôi bắt tôi giảng cho nó hiểu, tôi sẽ phải bịa đặt ra những chuyện gì cho "hợp lý".

Nhưng thằng con tôi nó chẳng hỏi han gì cả. Nó lắng nghe tôi đọc, nó lặp lại từng câu và nó sung sướng. Tôi không cần phải giảng vì nó đã hiểu. Nó đã hiểu theo lối của nó, như tôi thuở bé đã hiểu vậy. Chúng tôi, hai bố con nhìn nhau, đã hiểu mấy câu ca ấy như thế nào? Không nhiều nhưng thật đủ. Thằng Cuội đón đứa trẻ chăn trâu ngồi tựa gốc cây đa "ời ời" kêu cha trong khi mẹ nó cưỡi ngựa đi mời quan viên: Mấy ông quan viên làm cái gì, cuội không hiểu, tôi không hiểu và thằng con tôi không cần hiểu. Chúng tôi chỉ cần "hiểu" là thằng Cuội không có cha mẹ ở gần, thằng Cuội bị bỏ rơi, thằng Cuội lủi thủi suốt đời dưới gốc đa. Thằng Cuội là đứa trẻ bất hạnh.

Chính cái hình ảnh ấy của thằng Cuội đã xóa sạch trong lòng những đứa trẻ hình ảnh thằng Cuội 'dối trá". " (Tạp Ghi, Thanh Tâm Tuyền, Chiêu Dương ấn hành, Sài gòn 1970)

Như vậy, xem ra thơ hay có phần không phải vì ý tứ rõ ràng mà vì thơ đó khơi gợi được trong ta những nỗi niềm khác, hình ảnh khác, cõi miền khác.

Nói cho công bằng, chẳng ai dám bảo không có thơ hay về ý. Mấy câu thơ xuôi của Tô Thùy Yên sau đây không phải hay ví ý tưởng tân kỳ sao?

   - Tôi là Tô Thùy Yên là thi sĩ là người chép sử tương lai.

Vốn học hành dang dở nên ra đứng bờ cuộc đời ngó xuống hư vô khi mùa hạ đốt bừng lên những hàng đuốc phượng.

- Có khi cô đơn tôi xoè bàn tay gầy guộc ra xem thử chỉ nào bất hạnh.

Và Thượng Đế có chăng.

- Tôi chết rồi đậy hơn một nửa những ngọn nến của đời mình tôi đã thổi tắt hết từ lâu.

Hoạ chăng còn chút hơi thừa.

Nói đến tứ thơ, xin bàn thêm đôi điều thô thiển. Đành rằng ai không từng buồn nhưng bọn phàm nhân mắt thịt như tôi mỗi lúc cũng chỉ biết kêu lên "buồn quá" rồi thôi. Thi nhân cũng hay diễn ý buồn, mỗi người mỗi cách, nhưng theo tôi, xuất sắc nhất trong văn học Việt nam chỉ mấy câu thơ này (chắc chắn tôi chủ quan):

Sầu đong càng lắc càng đầy
Ba thu dọn lại một ngày dài ghê

Nguyễn Du

Tuổi già thêm bệnh hoạn
Kháng chiến thấy thừa ta
Mối sầu như tóc bạc

Cứ cắt lại dài ra

Phan Khôi

Đêm qua bắc Vàm cống
Mối sầu như nước sông
Chảy hoài mà chẳng cạn
Cuốn phăng kiếp bềnh bồng
Tô Thùy Yên

Cùng là buồn nhưng cách diễn ý mỗi người mỗi vẻ, kiểu nào cũng so sánh đầy hình tượng, cụ thể và riêng tây. Hỏi có cách gì tả mối sầu dai dẳng không bao giờ dứt đạt hơn thế không? nhất là hai tác giả sau: độc sáng, tối ưu, giản dị mà mới mẻ lạ lùng. Nguyễn Du buồn cho thân bóng lẻ loi câm lặng của một hàng thần lơ láo. Cụ Phan tiết tháo, cô đơn, buồn trong những tháng ngày thừa và tật bệnh của một kiếp dư sinh trên núi rừng chiến khu tây bắc. Tô Thùy Yên viết những câu thơ bất hủ trên đây lúc mới mười tám mười chín tuổi nơi quê nhà, (Sài thành hoa lệ?) Cớ gì mà anh sớm héo sầu quá đỗi vậy, Tô quân!

Về thơ cho thiếu nhi, nhớ có lần tôi cho học sinh giỏi lớp 5 đọc bài thơ sau: (Tôi ghi lại bài này theo trí nhớ trong cuốn "Le Francais par la radio" của đài phát thanh Pháp Á hồi thập niên 1950, được dịch sang Pháp văn).

HÁI SEN

Em nhớ mùa sen nở
Em cùng chị ra ao
Chị bảo em bưng rổ

Chị đi trước, em sau

Hôm sau lúc ra chợ
Để bán rổ hoa sen
Rằng chị ơi hãy nhớ
Mua em bánh với kèn

Đến nay mùa sen nở
Chỉ mình em hái sen
Chẳng có ai ra chợ
Mua cho em bánh, kèn

Bên đầm sen lại nở
Nhưng chị đã theo chồng
Em bâng khuâng hồi nhớ
Thuở cùng chị bẻ bông
Trần Văn Hai

(Chắc tôi quên một khổ, khổ tiếp sau khổ đầu, nói chuyện hái sen, người chị không cho em xuống đầm vì sợ chân em lấm bùn, tôi nhớ ý nhưng quên hết lời thơ, độc giả ai biết xin vui lòng bổ sung, xin đa tạ).

Tôi nhớ giáo sư Meillon đại ý cho rằng đây là bài thơ tuyệt vời, tứ thơ giản dị, cảm xúc chân thành, tâm tình trong sáng như nước trong nguồn chảy ra, nỗi buồn của em bé xa chị tưởng như nhẹ nhàng nhưng vô cùng sâu lắng khiến người đọc rưng rưng cảm động.

Tôi cũng lưu ý để các em được rõ, trước đây không lâu, không gian cách trở là một bi kịch của cõi nhân sinh trong xã hội nông nghiệp lạc hậu. Người chị trong bài thơ lấy chồng rồi có thể đi biền biệt. Núi sông cách trở, đi lại khó khăn tốn kém, có thể vì nghèo, vì gia đình nhà chồng khe khắt... nàng không dễ gì và sự thật, có người không bao giờ được một lần về thăm lại quê hương, cha mẹ. Ta vẫn nghe người xưa bảo thà tử biệt còn hơn sinh ly. Ta hình dung em bé ôm nỗi nhớ ngồi thẫn thờ bên bờ cỏ. Phải chăng niềm đau của em không khác gì nỗi tiếc thương mất mát người thân trong cái chết?

Trong khi tôi nói, cả lớp cứ ngoái nhìn em nữ sinh ngồi nơi bàn gần cuối lớp, em áp mặt trên hai cánh tay khoanh đặt trên bàn, thổn thức. Cuối giờ tôi đến hỏi han, em rụt rè đáp:

- Thưa thầy, chị con đi vượt biên, mất tích ngoài biển.

8

Ngay những năm đầu sau 75, đời sống vật chất, tinh thần của lớp người cũ hoàn toàn suy sụp. Những hy vọng và tin tưởng ban đầu mau chóng tan vỡ lặng tờ như bong bóng xà bong. Cuộc phân tranh nam bắc dằng dai ác nghiệt, đẫm máu và nước mắt, nay tới hồi kết thúc mà mình vẫn sống sót, dù bị thiệt thòi tới đâu, ai cũng thở phào nhẹ nhõm. Hầu như mọi người đều nghĩ đất nước sạch bóng ngoại nhân, dẫu cộng sản hay chế độ nào cai trị, khắt khe tới đâu rồi ra cũng chịu đựng được, bởi lẽ cùng là "đồng bào" cả. Sống sót là phước lớn rồi. Ăn muối cũng… sướng.

Nhưng rồi té ngửa hết. Sự đời đâu có đơn giản vậy. Mọi giá trị vật chất, nhất là tinh thần, đảo lộn dữ dội tới mức trước đó, không ai đủ trí tưởng tượng để có thể hình dung. Nhà giáo chúng tôi cũng đi từ ngạc nhiên này đến chưng hửng khác. Ngôn từ thì lạ lẫm, danh xưng nghề nghiệp, các bậc học, các danh vị, cách thi cử, học sinh đậu rớt... đều khác lạ. Không lạ sao, nội chuyện gọi cấp hai bậc trung học phổ thông là phổ thông cơ sở, tại sao? Anh Trần Phong Giao hỏi tôi dịch sang tiếng Pháp chẳng hạn thì dịch sao, tôi nói không biết. Cách chấm bài thi cũng lạ nữa. Bài nghị luận văn chương của thí sinh càng giống sách giảng văn (do bộ phát hành) chừng nào thì điểm càng cao chừng nấy. Cách chấm bài văn cũng độc đáo. Thang điểm chặt chẽ tới từng chi tiết, thí dụ thân bài có ba ý lớn, ý một gồm ba ý nhỏ, mỗi ý bao nhiêu điểm... Còn dạy thì tất cả tập trung dạy thế nào để học sinh "nắm" sách giáo khoa thật "nhuần nhuyễn" là dạy giỏi. Đi thi mà lý luận, thậm chí chép đúng sách giảng vănthì cũng là giỏi văn. Tổ chức thi tốt nghiệp phổ thông vô cùng rình rang, nặng trịch về hình thức. Số ký danh của thí sinh phải đánh số thay đổi vị trí ngồi từng buổi, giám thị ngồi sai vị trí thì bị phê bình. Hội đồng chấm cũng đầy những quy định nhiêu khê, mệt mỏi. Tất cả những bày đặt rườm rà đó để dẫn tới kết quả gì? Đó là học sinh năm nào cũng đậu gần 100%. Sở dĩ "gần" là tại có em... bịnh hoặc bị tai nạn, (xe cộ chẳng hạn). Mấy chục năm rồi vẫn thi như thế và đậu như thế. Không lạ sao? Đã biết học sao cũng đỗ, thôi thì "phân quyền" cho trường phổ thông lên danh sách học sinh "đạt yêu cầu" cho đỡ hao tốn tiền của, ham gì tấn tuồng thi cử chiêng trống rình rang chẳng chút lợi ích cho ai! Cũng không thể không ngạc nhiên khi thấy mãi cho đến hết mười năm đầu thế kỷ 21 mà chuyện thi trắc nghiệm, chuyện phân ban ở bậc phổ thông cũng vẫn còn ì ạch trong thử nghiệm và… tập huấn. Nghe đâu đã tốn mười mấy tỷ đồng mà vẫn chưa thực thi được, trong khi miền nam đã phân ban từ trước 1960 và thi tú tài trắc nghiệm trước 1970, chẳng nghe nói tập huấn và thử nghiệm hồi nào.

Thời gian này các giáo viên được lưu dụng cũng quen dần ngày 20 tháng 11, bắt đầu nhận quà của học sinh không ngượng ngùng như những năm mới mẻ sau 75. Thiếu thốn, cơ khổ quá rồi thấy học sinh biết ơn bằng quà cáp, bao thư… cũng tự nhiên. Đâu biết tư cách ông thầy, do đó cũng tự nhiên dần dần mất trắng. Một lần nghe con gái tôi kể cô giáo chủ nhiệm của lớp nó nhắc công khai, các em có cho cô áo dài thì cho vải này… màu nọ… Con nhỏ cũng biết phàn nàn: "cô kỳ thiệt". Chẳng bù ngày trước, tết đến, thầy nào vào lớp cũng móc bóp cho tiền học sinh mua bánh kẹo ăn tất niên, cho nhiều, ăn phủ phê, dư tiền làm quỹ lớp. Thầy dạy trường tư thì xem sổ sách tìm em nào học giỏi giúp đỡ bằng cách đóng học phí cho em đó, có khi giấu tên, văn phòng chỉ việc báo cho em biết có người giúp em học phí rồi. Một truyền thống tốt đẹp nay đã tuyệt đối bị loại bỏ là hằng năm, cứ sắp hè y như rằng các hãng buôn, thương gia, các tờ báo lớn, thầy cô đều tự nguyện đóng góp tiền bạc, phẩm vật giá trị để gởi đến các trường phát thưởng, chỉ thiếu sót một điều là không có… giấy khen. Học sinh lãnh thưởng có khi phải về bằng cyclo vì quá nhiều từ điển, sách vở. Nói ngay cũng phải thôi. Lương thầy cô bấy giờ quá khiếp. Sơ sơ giáo học bổ túc dạy tiểu học lương khởi điểm 4800 đồng, trong khi lương cán bộ xây dựng nông thôn và miền núi chỉ 600 đồng (vàng 500 đồng/chỉ). Cũng chẳng hiểu cớ gì chính quyền hồi đó coi trọng ngành giáo quá đáng vậy nữa (trước 1965). Nhưng những năm tháng này hẳn là hào quang cuối cùng của những ngọn pháo bông chót của ngành giáo dục, bởi lẽ sau đó chỉ liên tục những thoái trào. Cho đến những năm sau 75 thì kết thúc hành trình để xuống tận đáy xã hội. Hoàn toàn có thật, đi đâu ai hỏi hồi này làm gì, nói vẫn còn đi dạy học, tự nhiên thấy ngượng ngùng, thảm hại. Ông thầy bị xã hội miệt thị, giễu cợt thậm tệ. Tới thăm người bạn đồng nghiệp, cụ thân sinh anh nhìn chúng tôi cười ái ngại: "Sĩ đáo cùng thời sĩ giáo nhi". Người xưa đã phán vậy, chẳng trật đường nào. Ngoài mươi năm lóe sáng bất thường, phải chăng ngành giáo dục đã được trả về với giá trị thật của nó? Thế thì chỉ nên tự trách mình thôi. Nghe đâu bên Mỹ nghề giáo cũng là the last choice của thanh niên mà. Hồi này mang túi xách đi lạng quạng trên lề đường thường bị người ta hỏi:

- Gì đó ông thầy? Có gì bán không? Đi xe đạp láng cháng trên phố, bị đứa nhỏ qua mặt hất hàm hỏi:

- Đi gì kỳ vậy ông... thầy?"

Thầy tuốt hết. Nghèo hèn, tả tơi là thầy. Quờ quạng, vụng về... cũng thầy. Mà đâu có sai. Nhà tôi có gì coi được liền bị các bạn đồng nghiệp người Bắc hỏi mua, tất nhiên nếu mình không bán thì thôi, khổ nỗi, mình cũng muốn bán. Bán rồi oán giận vu vơ. Lúc đầu là xe Suzuki, sau là tủ buffet, quạt để bàn rồi "tất yếu" đến quạt trần, cuối cùng là... nấu khoai mì chở xuống trường nhờ mấy cô căn tin bán giùm lớp đêm bổ túc văn hóa. Có lần tôi về Hội An thăm nhà nghe cô em của người bạn là giáo viên tiểu học kể rằng trong giờ dạy, lợi dụng lúc học sinh làm bài, cô "tranh thủ"... lặt rau muống, bà hiệu trưởng nhìn thấy nhưng vẫn làm ngơ vì một lát bà được lấy phần rau già cho heo. Lần về này tôi cũng ngạc nhiên thấy một banderole giăng ngang đường Lê Lợi thị xã Hội An "Thằng trời đứng qua một bên, để cho thủy lợi đứng lên làm trời. " (Cho đến trận lụt "lịch sử" 2009 thì thủy lợi làm trời thật, trời xả nước hồ thủy điện gây nạn hồng thủy, nhấn chìm nhà cửa, ruộng nương; lúa má, heo gà trôi giạt trong làn nước dữ đỏ ngầu chưa từng thấy bao giờ). Ở Sài Gòn bọn tôi cũng đi làm thủy lợi nhưng không thấy câu này, chỉ nghe truyền nhau câu đối chơi chữ "Ra kinh thấy kinh sợ kinh". Em tôi dạy tại một ngôi trường nhỏ chơ vơ bên bờ sông Thu Bồn, ngó mông qua bên kia, bãi cát trắng bát ngát nối tiếp bờ liễu xanh rờn vẽ một vệt đậm tới tận chân làng xa. Chắc nhạc sĩ Hoàng Nguyên ghi lại cảnh này trong một khúc hát đẹp nhất của ông: *Ngày anh ra đi, rặng liễu chưa xanh màu, mà nay bên sông liễu khuất bến giang đầu, mười mấy năm qua rồi, còn gì đâu... còn gì đâu...*

Em tôi kể, có lần đang giờ học, thình lình nghe tiếng nổ ầm giật thót người, bỗng các em trai trong lớp đồng loạt, đứa chạy ra của lớn, đứa thoát ra cửa sổ. Cô hốt hoảng không hiểu chuyện gì. Cảnh giống hệt thời chinh chiến vừa mới dứt. Chúng lao mình xuống sông bắt cá, vì có người đánh cá bằng lựu đạn, chúng nhào xuống bắt hôi. Cô thấy chuyện kinh khủng quá, đang giờ dạy, chúng thoải mái mưu sinh kiểu đó, có đứa chết đuối thì chính cô chịu trách nhiệm chứ ai vô đây. Cô yêu cầu hiệu trưởng mời phụ huynh, ai cũng hứa sẽ la rầy chúng. Một bà tỏ ra thông cảm với nỗi lo của cô giáo, cũng ngỏ ý xin lỗi nhưng không quên nói thêm:

- Mà thưa cô, cũng tội nghiệp cô hỉ, hắn bắt được một xâu cá dài cô nghe!

Cũng có đứa lên khỏi nước trở về lớp, áo quần ướt nhẹp, đưa xâu cá trước mặt cô cười cười:

- Em cho cô nè.

Đã đành rằng mỗi thời, mỗi xã hội đều có chữ nghĩa riêng phản ảnh học thuật, văn hóa, cách cai trị... của chính quyền thời đó, không ai hơi đâu bắt bẻ chuyện chữ nghĩa, danh từ, có điều không khỏi lạ tai khi nghe, ví dụ, dạy thêm cho học sinh kém thì nói rặt chữ Hán phụ đạo, (không thấy gọi giáo viên chủ nhiệm là đạo sư), ngạch trật là biên chế, bài soạn là giáo án, chuyện bịa, tưởng tượng, thành hư cấu, (thời gian lâu tôi mới hết khó chịu với chữ này, cái gì mà cấu cấu... nghe ghê!), vào lớp thành lên lớp, tiêu chuẩn thành tiêu chí, lưu dụng là lưu dung (tôi e người đánh máy văn thư quên bỏ dấu rồi chữ đó trở thành... pháp lệnh chứ lưu dung ở đây có nghĩa gì?). Không khỏi ngỡ ngàng lần đầu nghe kiểu nói như pháo nổ rất chất lượng, cú đá có chất lượng cao, học sinh báo cáo... quân số, đi ăn đặc sản, bão đổ bộ vào đất liền (chắc lúc ngoài biển bão đi tàu thủy). Cho đến những năm đầu thập niên 80, chuyện chữ nghĩa cũng vẫn còn gây hiểu lầm lôi thôi. Lê H. Dũng bạn tôi dạy hóa có tiếng, một hôm ông cán bộ người bắc dẫn con đến xin học, ông bảo:

- Xin thầy giáo cho con tôi đăng ký học thêm.

Ông thầy thong thả:

- Tôi là thầy chớ không thầy giáo chi hết, bộ ông nói thầy giáo để phân biệt với thầy cúng, thầy tụng, thầy bói... hả? Ông dẫn cháu về đi, lớp hết chỗ rồi.

Người miền nam nghe ra trong chữ thầy giáo, cô giáo có ý xách mé, khinh miệt trong khi ông phụ huynh nọ hiểu theo nghĩa bình thường (cũng như chữ ý đồ, miệt trong hiểu theo nghĩa xấu). Chắc ông cũng ngạc nhiên sao ông thầy lại phản ứng bất ngờ như vậy. Ngược đời một nỗi, ngôn ngữ mới đầy chữ Hán nhưng hầu hết giáo viên miền bắc "chi viện" hầu như không ai viết được chữ Hán, từ già tới trẻ. Bà hiệu phó chuyên môn trường tôi tên Bích, một hôm ngồi nói chuyện với năm ba người tại phòng giáo viên, không biết bà lỡ lời hay sao, nói mình có biết chữ Hán chút ít, Nguyễn V Thanh, anh giáo viên trẻ có tiếng đớp chát, hỏi thẳng ngay:

- Tên chị là Bích, bích là hòn đá xanh, bích là ngọc, là màu xanh, là bức tường... tên chị là chữ nào, chị viết thử...

Bà hiệu phó lúng túng:

- À... à... lâu quá, tớ cũng quên.

Có một chuyện khiến không thể quên được anh này. Năm 78, 79 gì đó, cuộc bầu cử quốc hội hay có khi hội đồng nhân dân, diễn ra rất rầm rộ. Các ứng cử viên gồm nhiều thành phần, kể cả một bà nào đó trong ngành vệ sinh đô thị, một ông thương binh cụt tay. Buổi học tập bầu cử rất trang nghiêm, giáo viên chỉ ngồi nghe, thấy ai cũng "tài đức vẹn toàn", cũng được Mặt trận Tổ quốc giới thiệu đàng hoàng, đâu ai dám có ý kiến gì nhưng riêng Thanh đưa tay xin "phát biểu". Mọi đôi mắt đổ dồn về anh, tôi nghĩ bụng không biết tay này định giở trò gì. Anh nói chầm chậm:

- Ai cũng biết nghề nào cũng cao quí, quét rác cũng phục vụ nhân dân rất thiết thực, tôi rất ủng hộ nhân vật này, nhưng riêng đồng chí thương binh cụt tay…

- Thanh có vẻ ngập ngừng không dám nói hết ý. Bà hiệu trưởng giục:

- Anh nói tiếp đi!

- Dạ, tôi chưa "nhất trí", tôi thấy cụt tay rất bất tiện, làm sao… vỗ tay được?

Đám đông bùng vỡ trận cười nhưng bà hiệu trưởng dập tắt ngay:

-Thanh không được phát biểu linh tinh, đây không phải chỗ anh châm chích nghe chưa!"

Vẫn còn những tiếng cười khúc khích nho nhỏ đâu đó. Tôi nghĩ thế nào Thanh cũng bị lôi thôi nhưng sau đó mọi sự vẫn êm. Kể ra bà hiệu trưởng này cũng biết chấp nhận chút hài hước, không lấy gì làm nghiêm trọng. (Nhưng cũng có một chuyện nói lên bà là một con người khác. Thời gian này quân đội Việt Nam chưa tràn qua Campuchia, cuộc cách mạng vô sản đẫm máu của Khơ Me đỏ gây kinh hoàng cho thiên hạ, giáo viên trường tôi cũng bàn tán xôn xao. Trong một buổi học tập chính trị, bà nghiêm khắc nhắc nhở mọi người rằng không được phê bình đảng bạn, bạn có hoàn cảnh của bạn, ta không hiểu thì không được phép bình luận). Nhưng Thanh vẫn chứng nào tật nấy. Lúc bấy giờ còn lệ trực cơ quan, cứ mỗi đêm hai người. Có lần anh ghi vào sổ trực: "Tối qua không có "sự cố" gì, ngoại trừ con chó bên dòng tu cứ sủa… linh tinh suốt đêm, không tài nào ngủ được." (Chắc anh cố tình dùng lại từ linh tinh của bà hiệu trưởng). Lại một lần khác: "Đêm qua có "sự cố". Vào lúc 2 giờ sáng, tôi đi vệ sinh, bất ngờ gặp tên chắc - là - ăn-trộm nhảy từ bờ tường xuống cái thịch, tôi hoảng hồn nhìn nó, nó cũng hoảng hồn nhìn tôi, rồi đồng thời hai bên đều quay lưng bỏ chạy". Thời gian này ăn bo bo gãy răng, Thanh ngồi chơi chỗ phòng hội đồng, dùng thước gõ đều đều vào bàn theo kiểu gõ mõ tụng kinh:

- Tàn nhẫn… vô nhân đạo… hết gạo còn bo bo… bó bo bò bo… bó bo bò bo… bó bo bò bo…"

Những thiếu thốn vật chất cũng không lường nổi. Cả vựa lúa miền tây nam bộ không hiểu biến đi đâu. Gà qué, heo quéo, gạo thóc… tràn ngập hang cùng hẻm tận vừa mới đây chứ có lâu la gì, tự nhiên sao bỗng dưng hiếm như chả phụng nem công. Tất cả giao thương trao đổi đều bị chặn đứng. Như nha phiến, một ký gạo cũng không lọt qua được trạm kiểm soát Tân hương tỉnh Tiền giang. Cha vợ tôi từ Gò Công lên Sài Gòn thăm con, xách trong giỏ đệm năm ký gạo nấu cháo cho các cháu, qua trạm Tân Hương không những bị tịch thu mà còn bị "quản lý thị trường" mắng nhiếc, đe dọa cụ già như kẻ trộm cắp. Cụ có tiếng cứng cỏi mà cũng rưng rưng:

- Thiệt lạ quá, ba chưa từng nghe nói chớ đừng nói thấy nhà cầm quyền nào ngang ngược, nghiệt ngã với dân vô lý vậy bao giờ. Chính sách gì mà lạ đời quá đỗi vậy con? Ngày trước thằng Tây cai trị chỉ lúc cấm rượu là hơi tầm bậy, ngoài ra nó chỉ phạt người chặt cây núi cấm, phạt người bán cá lóc có trứng... coi ra nó lo cho dân mình đó chớ?

Sách báo nhắc tới giai đoạn này chất thành núi, chẳng cần phải gợi lại. Có điều trong cách nhắc lại thời "bao cấp", thời "ngăn sông cấm chợ", ai cũng có cảm tưởng như đó chỉ là một "sự cố" từ trời rơi xuống, không ai gây ra cả, chẳng ai chịu trách nhiệm hết. Bất quá cũng chỉ nói tại... duy ý chí, ai duy ý chí thì không biết rõ. Ơi những ông quan nhỏ quản lý thị trường ngày nọ, nay chắc có người lên làm quan lớn nhờ thành tích của mình, đêm nằm còn nhớ chăng chính mình đã tích cực đóng góp cho "một mùa địa ngục" trên quê hương đã thanh bình, đúng ra phải dễ dàng được cơm no áo ấm. Cũng khó quên vụ chữ cái cải cách trong giáo dục thời đó - nỗi hổ ngươi khó nuốt - cũng từ trời rơi xuống, chẳng có ai ra lệnh cả. Chuyện cũng chỉ là... chuyện nhỏ, chỉ liên quan tới một ngành nghề, vậy mà "lịch sử" vẫn không thấy tên người chủ trương, trường hợp này chắc cũng tại duy ý chí rồi tiếp đến duy (trì)... giấu giếm.

Sau ngày... đứt phim, lớp Việt-Hán chúng tôi còn
lại ở Sài Gòn không mấy mống. Năm 69 ra
trường mỗi người đi một tỉnh. Từ đó tới nay có
người chưa gặp lại. Nhớ ngày chọn nhiệm sở, ai cũng
được xem trước danh sách các trường mình có quyền
chọn. Tốt nghiệp đợt đầu trên 10 tên, tôi tuy cũng đậu
đợt đầu nhưng kế áp chót nên trường gần nhất có thể
nghĩ tới cũng phải cách Sài Gòn trên hai trăm cây số.
Thật công bình. Ba bốn năm trời cứ nhờ bạn bè ghi
cours rồi trốn đi dạy trường tư kiếm tiền, chữ Hán chữ
Nôm lộn tùng phèo, nay giã biệt trường tư buồn nẫu
ruột, lại phải tính quãng cách Sài Gòn bằng đơn vị trăm
cây số, chẳng còn mơ chuyện dạy thêm dạy bớt, cũng
đáng đời, gieo chi gặt nấy, ăn trước nhịn sau. Cũng tự
an ủi, thủ khoa, á khoa như Lê V Bảy, Lâm H Tài cũng
phải đi tận Long An, Biên Hòa, ngày ngày cong lưng

trên xe gắn máy... coi cũng không thọ mấy. Xem ra không ai uất ức điều gì. Nhiệm sở công bố minh bạch, ai đậu cao thì được microphone xướng danh lên chọn trước theo danh sách từ cao xuống thấp với sự chứng kiến của các quan chức cao cấp Bộ Giáo Dục, Viện Trưởng Viện Đại Học Sài Gòn kiêm Khoa Trưởng Đại Học Sư Phạm, Giám đốc Nha Nhân Viên, Giám Đốc Nha Trung Học v. v... Sự Vụ Lệnh của mỗi tốt nghiệp sinh được viết sẵn đầy đủ chi tiết cá nhân cần thiết với tư cách là Giáo sư Trung học Đệ nhị cấp đến tham dự lễ chọn nhiệm sở. Tất cả nhiệm sở có nhu cầu tiếp nhận giáo sư về dạy học được Bộ Giáo dục qua Nha Nhân viên và Nha Trung học gởi về trường trước ngày qui định khoảng 2 tháng để mỗi tốt nghiệp sinh có thời gian và cơ hội tìm hiểu nhiệm sở nơi mình sắp chọn. Thí dụ Ban X có 10 tốt nghiệp sinh ra trường thì danh sách dành cho Ban X có đến khoảng gấp đôi nhiệm sở được đề nghị để tạo sự thoải mái trong việc lựa chọn. Sau khi danh sách nhiệm sở được niêm yết, mọi người rủ nhau hợp lại để thảo luận, chọn lựa. Thủ khoa cho biết ý kiến trước và tuần tự từng người sau đó kế tiếp nhau lựa chọn, hoán đổi cho nhau theo mọi thỏa thuận riêng một cách công khai. Thường có từ 2 đến 3 nhiệm sở cách Sài Gòn khoảng trên dưới 30km dành ưu tiên cho mấy người đậu hạng cao. Ngoài ra các nhiệm sở khác được phân bổ khắp các tỉnh thành, nhất là các tỉnh thành phía nam có trường trung học đệ nhị cấp. Trước khi dự lễ bổ nhiệm, mọi người đua nhau đi khảo sát trước một số nhiệm sở mình sắp nhắm tới, sau đó về trường cho các bạn biết quyết định mới của mình để cùng nhau điều chỉnh lại cho khớp. Do đó mỗi người phải dự phóng trước 2 hoặc 3 nhiệm sở để tùy cơ ứng biến. Huỳnh Mạnh định chọn một ngôi trường ở Bạc Liêu, rủ Quang, Tài và Giáo cùng đi đến nơi xem trước thực địa thế nào. Cả bốn đi Honda đến tận nơi, vào văn phòng trường, ông Hiệu trưởng người cao to, lực lưỡng, tên Hồ V Trai ra tiếp. Ông ta tự giới thiệu là giáo sư ban Vạn vật (Về sau lên thanh tra trung học, sau 75, chắc có hoạt động hay cơ sở CM nên được giữ chức vụ gì đó cũng kha khá tại sở giáo dục TP HCM). Trên đường về, Mạnh than thở:

- Tui thì nhỏ con, thấp bé, Hiệu trưởng người to đùng, thấy sợ quá. Cho kẹo cũng không dám sống chung với ông này.

Thế là Mạnh tiếp tục đi thăm dò vài trường khác trước ngày quyết định chính thức.

Địa điểm tổ chức lễ chọn nhiệm sở là trụ sở Viện Đại Học Sài Gòn tại Hồ Con Rùa đường Duy Tân cũ, nay là Văn phòng 2 Bộ Giáo dục và Đào tạo và tên đường được đổi là Phạm Ngọc Thạch. Danh sách gọi lên chọn nhiệm sở theo thứ tự các Ban. Bên Nhân văn chọn trước và bên Khoa học chọn sau, dẫn đầu là Ban Việt Hán, rồi đến Ban Sử Địa, Ban Anh văn, Ban Pháp Văn... sau đó đến Ban Toán, ban Lý Hóa, Ban Vạn Vật... (Ghi chú: Trước 75 gọi tên là Ban, tương đương với bây giờ gọi là Khoa. Thí dụ trước kia gọi Ban Anh Văn, sau 75 gọi Khoa Ngữ văn Anh, tương đương với thuật ngữ Department of English). Trong sân Viện Đại học Sài Gòn, tốt nghiệp sinh được phân bổ mỗi Ban đứng một hàng. Ban có số tốt nghiệp nhiều nhất là vài chục, thậm chí như Ban Toán hay Ban Pháp Văn chỉ có 5 hoặc 7 sinh viên đạt yêu cầu tốt nghiệp. Tốt nghiệp sinh theo tuần tự được microphone gọi tên lên trước mặt Hội đồng phân bổ nhiệm sở và nói lên tên nhiệm sở mình quyết định chọn. Sau khi nghe xong, ông Chủ tịch Hội đồng yêu cầu người Thư ký Hội đồng viết tên nhiệm sở vào khoảng trống chừa sẵn của tờ Sự Vụ Lệnh bổ nhiệm một cách công khai trước mặt mọi người. Hoàn tất công đoạn bổ nhiệm một Giáo sư Trung học Đệ Nhị Cấp, một công chức chánh ngạch hạng A, có bậc lương tương đương với Phó tỉnh trưởng phụ trách hành chính (Ghi chú: một số tốt nghiệp sinh QGHC được bổ nhiệm làm phó quận trưởng, theo thời gian thăng chức lên làm phó tỉnh trưởng. Trường hợp này ngạch trật của phó tỉnh trưởng không hơn gì ĐHSP. Những năm về sau mới đặt ra điều kiện Cao học hành chánh mới được bổ nhiệm làm phó tỉnh trưởng. Thậm chí có trường hợp như Lâm Tuấn Anh, tốt nghiệp Cao học hành chánh nhưng chỉ được bổ nhiệm làm phó quận trưởng. Phim cũ vừa đứt thì liền được làm Bí thư phường 5 Quận 10, và… chết rồi). Đại diện Bộ Giáo dục sẽ ký tên chứng nhận sự bổ nhiệm và đóng dấu vào Sự Vụ Lệnh này. Ngày chọn nhiệm sở và được nhận Sự Vụ Lệnh bổ nhiệm cũng chính là ngày được nhập ngạch Giáo sư Trung học Đệ nhị cấp chính thức. Sự vụ Lệnh này sẽ được hợp thức hóa bởi một nghị định của chính phủ. Thời tổng thống Ngô Đình Diệm, không có qui chế Thủ tướng, nghị định bổ nhiệm thay thế Sự Vụ Lệnh này do Bộ Trưởng Phủ Tổng thống ký, những chính phủ sau nhà Ngô đặt ra Phủ Thủ tướng, do đó nghị định nhập ngạch và thăng trật do Bộ Trưởng Phủ Thủ tướng ký. Có một điều hết sức công bằng và hợp lý là hai người bạn cùng tốt nghiệp chung một ban, sau khi nhận được sự vụ lệnh, được quyền công khai xin Hội đồng cho phép hoán đổi nhiệm sở. Ông Chủ tịch Hội đồng yêu cầu viên Thư ký Hội đồng, gạch ngang tên hai nhiệm sở cũ của 2 tờ Sự vụ lệnh, viết tên hai nhiệm sở xin hoán đổi lên phía trên dòng chữ cũ vào hai tờ Sự Vụ Lệnh của hai người cùng thỏa thuận xin phép hoán chuyển, ký tên xác nhận và đóng dấu vào dòng chữ được điều chỉnh. Tất cả Hội đồng tôn trọng ý kiến đồng thuận của cả hai đương sự, không thắc mắc, không gây khó khăn cho người nào, vì lúc bấy giờ tất cả tốt nghiệp sinh Đại học Sư phạm đều là công chức chánh ngạch hạng A với chỉ số lương 470, cao hơn chỉ số lương của tốt nghiệp sinh Quốc gia hành chánh là 430, và cao hơn chỉ số lương của cả Kỹ sư Bách khoa Phú Thọ.

Các giới chức Bộ Giáo Dục luôn công tâm, minh bạch trong hành sử, trong bao nhiêu năm trời chưa một lần bị điều tiếng xấu gì. Ra trường rồi thì cứ hai năm thăng trật một lần, vùng mất an ninh thì một năm rưỡi. Hiệu trưởng chịu trách nhiệm hoàn toàn về những chậm trễ hoặc sai sót về hồ sơ thăng trật của giáo sư. Từ Bộ Giáo dục, hồ sơ này phải chuyển sang Phủ Tổng Thống hoặc Phủ Thủ Tướng để ký nghị định bổ nhiệm hoặc thăng trật. Bộ Giáo dục chỉ được ký nghị định bổ nhiệm và thăng trật cho giáo viên tiểu học và giáo sư trung học đệ nhất cấp.

Tôi về Rạch Giá một phần cũng do Đào Hiếu, bà chị anh lấy chồng công chức ở ngay phố chợ, sẵn sàng nhường tôi căn gác xếp - những năm đó không hiểu sao nhà cửa ở Rạch giá khó hết biết, hình như người ta chỉ xây nhà vừa đủ ở, không bao giờ kinh doanh cho thuê nhà thì phải. Chị làm dâu Rạch giá, cũng có chuyện cười ra nước mắt. Một hôm rửa rau xà lách, chị quen kiểu ăn ngoài Trung, cứ phứt nhỏ cộng rau ra chứ không để nguyên lá, bà mẹ chồng vốn là chủ đất giàu có hồi trước rất gay go, hỏi chị mày là người miệt ngoải sao không lấy chồng ở ngoải, lấy người... Việt Nam làm gì mà cái gì cũng khác. Nghe đâu chị có thưa lại là ảnh ra tận

Bình Định cưới con chứ con có vào Rạch Giá kiếm ảnh đâu. Có vậy mà bà cụ cũng nói chị trả treo. Đúng là "lấy chồng xa xứ bơ vơ một mình" cũng tội thân gái lắm thay. Thật ra tôi có thể chọn chỗ gần Sài Gòn hơn, nhưng là trường quận hẻo lánh, thường ăn pháo kích hoặc trên đường từ Sài Gòn đến trường, có bữa ngồi chao dao ven bờ cỏ đợi lính mở đường vừa bị đắp mô đêm trước, tương lai không có gì sáng sủa nên tôi đành nghe lời Đào huynh.

Số phận đưa đẩy làm sao, sau 75 tôi hằng năm chứng kiến cả mấy trăm giáo viên ra trường, cũng thi tốt nghiệp nghiêm túc, cũng treo bảng kết quả các thứ nhưng treo cho biết chơi chứ không có chuyện tự chọn lựa nhiệm sở, mọi sự đều do phòng tổ chức cán bộ quyết định. Tân giáo viên do vậy năm nào cũng chạy chọt tán loạn. Nhiều lần tôi nghe ông hiệu trưởng nói rằng quan điểm giai cấp không chấp nhận quyền chọn trường theo kết quả học tập, học giỏi cũng tốt nhưng để... tham khảo thôi. Tôi thật tình không hiểu tham khảo là gì và để làm gì và càng không hiểu quan điểm giai cấp trong trường hợp này là gì, coi bộ trừu tượng quá lắm. Có những điều mình thấy đơn giản, dễ hiểu theo lẽ công bằng bình thường nhưng thật ra lại bất công theo chuẩn mực mới, chắc tại mình kém trí năng, kém lý luận (theo lối ngang phè của ông Lénine) nên đâm ra cứ thắc mắc lấn cấn, bận lòng chuyện thiên hạ một cách vô duyên.

Chọn trường trại xong xuôi trong khuôn viên Viện Đại Học Sài Gòn, chiều đó không nhớ vì việc gì, chúng tôi kéo nhau vào trường tán dóc. Cả đám cười ngất đọc trên bảng treo dọc hành lang đông người qua lại, ai đó viết bằng phấn trắng rõ mồn một, chữ to đùng: "Người nào nhận sự vụ lệnh đi vùng mất an ninh nhớ ghé nhà Trần M Đức lấy giấy phép của MTGP". Trần M Đức làm tỉnh cười mỉm chi nhưng coi bộ lo âu lung lắm, dòm dáo dác quanh sân trường, khều tôi nói nhỏ:

- Ngài bôi lẹ giùm tui đi, cảnh sát chìm lềnh khênh, cha Tài chơi ác chớ không ai vô đây hết.

Đúng ra Lâm H Tài không ác nhưng cà rỡn bất cứ ở đâu và bất cứ lúc nào. Ấy vậy mà khoảng năm 67, 68 chắc do Trần M Đức hay Tô T Thủy thuyết phục hay xúi dại, anh bỗng dưng là Chủ tịch Ủy Ban Sinh viên ĐHSP chống đi quân trường hay chống đi quân sự học đường gì đó. Chính mắt tôi thấy Vũ Đ S Biển vịn thang cho anh treo câu khẩu hiệu dài thòong căng ngang trong sân trường ĐHSP Saigon: "Cực lực phản đối quân sự học đường, từ ngày… sinh viên ĐHSP quyết tâm chỉ đến trường với thường phục". Tôi khều nhẹ Tài hỏi nhỏ:

- Hăng vậy?

Tài tĩnh bơ:

- Lo cho cái thân trốn lính của tao là chính, đấu tranh cái cóc khô gì. Tao cứ bị tụi nó gọi đi lính hoài nên phải la làng để tự cứu mình thôi. Đi lính lúc này là tiêu.

Đúng là Tàu lai bằng hai Tàu thiệt. Thấy phong trào chống quân sự học đường "lên" quá, Huỳnh Mạnh tưởng bở, đến báo với trường tư chỗ y dạy thêm trong dịp hè cứ xếp thời khóa biểu như bình thường để kiếm tí tiền bỏ túi cho sướng, xong rồi về trường hoan hỉ hỏi lại LH Tài một lần nữa cho chắc ăn:

- Bộ khỏi đi quân sự học đường thiệt hả anh Tài?

Tài tròn xoe mắt:

- Treo khẩu hiệu thì cứ treo, la làng thì cứ la, nhưng làm quá, chơi thiệt chống lại nó, nó cúp chuyện quân sự học đường mà bắt đi Thủ Đức luôn thì chết mẹ!

Nghe xong, ngay lập tức, Huỳnh Mạnh bỗng trở nên Huỳnh Yếu... xìu, hắn ta hoảng lên phóng xe chạy thục mạng về trường tư trả lại thời khóa biểu, từ chối giờ dạy.

Tôi hỏi Tài:

- Tên nào viết khẩu hiệu mà chữ nghĩa bay bướm vậy?

Tài kể:

- Nguyễn Thế Cường đó, tao đến nhà nó dụ nó đi uống cà phê, kè nó vào Đại học xá nhờ nó viết cho mấy chữ. Nó bảo:

- Bố tiên nhân, tao có dây dưa gì tới chuyện tranh đấu của bọn bay đâu mà bắt tao viết khẩu hiệu các thứ, tao được hoãn dịch mà, đâu cần đấu tranh làm cái chó gì. Thằng anh tao (đang làm ở Nha Động viên) nó mà biết chuyện, nó giết tao ngay.

Nói vậy nhưng rồi cũng cặm cụi ngồi viết cho xong để làm vui lòng bạn bè.

Phải công nhận những năm học sư phạm là quãng đời vui đáng nhớ nhất, học bổng ba tháng đủ mua xe Vélosolex (thứ xe gắn máy mà đèn xanh không chịu chạy, đèn đỏ không chịu dừng nhưng là mode lúc đó). Phần lớn đứa nào cũng dạy giờ trường tư, tiền xu rủng rỉnh, chẳng muốn ra trường xa Sài Gòn. Gặp nhau đùa nghịch chòng ghẹo, có khi chọc cả các thầy nữa. Có một lần thầy Lê Xuân Khoa vắng mặt bất ngờ vì công vụ, cả lớp nhao nhao mừng rỡ được nghỉ học, đứng ngoài hành lang trên lầu tán gẫu. Người nào đó rủ đi ăn bún bò chỗ đường Nguyễn Huệ gần tòa Đô chánh (thuở đó cả Saigon chỉ có vài tiệm bún bò Huế chứ không tràn hê bún bò Huế, mì Quảng, đè bẹp hủ tíu Nam kỳ thấy rõ như ngày nay), chị Quách Thị Trang, thủ quỹ lớp, mở hầu bao kiểm tra xong, ra lệnh:

- Được rồi, đi thì đi.

Ngay lúc đó, Lâm H Tài thoáng thấy thầy Huỳnh Cư, giáo sư dạy ban Sử Địa xách cặp ra về ngang qua sân trường. Anh ta nhớ "thù" xưa, lúc thi tuyển vào ĐHSP, thầy Cư làm giám thị, gần hết giờ mà Lâm H Tài vẫn ra hiệu xin thêm giấy viết lia lịa, ông thầy bực mình quát:

- Anh kia, nhanh lên, thi làm thầy dạy học chớ làm Tổng thống đâu mà viết dữ vậy! Hết giờ rồi, coi lại bài, nộp lẹ đi!

Tài mất hứng, quằm rằm, ghim chuyện này trong bụng. Xong cử nhơn Văn khoa, đã có chứng chỉ hành nghề giáo sư tư thục anh vẫn thi vào ĐHSP để... trốn lính chớ có định làm tổng thống tổng khậu (đầu bếp) gì đâu. Cả khối tên trong lớp cũng trong tình trạng đó: Ng V Hai có bằng Cử nhơn giáo khoa triết, Lê V Bảy có bằng Cử nhơn Việt Hán, Ng Đ Tiến, Ng V Quang, Lê B Nam cũng đậu cử nhơn, đang là giáo chức dạy trường công, tốt nghiệp Quốc gia sư phạm, cũng thi vào đây vì lý do lính tráng. Vẫn không quên mối hận xưa, Lâm H Tài bụm tay hét lớn xuống sân trường:

- Ông già đầu bạc.

Rồi mau lẹ thụp đầu xuống vọt nhanh đến cầu thang. Cả lớp bỗng tán loạn ngồi thụt xuống để lánh mặt, mấy chị chạy nhanh vào trốn trong phòng học, Trí quýnh quáng bò theo Tài trông chẳng ra làm sao. Thầy Cư từ dưới sân nhìn lên hành lang không một bóng người, có vẻ muốn quay vào tìm thủ phạm nhưng một thoáng ngập ngừng rồi quay trở lại nhà xe, mặt có sắc

giận. Tình hình êm, cả lớp bu vào lên án Lâm H Tài...
vô trách nhiệm, chơi mà để ai chịu thì chịu. Chán nhất
là mấy chị không nói gì tới chuyện bún bò nữa. Bọn tôi
khác xa tuổi trẻ thời nay ở chỗ hầu như không ai biết
nhậu, thậm chí café cũng chỉ vài người, chỉ chuyên trị...
soda chanh mà có lần Trần M Đức bảo dở nhất thế giới
(ý anh soda... khó uống hơn nước nấu chín bình
thường chắc). Giải trí bằng cinéma, mua máy thu băng
nghe nhạc cổ điển, cứ nửa tháng một lần chờ báo VĂN
phát hành để đọc thơ Tô Thùy Yên, thật sự "đỉnh cao
muôn trượng" của thi ca Việt Nam hiện đại; đọc "Ung
thư" của Thanh Tâm Tuyền, thưởng thức một thứ văn
xuôi Việt ngữ tân kỳ, đột phá, độc đáo không cùng.
Chúa nhật hay kéo nhau ra vùng quê đi picnic, thích
nhất là đi chơi vườn trái cây Lái Thiêu lúc bấy giờ còn
xanh mịt ngút ngàn. Con đường nhựa nho nhỏ từ thị
trấn Lái Thiêu đi Búng vắng tanh, lọc cọc mấy chiếc xe
bò chở củi và nông sản lăn chầm chậm theo nhịp đời
thong thả. Hai bên đường trải rộng những vườn cây yên
ả, thấp thoáng bên giếng nước những thiếu nữ rửa rau,
vo gạo cạnh gốc khế cổ thụ đung đưa quả xanh quả đỏ.
Nhan nhản trên bờ đầm nước trong veo, cong cong theo
đường nhựa, nở rạng rỡ những chùm hoa trắng lớn
cánh la đà trên mặt nước. Bên kia sông mới thật sự
xanh rì vườn cây trái sum sê, nhiều nhất là măng cụt và
dâu dây, cây trên trăm tuổi vẫn xanh mướt um tùm,

thân gốc đầy những khối u quái dị. Trời chưa tắt nắng vườn đã líu lo tiếng chim chào mào gọi chiều về, chẳng mấy chốc lặng chìm trong âm u tịch mịch, nhàn nhã lạ thường. Tô Thùy Yên hẳn đã viết về xứ này trong mấy câu thơ tình lừng lẫy:

Ve kêu như biển lâng lâng dậy
Xô giạt hồn anh mộng chập chờn
Ngủ chín giấc chiều trên xác lá
Tàn măng âu yếm đắp thân đơn
Cây cỗi càng sưng vết chặt lồi
Chờ nhau cho đáng kiếp chờ thôi
Tuổi già gom lại bao thương tưởng
Như cuối vườn chiều mót củi rơi.

Và đẹp biết bao hình ảnh:

Mùa hè, em bới tóc lên cao,
Môi ửng son và má chớm đào
Ngày nghỉ về vườn thăm họ ngoại,
Lòng như con sáo trong ca dao.

Em mặc bà ba ra bến nước,
Đưa tay khỏa nhẹ nhớ thương nào,
Đến nay, lòng ấy còn xao gợn…
Mùa trái cây nào hái tặng nhau.
(Mùa hạn - Thơ tuyển)

Không biết vì mê cảnh vật đó từ thời thanh xuân hay sao mà đến lúc về hưu, Lê V Bảy mua cuộc đất bên bờ sông lập vườn trồng hoa lan để bán. May cho anh hoa lan chỉ hút dưỡng chất trong gió và sương, không lệ thuộc gì đất và nước nên mảnh vườn đó vẫn còn tồn tại. Tôi ghé thăm anh, chẳng còn thấy hoa trắng đung đưa bên dòng nước, mùi tanh tanh phảng phất khắp mặt đầm đục lềnh bập bềnh rác rưởi, sầu riêng xác xơ ủ rũ, măng cụt còn lá nhưng không trái, chỉ vài cây mận dễ tính trổ bông trắng loe hoe. Con đường nhỏ năm xưa nay là đại lộ phẳng lì, nơi đua tốc độ của mấy yên hùng xe gắn máy đêm đêm đem tuổi trẻ đầy sinh lực đùa vui với thần chết. Cứ lao vào cơn điên công nghiệp hoá mù quáng, tự huỷ, chẳng cần phải thông minh gì, người nào cũng có thể hình dung được năm mười năm nữa dòng nước đó sẽ "Tanh nồng như máu chết" (Tô Thùy Yên) và vườn tược cây trái là huyền thoại của một thuở xa xưa.

Bọn chúng tôi hồi đó hầu như biết rõ tư tưởng, khuynh hướng chính trị của nhau nhưng mặc kệ hết. Ai ưng làm gì thì cứ làm. Một bữa, Nguyễn T Cường (Bắc kỳ di cư) chở Trần M Đức (là VC, ai cũng biết) trên xe gắn máy, bất ngờ, Cường ngoái cổ hỏi:

- Ê, Đức, mày có phải chính hiệu VC không đó?

Chẳng lẽ người bị hỏi thẳng thừng công nhận, thấy hơi kỳ nên hỏi lại:

- Mà VC thì sao?

Cường cười:

- Chẳng sao, mai mốt tao sẽ kể với con tao là đã từng chở một tên VC thứ thiệt sau xe.

Họ cư xử với nhau trên tình bạn và bạn bè là trên hết. Ai làm gì thì chịu trách nhiệm lấy hành vi của mình. Phải chăng nền văn hóa nào thì tạo ra con người đó? Điều này liệu đúng chăng khi có người kể chuyện LDH, lúc còn sinh viên, buổi chiều đi lơ ngơ trên đường phố Qui Nhơn thì được người bạn học cũ, lúc bấy giờ đang là phó ty cảnh sát, đang lái xe jeep, gọi lại bảo:

- Ê, H, mày đi đâu lơn tơn đó? Tụi nó đang lùng bắt mày dữ lắm, dọt lẹ lên đây tao nói cho nghe.

Anh ta chở LDH đến tận mấy chục cây số phía nam Qui Nhơn rồi bảo:

- Mày cứ đi chừng cây số đến chỗ chân núi, đồng chí của mày đầy nhóc trong đó, chắc mày dư biết rồi, dọt lẹ đi, lò mò trở lại Qui Nhơn là tàn đời mày nghe.

Sau 75 không lâu, LDH lên làm quan lớn, người bạn cảnh sát đi cải tạo mút mùa, có người biết chuyện nhắc lại, ông quan cách mạng bảo:

- Nó là bạn cũ nhưng có tội với nhân dân thì phải trả nợ thôi.

Lâm H Tài còn kể một chuyện liên quan tới Trương V Khuê, nghe xong đố mà không buồn đời. Khoảng 68, 69, phong trào sinh viên bị khủng bố. Bên Văn khoa được thầy Nguyễn Văn Trung bảo bọc, bên Sư phạm thầy Trần Văn Tấn cũng có giúp đỡ nhưng không an toàn bằng. Vin vào luật tự trị đại học, các sinh viên hoạt động chính trị vẫn trốn được trong khuôn viên trường, cảnh sát không được quyền vào bắt bớ. Họ dường như biết rõ ai đang trốn nên chặn các lối ra vào, theo dõi quyết liệt, ra khỏi cổng trường là bị tóm ngay. Trương V Khuê không thể trốn mãi vì càng lâu càng bất tiện và nguy hiểm nên người ta phải tổ chức đưa anh ra bưng. Trần M Đức tới tìm Lâm H Tài lúc anh ta đang ngủ trưa, cậy anh này làm một việc khó. Đức nói:

- Khuê đang hết sức khó khăn, không dám ra khỏi khuôn viên trường.

Tài hỏi tại sao, Đức nói:

- Khuê bị vây nhiều ngày rồi, bây giờ chỉ có anh làm được việc này, vì bấy lâu nay anh chẳng làm gì nên chẳng ai để ý đến anh. Anh giả bộ đến thăm ai đó ngoài vòng rào trường, đi theo ngõ Trần Bình Trọng chạy dọc theo sân banh, thẳng vô con hẻm rồi quay đầu xe lại chờ sẵn, Khuê sẽ leo lên nóc nhà của ông lao công trường ở phía sau nhà gởi xe, anh không bị để ý đâu mà sợ, nên rất dễ thực hiện việc này cứu Khuê. Khi anh vừa quay đầu xe lại, Khuê sẽ từ trên mái nhà thấp sẽ nhảy xuống, anh chở nó thẳng về khu Cây da sà thì có người đến đón.

Không phải người hoạt động hay cảm tình viên gì nhưng nghĩ chút tình bạn với Đức và bạn cùng trường với Khuê, Tài đã hoàn thành "mission impossible" một cách xuất sắc! Không nói quá, anh đã cứu mạng Khuê.

Sau năm 75, lúc Tài vừa ra trại cải tạo, phải làm đơn trình Ban Chỉ huy công an phường: "… nay tôi xin được tạm trú tại… nhà tôi" trong thời gian chờ được bố trí đi kinh tế mới theo chính sách nhân đạo của đảng và nhà nước. Tình cờ, cháu anh làm tài xế cho cơ quan xếp Khuê, đưa Khuê đi công tác bên Campuchia, hỏi có biết Lâm H Tài không thì ông này nhíu mày suy nghĩ một hồi mới hơi gật đầu rồi làm thinh luôn như không muốn đá động gì tới nhân vật mang tên Tài đó nữa.

Đôi lúc nghĩ vơ vẩn không hiểu nổi chúng tôi có phải là "the lost generation" như người ta thường nói về lứa tuổi mình không. Giống như người già cả lãnh đạm trước chuyện đời, bọn chúng tôi cứ vất vơ vất vưởng, kiểu như người ta nói mất phương hướng. Chủ nghĩa Hiện sinh của Jean Paul Sartre nhiều ít cũng ảnh hưởng lên tuổi trẻ có học. Chủ nghĩa Marx được giáo sư

Nguyễn Văn Trung và Trần Văn Toàn giảng dạy công khai ở Đại học Văn khoa tác động không nhỏ đến khuynh hướng thiên tả trong đám sinh viên. Nhưng điều dễ nhận thấy nhất dường như ai cũng chỉ lo thân, mặc kệ chuyện đời tới đâu cứ tới và ước gì ta có thể "đứng ngoài những giọt máu rơi". Nói phần đông sinh viên đều thiên tả thì cũng không đúng. Mỗi lớp chừng một vài người thật sự theo MTGP, một số ít có thiện cảm nhưng kính nhi viễn chi. Đa phần còn lại thì không quan tâm tới chính trị, chỉ mong ra trường đi dạy yên thân; ít ai công khai bày tỏ "lập trường" thân Mỹ bao giờ, nhưng cảm phục và chịu ảnh hưởng văn hóa Mỹ, nhất là mê phim Mỹ thì có. Rạp Lê Lợi cạnh trường Văn Khoa chiếu đi chiếu lại những phim kinh điển, là nơi ăn dầm nằm dề của đám sinh viên Văn khoa, có người xem đi xem lại phim Vacances Romaines, Les Dimanches de la ville d'Avray, Tant qu'il y aura des hommes... hàng chục lần. Phim của David Lean, Arthur Penn, John Boorman được hâm mộ vô kể. Cho tới giờ này tôi nghĩ chưa ai làm phim littéraire qua nổi David Lean và cũng chưa ai làm phim suspense hay hơn Arthur Penn hoặc John Boorman. Xem Toshiro Mifune và Lee Marvine trong phim Duel dans le Pacifique, tôi nhớ tới gia tài đạo diễn của Boorman, không hiểu sao người ta ít nhắc tới ông quá. Phim ảnh ngày nay lạm dụng xảo thuật vi tính, càng lúc càng bạo lực và dữ dội nhưng tinh ý chút sẽ thấy ngay vẻ giả tạo.

10

Thời gian qua, vài người bạn hỏi tôi vì sao suốt tất cả các kỳ Ký Ức Sơ Sài đều trích nhắc thơ Tô Thùy Yên với lòng ưu ái có vẻ sâu nặng. Các bạn đã thắc mắc thì tôi phải trả lời. Nói thẳng ngay đọc thơ Tô Thùy Yên rồi thì đọc thơ ai cũng không còn thấy hay nữa, đây là điều tai hại cả đời tôi không khắc phục được nên đành chịu thua thói xấu đó của chính mình. Thật ra nói cho rõ, cho rạch ròi vì sao mình thích thơ người này rồi đâm ra ngại đọc thơ của ai khác là chuyện khó giải bày. Thích là một chuyện, nói đâu ra đó vì sao mình thích tất phải cắt nghĩa thơ đó ra thì gian nan biết chừng nào, hầu như chuyện bất khả, bởi lẽ chẳng ai có thể giải nghĩa rõ ràng thơ ai được, dù là trong chừng mực tương đối. Nhưng nếu không thể nói gì thì mình chẳng qua chỉ ngụy biện, hoặc tệ hơn, chỉ ngụy thôi chứ có biện gì đâu!

Vậy nên tôi sẽ cố gắng nói đôi điều những cảm nhận của mình về thơ Tô Thùy Yên. Tôi chẳng phải nhà phê bình, sở học vốn nông cạn, kiến thức sơ sài, biện luận chẳng bằng ai, dám bàn về thơ mà lại thơ Tô quân là liều lĩnh. Nhưng chẳng đặng đừng. Thôi cũng đành chớ biết làm sao!

Ngày trước đã có lần anh bảo:

Coi như đi quyền trên Mai hoa thung
Nên tôi biến chế hoài những bí tự
Xếp thành những bài thơ tối tăm
Đưa ra ánh sáng trần gian những u ẩn linh hồn

Tôi thích những bài thơ "tối tăm" đó từ ngày biết võ vẽ đọc thơ, mới chết. Thành thử, ở đây, tôi chỉ cốt cố làm sáng tỏ đôi điều nỗi đam mê chủ quan của mình với vài người bạn đã hỏi chứ không có tham vọng gì hơn. Tất nhiên còn có ai thông cảm thì đó là điều vô vàn phước hạnh.

Trong dịp phát hành tập Thơ Tuyển ở Mỹ, Tô Thùy Yên có nói: "Một dân tộc, một ngôn ngữ, trong bất cứ thời đại nào, không sản sinh được lấy một thi sĩ tài hoa kiệt xuất, xứng đáng là một thành phần ý thức của thời đại đó, chắc chắn ngôn ngữ đó đang là một ngôn ngữ khô cằn, cứng chết, chắc chắn dân tộc đó đang lâm vào tình trạng báo động của một cơ nguy thoái hóa, tan rã.

Sự hấp hối của hồn thơ ở một dân tộc đồng nghĩa với sự hấp hối của lịch sử ở dân tộc đó".

Thi sĩ "tài hoa, kiệt xuất, xứng đáng là một thành phần ý thức của thời đại" theo tôi, chính là anh, anh là đại diện xứng đáng nhất cho lớp thi nhân của dân tộc ở thế hệ anh. Làm thơ bằng chữ quốc ngữ, trước anh, không ai sánh được, sau anh càng chưa có ai và với bao khốn đốn triền miên của văn học và Việt ngữ trong hơn ba thập niên vừa qua mà ai cũng thấy, hoàn toàn có nguy cơ không bao giờ còn ai nữa. Ước gì tôi chỉ bi quan và hàm hồ. Một người quen nói với tôi rằng nhà văn Nguyễn Ngọc Tư có bảo người nào chỉ nói trổng không thơ Tô Thùy Yên hay là nói hỗn. Điều này không rõ thực hư nhưng nếu cô nói thế cũng không có gì quá đáng, bởi vì quả thật, thơ anh ở trên chữ hay một trăm lần. Từ những ngày đầu mới đăng báo, tôi đã cảm nhận tài thơ anh trác tuyệt, hồn thơ bát ngát, thi giới thì mênh mông, chủ đề đa dạng và phong phú, nội dung tư tưởng vô cùng súc tích, cấu trúc câu thơ tròn trịa, vững chắc, toàn bài thì gần như bài nào cũng là tác phẩm lớn hoàn chỉnh; chữ nghĩa thì lúc nào cũng tinh diệu và linh diệu, không có từ nào là thừa, là "hà rứa" – chữ của Phan Khôi - xác đáng và mới mẻ tới tận cùng dù rằng tứ thơ đôi lúc gần xa thoảng ý ca dao của muôn đời trước hoặc hơi hám từ Đường thi xa lắc.

Nhiều nhà phê bình đã chỉ ra chủ đề bao trùm toàn bộ thơ ca Tô Thùy Yên là tính chất hư không của cõi sống, sự vô vọng trong tìm kiếm ý nghĩa kiếp nhân sinh, những vấn nạn triền miên về hiện hữu và những bí hiểm của cõi vô hình. Vì vậy, Bùi Vĩnh Phúc nói thơ anh nhằm tả cái "vinh dự lầm than của kiếp người". Còn anh thì thú nhận mình luôn "Nghĩ tới bao điều thầm lặng lớn" mặc dù vẫn biết: "Trí ta không đủ lực đo lường". Đọc thơ anh, không ít lần ta gặp hình ảnh nhọc nhằn của con còng xe cát: Biển đông đã một ngày xe cát... Bãi bùn trơ trên thủy triều lui/Con còng ẩn nhẫn bò quanh quẩn/Càng nhẹ tênh trên cõi ngậm ngùi. Con còng Tô Thùy Yên mải mê ẩn nhẫn, quanh quẩn kỳ khu xe cát trên cõi ngậm ngùi - thì cũng như Sisyphe của Camus cả đời bị đọa đày, lầm lũi xe hòn đá nặng lên đỉnh núi, chúng ta còn nhớ. Ngoài ra, thơ anh luôn bày tỏ nỗi ám ảnh về thời gian, cái chết, lịch sử (các chế độ chính trị từng cai quản đất nước), sự biến thiên (lẽ đời dâu biển), con người cô đơn, hành nhân thất thểu, chiến tranh tù đày, tuổi thơ mất hút, danh phận hẩm hiu, thời thanh xuân khốn đốn vì chinh chiến...

Khó lòng kể đủ các chủ đề, chủ điểm đó cũng như dẫn chứng minh bạch, chỉ cần chịu khó đọc anh ta sẽ dễ dàng nhận ra. Có điều ngạc nhiên, dường như thiếu vắng chủ đề tình yêu trong thơ anh.

Nhưng trước khi nói chuyện tình yêu, ta thử nhớ lại chuyện làm thơ của anh. Rất sớm sủa, anh có vẻ xem thường hay ít ra cũng không hào hứng mấy chuyện văn nghệ, chuyện thơ ca. Phải chăng thơ phú trên đất nước thời anh sống là chuyện phù phiếm, không chút gì xứng đáng?

Tôi muốn đi khắp nơi
Vì chẳng định đi đâu
Tôi làm thơ
Vì chẳng biết làm gì
Ôi giá gặp thời
Được làm thơ bằng những từ ngữ êm đềm
Gần im lặng nhất
Mà bây giờ cũng chưa phải lúc
Được làm thơ

Một lần khác, anh tỏ bày:

-*Tôi định một ngày gần đây sẽ thôi làm văn nghệ tôn giáo của những anh hùng bất lực*

Về dạy trường làng già có tiền lương hưu trí chết có quan tài nước mắt vợ con

Và anh làm thật. Bằng đi thời gian lâu không thấy thơ anh nữa. Mãi sau này, anh vẫn giữ giọng đó trong bài Anh Hùng Tận:

Mấy kẻ gặp nhau nào có hẹn
Nên gặp nhau không giấu nổi mừng

Ta gạn dăm lời thơ tặng bạn
Dẫu từ lâu bỏ việc văn chương

Hai câu sau sao nghe khinh bạc rẻ rúng thi ca chữ nghĩa quá chừng. Tôi hơi dài dòng để thấy rằng làm thơ thôi anh đã ngại thế huống hồ là mang tiếng làm thơ tình. Lúc bấy giờ, Sài Gòn lưu truyền một giai thoại. Nhà thơ Thanh Tâm Tuyền nhận xét về thơ của một tác giả rất nổi tiếng trong lãnh vực thơ tình, rằng thơ ông này chỉ là thứ thơ kẹo mứt (confiserie poétique). Lời nói tới tai tác giả, ông giận dữ, không nhìn mặt Thanh Tâm Tuyền, nghe đâu tới suốt đời.

Ít nhất là cho tới 1975, Tô Thùy Yên chưa bao giờ viết trọn một bài nào dành cho tình yêu. Bài thơ có nhan đề "Chuyện Tình Người Lỡ Vận" thật ra ta có thể nói đó chỉ là "Chuyện Người Lỡ Vận" vì rõ ra chẳng thấy tình đâu. Yêu gì mà ngay trong khổ thơ đầu anh đã bộc bạch "Ta làm trò tung hứng trái tim chai" và tiếp đó, bình thản nói tới thứ hạnh phúc tình ái phù du:

Biết đã trễ nên không thèm hối hả
Cuộc tình nầy như chút đỉnh khoan dung
Của định mệnh cũng có lần nới thả
Hạnh phúc này như sóng rã trên sông

Anh tính toán thiệt hơn, giọng rẻ rúng:

Thà làm kẻ si tình hát điên loạn
Hơn làm người thành đạt thời nhiễu nhương

Bài thơ kết bằng câu: "Nghề ngông cuồng tập mãi cũng thành quen" chứng tỏ tình ở đây chỉ là cái cớ để tay cuồng sĩ lỗi lạc gửi vào lời oán trách thân thế dở dang cùng tháng ngày nhiễu nhương, ly loạn. (Khổ thơ thứ tư có câu "Chí lớn đành đón sập đốt ra than" khiến nhớ ca dao "Anh hùng lỡ vận lên nguồn đốt than"). Cũng có một đoạn thơ khá dài trong bài Chiều Trên Phá Tam Giang nhắc tới tình yêu, nhưng phần lớn nói về nỗi nhớ của người nữ, lặp đi lặp lại nhiều lần câu "Anh yêu em, yêu nuối tuổi hai mươi", dường như nuối tuổi hai mươi nhiều hơn thì phải. Và kết đoạn đó như sau:

Thấy tình yêu như vận hội tàn đời
Để xé mình khỏi ác mộng
Mà người đàn ông mê tưởng suốt thanh xuân
Ôi tình yêu, bằng chứng huy hoàng của thất bại!

Đúng ra, không phải bao giờ anh cũng nói tới tình yêu cùng một giọng như thế. Bài Vườn Hạ xây dựng trên chủ đề hoài niệm tuổi thơ - cánh diều đã băng mù khơi tuyệt tích - với tất cả bồi hồi, dịu dàng, thơ mộng, (chắc Tô Thùy Yên không ưa chữ này!) khổ chót là những câu thơ tình đẹp nhất, đau đớn nhất (mà tôi đã có dịp trích trong kỳ trước) "Cây cối càng sưng vết chặt lồi", sao vậy? Phải chăng nỗi nhớ vẫn mãi đọa đày và những chấn thương trong tâm tưởng ngày nào cho tới tuổi già xiêu đã chẳng bao giờ lành lặn? "... cho đáng kiếp chờ" là một lời rủa như nói lẫy, hờn dỗi, nghĩa cay đắng hơn nỗi đợi trong ca dao "Chờ em biết tới bao giờ / Vạc kêu sườn núi trăng mờ đầu non" nghe nhẹ nhàng đằm thắm hơn hẳn. Hình ảnh và từ ngữ hai câu cuối: tuổi già, gom lại, thương tưởng, cuối vườn chiều, mót củi rơi... toàn là từ và hình ảnh của tàn tạ, phôi pha, buồn thương bất tận. Ngoài ra, trong những bài thơ đậm chất triết lý, nặng vẻ siêu hình, ta vẫn bất ngờ gặp những đoạn, những câu thơ làm sao không hiểu chính là thơ tình đích thực hoặc ít nhất, cũng khiến ta se lòng vì một thứ tình ý mông lung, bâng khuâng, rất khó định hình:

Khép mắt cho hồn bay dịu vợi
Mà yêu đến khóc, đến u mê
Để khi mở mắt ta nhìn thấy
Cả cuộc đời ta có đáng chi

Ôi những con đường đến tự đâu
Một lần gặp gỡ ngã tư nào
Rồi trong vô hạn chia lìa miết
Có cuốn theo mình bụi của nhau

Theo tôi, khổ thơ này là những dòng thơ tình buồn và đẹp nhất trong thi ca hiện đại. Ta đã không biết gì con đường nào đưa ta đến cõi đời này thì cũng đâu biết con đường dong ruổi nào ta một lần gặp nhau và rồi cũng chỉ để "chia lìa miết" và tình chỉ là khoảnh khắc lưu giữ chút bụi của nhau chứ nào có còn gì khác?

Những câu thơ sau đây phải chăng là những vần thương nhớ u sầu ngậm ngùi bất tận:

Suốt bến sông này hoa trắng nở
Cỏ cây lưu gió khóc mơ màng...
Chẳng hẹn mà sao vẫn đợi nhau?
Nước xưa về tận chốn giang đầu
Thăm hỏi con chim màu sặc sỡ
Lời ca u uất giấu nơi đâu?

Chiều chiều, lớp lớp mây tiền sử
Quần tụ bên trời gợi nhớ nhung
Ta gửi mỗi ngày một sợi tóc
Cầu may cho trận gió kinh thiên
Có ai bên cõi vô cùng tận
Bắt gặp lòng ta bạy đảo điên

Hỡi người cố cựu trong trời đất
Khi nước tràn sông có nén tâm?

Thơ đượm màu sắc siêu hình, thần bí, trí thức, chủ đề cao siêu này nọ cũng chẳng là gì nếu thủ pháp nghệ thuật không khiến người ta nể sợ tài năng quan sát, cấu tứ, phối chữ cùng phong cách diễn đạt, tức thi pháp thơ – theo kiểu nói mới - của tác giả. Tỉ như đôi mắt nạc người phàm ta chỉ thấy đá chỉ là đá, thì cát là cát, nước là nước, bùn là bùn nhưng Tô Thùy Yên lại thấy khác, cách thấy khác của anh biến những ý đó thành TỨ THƠ

độc đáo: cát *hôn mê*, nước *miệt mài trôi*, bãi bùn *trơ trên*
thủy triều lui, Mười năm, đá cũng *ngậm ngùi* thay!...
Những nhóm từ cùng kiểu như thế xuất hiện nhan nhản
trong thơ anh với tần số rất cao, rất gợi tả, là một sáng
tạo chỉ có một, chưa có người thứ hai làm được trong thi
ca Việt ngữ. Những đoạn ngữ này, nhiều nhất là ngữ
danh từ, ví dụ: Châu thổ *mang mang*, đảo *chếnh
choáng*, bờ bãi *hỗn mang*, cát *hôn mê*, giấc *suông* đêm
rỗng, đống lửa *man rợ*, cát *loạn muôn trùng*, nắng *kim
khí* chảy, miếu cỏ *lạnh ma hoang*, làn nước biển *xanh lơ
mộng*... Kế đến là ngữ động từ, Vd: vây *trắng bốn bề*,
miên man thổi, *miệt mài* trôi, độc thoại *lời kinh ánh
xanh*, trùng tu *từ thịt xương rêm*, qua *bãi lệ rào*, nghe
tan ngoài ngõ những phù vân, nằm nghe *tiếng dế
khuya*, trôi chìm *xa vợi đường thiên cổ*... và ngữ tính từ:
thăm thẳm sầu, lạ *sóng nước*, tịch mịch *mùi*, buồn *ngậy
chân tay*, hiu hắt *nỗi không tên*, mịt mùng *gió lửa*, bạc
nhòa *cuối mây*, nguôi thầm *một lỡ duyên*, bời bời *nỗi
sậy*, rách *như gió*, vui *nôn náo trời, thốc tháo biển*...

Đành rằng những loại đoản ngữ thì ngôn ngữ nào lại
không có và cũng đâu ít người sử dụng chúng trong
tiếng Việt, nhưng ở đây, chỗ khác và hơn nhau là do
cách kết hợp sáng tạo, chọn từ tinh tế, bất ngờ, có khi
cả ba nhóm từ trên hòa quyện nhau trong một khối
khiến tứ thơ thành tân kỳ, ngôn từ trở nên mới mẻ, cô
đọng, tối ưu. Ta cũng thấy động từ trong thơ anh hiếm

khi đứng một mình, hình như bao giờ anh cũng khổ công tìm kiếm một tính từ đắc địa nhất đi theo nó, nếu không thì ít nhất cũng một động từ khác để bổ nghĩa. Ví dụ: Mầm cỏ ngoi ngoi *lên rạo rực* / Con chim chèo bẻo hót *lanh chanh*... Tàu chuối xác xơ reo *ngất ngất* / Nỗi đời bi thiết xé *lưa tưa*, Hòn ngói lia *bạy bạy mặt nước*, Dòng sông tới biển *nức* tuôn, tuôn, Mưa ôm *choàng đất* khóc *thương mong*/ Ngọn đèn thắp đợi *đã rền hoa*/Cổ vương *oan khuất*... Những câu đảo ngữ gọn gàng, chắc nịch làm biến đổi nhạc điệu câu thơ cách tinh vi: Lờn rờn bóng lá đong đưa nắng/Thảm thiết dây leo quấn quít cây, Mùa đông bắc gió miên man thổi...

Ta còn thấy không vật thể nào là vô tri trong thơ Tô Thùy Yên, gần như tuyệt nhiên không, điều này liên hệ đến chuyện vận dụng triệt để các phép tu từ tỉ dụ, nhân hóa, tượng trưng... của anh. Chẳng hạn, nói đến đá – phải chăng Tô Thùy Yên bị ám ảnh đá - có thể kể ra: *Mười năm đá cũng ngậm ngùi thay, Thức dậy đi nào gỗ đá ơi, Ôi đá địa cầu vần vụ mộng, Đá chẳng đá nào lên tiếng với, Đá bạc rền tan nước mắt hồng, đá nổi lau nhau, thân đá địa đầu mù, Đá ở lại/Thiên thu mòn mỏi giấc phiêu bồng, Ôi những thân đá tiên tri già hôm mê vạn đại/Đứng rải/Đường ta đi, Ta cũng khóc một chiều nào/Ôm chầm lấy đá, Đá cũng làm thinh không có chuyện...*

Đặc biệt bài Đá Mộng:

Nhìn đá, ta định chừng đá ngủ.
Phải chăng đá giú mộng trong lòng?
Tại đậy, đá sống lâu đời nhất,
Đá rõ điều ta muốn rõ không?

Và đây là cát: *Cát loạn muôn trùng xóa dấu chôn, cát hôn mê, Cát trôi nhăn nhíu, Cát bụi nặng tình liên đới cũ, Gió cát không nguôi khóc dãi dầu...*

Còn cây lá thì tràn đầy ý thức:

- *Mầm cỏ ngoi ngoi lên rạo rực*
- *Lá cành sáng rỡ sắc hồi xuân*
- *Trên đồng ngọn cỏ tranh khom mỏi*
- *Thảm thiết dậy leo quấn quýt cậy*
- *Đóa hoa buông cánh khi tàn hương*
- *Tàu chuối xác xơ reo ngắt ngất*
- *Ngưỡng mộ cây xương rồng gắng gượng*
  Thân trần đứng lẻ giữa đồng trơn
- *Đám cậy bật gốc chờ tan xác*
  Có hối ra đời chẳng chọn nơi?
- *Ôi lũ cậy gầy ven bãi sụp*
  Rễ bung còn gương cuộc tồn sinh...

Dường như thiên nhiên thảy đều có ý thức và linh hồn, như cơn mưa trong bài Mùa Hạn:

Mưa ôm choàng đất khóc thương mong.
Mưa báo tin vui chạy sáng đồng.
Mưa đuổi bắt gào reo hớn hở.

Mưa mừng trẩy hội nước trăm sông.

Vạn vật trong thơ anh bao giờ cũng trong trạng thái sống và động và đầy ý thức:

Thủy triều sôi, mây xôn xao, Nước xưa về tận chốn giang đầu, Dòng sông u hiển trôi vô lượng, Dòng sông hiền triết chảy vô tâm, Nước mây buồn bã chợt quên trôi, Thời gian mất trí trắng vô âm, Dòng ngày tháng trắng chảy lơ mơ, Chân mây rách đỏ vết thương dài, Trời đất bào thai cựa cựa nhanh, Đóa hoa buông cánh khi tàn hương, Cửa não nề, bản lề khô kẽo kẹt hôn mê... mặt trời thì *xao xuyến* mọc và mặt trăng thì chỉ mọc riêng cho anh *"Mọc lại cho ta thuở xế tàn"* rồi mai kia *"Trên mồ ta trăng phải lang thang"*...

Khó mà quên những con vật luôn hiện diện, chim, cò, sáo... bay, kêu suốt trong thơ Tô Thùy Yên: *Chim đã bay quanh từ vạn cổ/Gió thật xưa, mây thật già nua, Ta về như bóng chim qua trễ, Di điểu qua sông xẻ luống sầu, Núi xa, chim giục giã hoàng hôn, Níu cánh chim bằng qua biển gió, Con chim nhào chết khô trên cửa, Con chim động giấc gào cô đơn, Thấy nhành ớt động bóng chim quen, Con chim lạc bạn kêu trời rộng, Con chim thần thoại mắt khoen sâu/Giật mình như đã ngàn năm ngủ/Giũ bụi lông, cất khản tiếng gào, Nửa khuya một tiếng chim ai oán/Ghé hỏi thăm thần trí bỏ quên, Con chim nào đậu khóc suốt ba sinh, Ác điểu ngày đêm gào xáo xác, Con chim bói cá trong tàn tối/Soi vĩnh hằng xanh rợn mặt hồ, Khắc khoải chim kêu ngày tận tuyệt/Ai trầm luân đó có về qua, Khắc khoải chim kêu đời khổ nạn* rồi sau mới đến *Khắc khoải chim kêu mùa xóa giải,* Cò: *Chiều mập mờ xiêu lạc dáng cò, Con cò lặng ngắn lắng hơi thu...,* gà: *Gà lay tỉnh một mé rừng hư định...* chó: *Con chó tung tăng giỡn bóng mình, Chó tru thăm thẳm ngậy thiên địa...* chuồn chuồn: *Chuồn chuồn vui đậu trên nhành lúa / Để lại bay đi lúc kịp buồn / Con chuồn chuồn đó thong dong quá / Mùa hết còn bay dõi dõi theo...* dế: *Đây rồi chú dế giang hồ ấy / Vẫn hót say sưa dưới cỏ buồn, Đêm tối im ru lời thủ thỉ / Bên hè có tiếng dế ca ran...* Con cá lia thia của Tô Thùy Yên luôn bị đá bại: *Cảm thương con cá thia lia bại / Có sót huy hoàng cũng xếp vi...*

Nghệ thuật thơ Tô Thùy Yên xây dựng cũng không ngoài mấy phép miêu tả lớn của văn chương nhân loại như tỉ dụ, nhân hóa, tượng trưng... Ai cũng biết so sánh và nhất là nhân hóa rất dễ rơi vào chỗ tầm thường dễ dãi, nhạt nhẽo. Nhưng tôi chưa thấy anh một lần rơi vào cái bẫy dễ dãi đó. Sống trong một thời bế tắc, bất lực và vô vọng, anh viết:

Tôi cam tâm làm thằng thất chí
Đóng cửa nằm nhà
Căn nhà không có ghế bàn như ngục thất
Những bức tường như những tấm gương soi

Thật không thể có cách nào khác tả nổi dằn vặt nội tâm kín đáo mà lại cụ thể hơn, xác thực hơn được. Ai cũng thấy đất nước chỉ có một con đường sắt độc đạo nhưng mấy ai nhìn ra *"con đường sắt dài xương sống quê hương"*, cũng như thay vì nói xứ sở khô cần, sỏi đá thì lại bảo *những bờ cát thau, những trái núi chì*. Thử ghi nhận cách so sánh độc đáo trong khổ thơ tả nắng trên đảo Trường Sa:

Ngày, ngày trắng chói chang như giữa
Ánh sang vang lừng điệu múa điên
Mái tóc sầu nung từng sợi đỏ
Kêu giòn như tiếng nứt hoa niên

Và đây đó mấy kiểu so sánh rất lạ bắt nguồn từ những quan sát tinh tế va trí tưởng tượng phi thường: *Cô tịch bưng ồn như máu tuôn, Ta ngó thấy thùy dương gãy rũ / Từng cây như nỗi bất an già, Ta ngó thấy rào chà cản nước / Từng hàng như nỗ lực lao đao, Con đường đáo nhậm xa như nhớ* (Hình như Nhất Linh cũng có lần tả đóm lửa trong chiều muộn trên cánh đồng như nỗi nhớ xa xôi đang mờ dần, hay nhưng không mới bằng). Tài tình nhất là phối hợp nhuần nhuyễn các phép tu từ ẩn dụ, nhân hóa, tượng trưng... để tạo ảnh tượng thi ca, mới mẻ và mạnh mẽ: *Xứ sở những cây dừa phù thủy xõa tóc hú cuồng phong, Chân mây rách đỏ vết thương dài, Hừng đông như một làn da phỏng, Mùa hè cọ xát điên kim loại, Lượn sóng trên ghềnh nhọn rách tơi...* Thử đọc những câu thơ vết theo phép tỉ dụ điển hình này ta mới thấy tài năng cấu tứ và khổ công kiếm chữ tạo hình của tác giả:

Ta về như lá rơi về cội
Bếp lửa nhân quần ấm tối nay
Chút rượu hồng đậy xin rưới xuống
Giải oan cho cuộc biển dâu này

Ta về như hạt sương trên cỏ
Kết tụ sầu nhân thế chuyển dời

Ta về như sợi tơ trời trắng
Chấp chới trôi buồn với nắng hanh

Ta về như tứ thơ xiêu tán
Trong cõi hoang đường trắng lãng quên

Ta về như nước tào khê chảy
Tinh đẩu mười năm luống nhạt mờ
Ta về như tiếng kêu đồng vọng
Rau mác lên bờ đã trổ bông
Cho dẫu ngàn năm em vẫn đứng
Chờ anh như biển vẫn chờ sông

Ta về như hạc vàng thương nhớ
Một thuở trần gian bay lướt qua

Ta tiếc đời ta sao hữu hạn
Đành không trải hết được lòng ta

Tôi đã chỉ sơ lược cố gắng lắp bắp bằng thứ ngôn ngữ nghèo nàn, diễn ý lủng củng, thiếu tính chuyên nghiệp và chẳng có gì uyên bác nên chỉ nói được phần nhỏ lòng ngưỡng mộ của mình đối với thơ Tô Thùy Yên.

Lê Thị Huệ từng nhận xét: "*Người đàn ông biết những chữ ông viết xuống là những tạ canh dưỡng sinh. Chúng là những con chữ nặng nghìn tạ ơn nghĩa nhân gian trổ mã ra cánh đồng và bàn viết dành riêng cho ông... Quỷ có thể xướng thi. Thượng đế có thể xóa tất cả ván cờ và làm lại. Nhưng người đàn ông thi sĩ lửng lơ viết xuống tuyên bố là mình hiện hữu... Tô Thùy Yên biết ông là một thi sĩ sống và làm được những điều mà bọn âm binh quỷ sứ cùng Im Lặng Lớn kia không làm được... Thơ Tô Thùy Yên cưu mang được sự vĩnh cửu của thi ca... Ông là một tay chơi chữ cừ khôi. Một thi sĩ xào chữ tuyệt vời đã để lại cho đời những câu thơ lừng lẫy*".

Bùi Giáng, giai đoạn dài trước khi qua đời, rõ ràng không tin gì vào chữ nghĩa nữa. Ngôn ngữ Việt hiện đại, nói như Nguyễn Khải, dùng để che đậy, nói dối chứ không phải để giao tiếp, hoặc giao tiếp bằng che đậy. Bùi Giáng cũng thấy ngôn từ bất lực, chữ không còn nghĩa hoặc nghĩa ngược nên coi như vô phương dụng

ngữ, giống như giận cá chém thớt, ông bắt đầu đùa
giỡn, thơ tá lả dụng đâu làm đó, dụng đâu tặng đó, chữ
nghĩa cố tình dễ dãi hoặc lung tung, ông bỡn cợt thi ca,
ngôn ngữ cho tới ngày chết.

Tô Thùy Yên, dù sao, không vậy. Trong bài nói tôi có
nhắc trên kia, anh tin tưởng: "... *Một dân tộc muốn duy
trì bảo vệ hữu hiệu chính mạng sống của mình, đầu tiên
phải triệt để duy trì bảo vệ một thứ thiết thân duy nhất
không thể bị tước đoạt, bị mất mát, đó là ngôn ngữ của
mình. Một dân tộc có thể tạm thời mất tất cả sông núi
của mình, mất tất cả những gì mình kiến tạo, nhưng
chẳng bao giờ được để mất ngôn ngữ của mình. Do đó,
hầu hết những gì mà dân tộc ta chắc chắn còn có thể
lưu truyền được cho hậu thế đều mang tính chất khẩu
truyền, qua phương tiện ngôn ngữ, được bảo toàn đời
đời trong ký ức của tập thể. Và thơ vốn là phần tinh hoa
tuyệt vời nhất, là sự thăng hoa hồn nhiên nhất của
ngôn ngữ một dân tộc. Cũng bởi thơ vận hành sống chết
với ngôn ngữ nên thơ là hình thái nghệ thuật đầu tiên
của con người khi con người chưa có gì cả trong tay,
cũng như thơ chắc chắn sẽ là hình thái nghệ thuật cuối
cùng khi con người không còn gì nữa trong tay... Với
ngôn ngữ, thơ chính là nơi giữ gìn bất khả xâm phạm
cái hồn mộng chung trường cửu của một dân tộc, và
qua đặc thù của từng thời đại, thơ làm sinh hiện hiển
linh cái hồn mộng chung đó trong tâm khảm của mỗi*

con người mãi còn chan chứa bao nhiêu là tình tự thiết tha thâm sâu nguồn cội. Với ngôn ngữ, thơ là đống lửa ấm cúng sum vầy của một dân tộc không khứng chịu chia lìa, không khứng chịu thất tán. Với ngôn ngữ, thơ đích thực là quê hương chắc chắn không xa rời, không mất mát. Với ngôn ngữ, thơ trợ giúp chúng ta được còn là một dân tộc xứng đáng, được còn là con người xứng đáng. "

Tôi tin rằng, qua thơ của mình, Tô Thùy Yên đã cứu tiếng Việt. Nói vậy, xa gần cũng như tôi đồng ý với Phạm Quỳnh: "Truyện Kiều còn tiếng ta còn". Ai cũng rõ văn học chúng ta, ngôn ngữ chúng ta đang trong một thời đốn mạt kéo dài hiếm thấy trong lịch sử. Đọc thơ anh để còn nuôi một niềm tin vào chữ nghĩa của tổ tiên và hồn thơ của dân tộc. Riêng tôi, thơ anh đã an ủi tôi khi buồn bã, nâng đỡ tôi vui sống tuổi xế chiều.

11

Trước tiên, tôi thật lòng xin lỗi bạn bè quí mến cùng quí độc giả thân ái đã đón nhận mấy trang ký ức sơ sài này, nhất là các vị chịu khó comment với lời lẽ đầy thiện cảm. Đúng ra tôi đã phải trả lời từng vị ngay nhưng, ngặt nỗi, tôi vốn dốt nát về vi tính, không rành chút gì về trang web hay blog này khác. Vả lại, trang blog này của Đào Hiếu, thời gian qua, anh gặp đủ mọi phiền quấy liên miên, rồi họa vô đơn chí, tiếp đến một tai nạn đường phố ác nghiệt, còn sống là may, tôi không muốn quấy anh thêm nên đành để trôi qua mọi dịp phúc đáp. Nay tôi xin có lời tạ lỗi và vô cùng biết ơn những khích lệ quí giá mà quí vị đã bày tỏ. Cũng xin thú nhận lý do chậm trễ: đôi lúc thấy viết lách theo kiểu của mình thật vô bổ và phù phiếm nữa. Bao nhiêu chuyện trước mắt, không dám nói thẳng thì thôi, quanh co mãi không khỏi thấy mình tệ hại. Nhắc chuyện cũ không khỏi không so sánh với chuyện mới. Tất nhiên không phải chuyện cũ, người xưa nào cũng tốt đẹp hay ho hơn chuyện mới, người mới nhưng những điều tốt đẹp ta đang sống, nếu có, đều được đông đảo các nhà văn, nhà thơ, nhà báo cung đình tụng ca kỹ rồi, mình chen vào cũng chẳng ích cho ai, điều này khiến có người bảo tôi không fair, hẳn là cũng có phần đúng. Như đã thưa, khi viết, lỡ gặp phải những chuyện "nhạy cảm"(nay đụng đâu cũng thấy nhạy cảm!) cứ phải loay hoay tìm ý tìm lời sao cho nhẹ nhàng hòa nhã, riết rồi đâm nản. Tôi vốn con người vô tích sự, chưa làm gì cho vẹn toàn, hồi nào cũng chỉ đóng một vai phụ trong mọi tình huống, không bao giờ giữ được một "lập trường" gì cho lâu dài, làm gì cũng bỏ giữa chừng là việc... ổn định nhất. Coi ra chỉ có lúc dạy cho học sinh tiểu học và cấp hai cách viết bài tác văn miêu tả này nọ là có kết quả nhất. Tôi đã tập hợp mọi thứ tính in một cuốn lý thuyết và thực hành để giúp các em học môn tương đối khó này nhưng nghe đâu chương trình giảng dạy cứ thay đổi liên tục, dường như không còn học tập làm văn theo kiểu ngày trước nên tôi lại có lý do chính đáng vất bỏ hết. Có lẽ cũng đúng. Phương tiện nghe nhìn ngày một tinh xảo, phong phú, miêu tả sự vật bằng ngôn ngữ đã tới kỳ cáo chung chăng? Những năm dạy học sinh giỏi văn của thành phố coi vậy mà vui. Muốn dạy gì tùy ý (điều này hầu như bất khả trong chế độ XHCN toàn trị), miễn thi học sinh giỏi đậu nhiều là được thù lao khá, có thể ăn phở buổi sáng trước khi dạy tiếp! Không cần biết chủ trương thi học sinh giỏi có phải nuôi gà chọi hay không, không liên quan tới mình, khỏi xét đoán mệt hơi, cứ kỳ khu dạy chúng viết văn miêu tả các thứ cho kha khá là ăn tiền, có gì không lương thiện đâu mà ngại! Nhớ có lần thầy trò phải tìm ý tìm từ cho đề văn tả buổi chiều yên tĩnh nơi một xóm quê, tôi thử cho các em tìm các từ có thể tả sự tĩnh lặng trong tiếng Việt, kể cả từ Hán Việt thông dụng (thật ra khó có thể xác định từ nào là "thuần Việt" mà không cãi nhau, có người cực đoan cho rằng rất ít từ gọi là thuần Việt). Ngạc nhiên thay, các em đã tìm ra một lượng từ vô cùng phong phú tả sự tĩnh lặng trong khi chưa tới mươi từ diễn ý ồn ào, náo nhiệt.* Ông Nguyễn Hưng Quốc nói

---

* Chú thích: Mấy từ chúng tôi tìm được làYên tĩnh, yên lặng, yên bình, yên ắng, yên vắng, yênổn, yên tịnh, êm ả, êm ái, êm đềm, êm vắng, êm ru, im lìm, im ỉm, im re, im khe, im trơ, im vắng, bình yên, bình lặng, bình tịnh, thanh tịnh, thanh vắng, tịnh lặng, bình ổn, tĩnh lặng, tĩnh mịch, tịch mịch, tịch liêu, u tịch, cô liêu, cô tịch, cô quạnh, quạnh quê, quạnh vắng, đìu hiu, hiu hắt, vắng vẻ, vắng tanh, vắng teo, vắng ngắt, xa vắng, vắng lặng, lặng tờ, lặng lẽ, lặng thầm, lặng trang, lặng ngắt, lặng thinh, lặng câm, âm thầm, âm u, tẻ ngắt, tẻ lạnh, lẳng lặng, lẳng lặng... (tôi chắc còn có thể tìm được nhiều hơn, có khi cả trăm từ).

người Việt Nam thích sự tĩnh lặng nên mê ao hồ hơn

Đoạn văn thầy trò chúng tôi khai triển sau khi tìm từ hôm đó như sau:

Mảnh vườn rộng chừng vài công đất, chung quanh bao bọc một hàng cau suôn đuột, hương thơm ngào ngạt trong buổi chiều lặng yên thoang thoảng gió.

Khoảnh sân con trước nhà nở rạng rỡ mấy lùm bông trang đỏ thắm, hàng bạch mai cạnh đó buông đầy gốc những cánh hoa trắng mỏng manh. Vườn có trồng vài thứ cây ăn quả thông thường, những cành bưởi sai trái la đà trên mương nước róc rách chảy lúc triều lên. Xoài cạnh hiên nhà đang độ ra hoa, bầy ong lưa thưa cứ lặng lẽ chờn vờn hết bông nọ tới bông kia. Gần bờ ao, khế chín vàng óng lủng lẳng đầy cành, rụng lềnh bềnh trên mặt nước, cây dừa nghiêng bóng trên làn ao trong vắt. Kế giếng nước, dàn mướp xanh rì bung nở mấy đóa hoa vàng lớn cánh, rù quyến đôi bướm sặc sỡ bay lượn nhởn nhơ, ngọn mướp nõn nà vươn ra in lên nền trời cẩm thạch đọt lá non đầy lông tơ trăng trắng. Cạnh đó, bụi ớt um tùm quả xanh quả đỏ chen nhau chi chít. Nắng chiều đã nghiêng nghiêng bên hông nhà, nhuộm vàng một phía thân cau, bóng ngôi nhà lặng lẽ ngả dài trên sân vắng. Khói đốt đồng phủ lên cây lá trong vườn một màn trắng đục như sương. Tiếng côn trùng ri rỉ dưới chân rào dâm bụt treo lủng lẳng chùm bông đỏ thắm như những chiếc lồng đèn nho nhỏ. Tiếng con nhái kêu chẹt chẹt vang xa bên bờ nước khiến buổi chiều quê thêm hiu quạnh. Con chim chào mào đậu lắt lẻo trên ngọn chuối hót véo von gọi chiều về. Xa xa, trên cánh đồng vắng lặng, dưới ánh chiều mập mờ, cánh cò trắng lẻ loi bay xiêu xiêu trong gió, sắp lẫn vào bóng đêm.

Nắng đã tắt, bóng tối lan dần ra, khu vườn càng trở nên u tịch.

sông, thích sông hơn biển, hẳn vì vậy mà có nhiều từ tả sự yên tĩnh chăng? Chắc tổ tiên ta vậy chứ con cháu nay cuồng nhiệt hơn nhiều, cứ nhìn đám cưới và cả đám tang thì thấy liền. Bao giờ tiệc cưới cũng diễn ra trong ca hát vang lừng, những bài hát lời lẽ kỳ quặc, làn điệu như chẳng chút dính dáng gì tới âm nhạc, loa khuếch đại tối đa đến tức ngực, khách khứa nói chuyện với nhau như giữa những ngươi điếc, mong ăn quấy quá cho xong để thoát ra khỏi những náo động sát nhân, những thứ ca nhạc làm tăng huyết áp chết người. Đám tang nữa, trong xóm có người qua đời thì vô phúc cho những người còn sống, nhất là ông già bà cả, ba bốn đêm thức ròng nghe pê đê ca hát và thầy chùa tụng niệm với thanh âm vang dội thâu đêm, chẳng thiếu chi người "đứt bóng" theo. Chú tôi vô phước ngụ gần ngôi chùa có tiếng ở Gò Vấp, khuya nào cũng giật thót người tỉnh ngủ vì từ ba bốn giờ sáng nhà chùa bắt loa phóng thanh cực đại để thiên hạ tám phương bốn hướng được nghe tụng niệm kinh kệ như biện pháp giảng đạo hầu nhân rộng ảnh hưởng Phật giáo. Chính quyền thì chỉ "nhạy cảm" với chuyện tụ tập gọi là khiếu kiện đông người thôi chứ còn việc ai gây náo động khóm phường thì gần như không dây dưa tới họ, bổ béo gì mà động vào cho mệt.

Những ngày gần đây, cả nước bàn tán râm ran về chuyện bằng cấp giả mạo của một số (hay phần nhiều?)

các quan chức chính quyền từ cao tới thấp, nào là học giả bằng giả, học giả bằng thật, học thật bằng dỏm... thiệt tình không hiểu thấu tại sao lại có thể có chuyện như vậy, đó là một vấn nạn... giả. Giả hay thật chỉ cần ba mươi giây sưu tra, ai xài đồ giả thì bị đuổi việc, bỏ tù, không có giảm khinh, ngoại lệ, tự nhiên giả thật không thành vấn đề nữa. Mọi điều lem nhem cứ tồn tại chẳng qua do nhà cầm quyền không thực tâm muốn giải quyết mà thôi. Lúc còn sinh viên đi quân sự học đường, chúng tôi nghe chuyện về một ông sĩ quan lên tới đại úy dạn dày trận mạc và đầy công trạng, được về làm giảng viên trong quân trường, an ninh quân đội sưu tra lý lịch, kể cả bằng cấp, lòi ra bằng Tú Tài giả, ông bị lập tức giáng ngay xuống Trung sĩ. Cũng như chế độ phong kiến, thời VNCH xấu xa chỗ nào không biết chứ chuyện bằng giả mà làm quan thật thì không làm gì có. Lại bỗng lan man nhớ tới chuyện thầy Nguyễn Văn Trung. Cuối thập niên 1960 thầy lên làm Khoa trưởng Đại Học Văn Khoa Sài Gòn ít lâu sau khi đậu Tiến sĩ Văn chương ở Bỉ về. Không biết từ đâu mà sinh viên đồn đại lúc đi du học, thầy (hình như có mấy vị linh mục nữa) được đặc cách với một loại bằng cấp tương đương chứ chưa có bằng Tú tài II thực thụ, họ châm chọc thầy là "docteur sans Baccalaureat". Tôi thấy dư luận có phần ác độc, Tú Tài I hay II cũng chỉ là thủ tục, nay thầy đã đậu tiến sĩ, đã chứng tỏ một học giả đầy uy tín, có ảnh hưởng lớn trong sinh viên, mấy tập Nhận Định và Lược Khảo Văn Học của thầy cũng đủ nói lên sở học uyên bác, tài viết lách thâm sâu... Mấy tờ tạp chí thầy chủ trương ảnh hưởng càng sâu rộng. Tờ Đại Học ở Huế một thời chiếm địa vị độc tôn, tờ Đất Nước ở Sài Gòn cũng đứng hàng đầu về biên khảo và học thuật, tờ Hành Trình quay ronéo chủ trương hòa hợp hòa giải của nhóm Công giáo cấp tiến thiên tả do thầy chủ trương nổi đình đám với những bài chính luận thúc đẩy phong trào phản chiến lên tới đỉnh điểm. Tập cours trình bày chủ nghĩa Marx giọng điệu khách quan không phê phán (sau in thành sách) gây ảnh hưởng khôn lường, tác dụng mười lần hơn báo đài của miền Bắc. Khuynh hướng thiên tả và có thiện cảm với MTGP của nhiều sinh viên lúc bấy giờ phần lớn cũng do học và đọc thầy Trung cùng các nhà văn Công giáo cùng nhóm. Thật bất ngờ, mỉa mai và cay đắng, không hiểu vin vào đâu, sau 1975, tôi nghe cán bộ giảng chính trị bảo nhóm Công giáo chủ trương Chủ Nghĩa Xã Hội Không Cộng Sản là bọn phản động, thầy Trung là CIA. Những nhà văn nhóm đó ở tù mút mùa, nghe đâu ông Thảo Trường ở tới mười mấy năm. Riêng tôi chỉ thấy thầy có công lao to lớn bao che đám sinh viên tranh đấu, thúc đẩy phong trào phản chiến một cách ngang nhiên. Xong việc rồi, thầy bị miệt thị, bị phủ nhận thật hết sức bất công. Tôi chỉ nói những gì tôi thấy, phán đoán sự việc theo hiểu biết của mình. Còn ông Thảo Trường thì chỉ có lỗi viết truyện ngắn quá hay tả những oan khốc của người dân bình thường, vô can và vô tội, bị chết chóc thảm thương trong chiến tranh tàn hại do cả hai phía gây nên.

Ba tôi bỏ công chức hỏa xa về ngay từ những ngày đầu kháng chiến. Phải thừa nhận sau một trăm năm bị người Pháp cai trị hà khắc, người Việt Nam nào cũng chán ngán, ai có chút lòng với dân tộc cũng căm hận, nuôi ý chí chống Tây. Nghe đâu lúc học trường Pellerin, ông đã tham gia mấy cuộc biểu tình chống Pháp của học sinh và thanh niên Huế, bị mật thám theo dõi. Ông có lòng nhân ái, thương người nghèo vô cùng tận, ông theo Cộng Sản ngay từ ngày đầu chắc vì đơn giản tưởng họ cũng thương người nghèo như mình. Có lần tôi về thăm quê, nghe một bô lão bảo ba tôi ngày trước nói với ông rằng mai sau cách mạng vô sản thành công, ai cũng có cơm áo, như so bó đũa bằng nhau hết, chẳng ai hiếp đáp ai (!). Tôi chắc ba tôi tin như thế thật. Em tôi hay kể lại chuyện đi coi gặt với ba. Năm 1956, ba được chính quyền Ngô Đình Diệm tha tù, ông đau yếu, chỉ làm được việc nhẹ, má nhờ em tôi và ba coi gặt vì bà bận lo gặt lúa như mọi người. Mấy đứa nhỏ và bà già mót lúa, thay vì "mót" thì họ lại nhào vô cắt lia lịa để "thu hoạch" của người khác về phần mình một cách bất chính. Cô em tôi la rầy họ thì ba bảo:

- Kệ họ con, họ nghèo quá, con ngó chừng... má, để cho họ cắt ít bông.

Sau mùa gặt đó, ba tôi qua đời, thời gian cận ngày ra tù nên được kể là liệt sĩ. Ba tôi chỉ có tấm lòng, "tư duy" thì rõ là nông nổi, cả tin, e rằng thua xa cụ thân sinh Đào Hiếu, cụ nhận thấy con gà ăn trên sân luôn tranh giành, bảo vệ cái mình sở hữu huống là con người, thành thử không tin chủ nghĩa Cộng Sản đúng. Nói cho có chuyện nói chớ trách ba tôi sao được. Đại trí như ông Trần Đức Thảo, ông Nguyễn Mạnh Tường, kể cả cụ Phan Khôi phần nào đó, cũng vậy thôi. Rồi đến phiên đám sinh viên phong trào đô thị bọn tôi sau này nữa, cũng vậy thôi.

Ông nội tôi vốn bị coi như thành phần địa chủ khi Việt Minh lên cầm quyền. Miền núi Quảng Nam đất chật, có ba mẫu ruộng trở lên đã bị xếp vào hàng địa chủ (cho đủ thành phần bài bản giai cấp đấu tranh). Đúng ra cũng nhiều hơn ba mẫu nhưng ông tôi bán dần cho ba tôi theo học, chỉ đến năm đệ ngũ niên là đuối, phải xin làm công chức hỏa xa. Sau này tôi dạy học tại Rạch Giá thấy địa chủ ở đây sở hữu cả ngàn mẫu ruộng, nghĩ tới địa chủ của ông tôi mà tức cười. Chuyện gặt thuê ở nông thôn ngày trước phần nào chứng minh tính chất "đồng thuận" thật sự giữa người làm công và chủ ruộng. Không phải ông tôi là địa chủ mà tôi binh, tôi thấy thật ra, chủ ruộng không bóc lột được mà ngược

143

lại, thường bị người làm công ép. Tới mùa, con gặt túa ra đồng gặt thuê, gánh lúa về nhà. Thỏa thuận là cứ đếm mười bó lúa thì con gặt lấy cho mình một bó. Miền Trung thời đó gặt lúa chỉ cắt phần bông đem về chất thành đống cho trâu đạp, đi vòng vòng quanh đống lúa thâu đêm cho đến khi hạt tách hết ra khỏi cọng rơm chứ không cắt tận chân rạ rồi đập cho rời hạt ra như miền Nam. Đêm thu quang mây, đi chơi với lũ trẻ trong làng về khuya, vành trăng khuyết lấp ló sau ngõ trúc vắng tanh, ánh trăng trong dải âm thầm trên mái ngói rêu lạnh, mảnh sân con im lìm mọi lúc giờ vang vang tiếng la trâu, con vật tội nghiệp thở phì phò nhọc nhằn vì cả đêm đạp lúa, nhưng tự nhiên lòng cũng vui vẻ với không khí ấm cúng của ngày mùa. Nói mười bó ăn một bó nhưng thật ra không đúng. Bao giờ con gặt cũng lo thu vén, chăm chút cho bó lúa của mình, tỉa lá sạch bong, nhìn chỉ toàn thấy hạt, có người còn thủ theo dây lạt riêng dài hơn dây của chủ ruộng phát ra để bó được bó lúa ăn lớn hơn. Có lần ông tôi yêu cầu người thợ gặt:

- Nề, chú mi để bó lúa của chú mi lại, tau cho chú cứ lấy bốn bó kia đi, chịu không?

Tất nhiên người thợ gặt không đồng ý. Như vậy rõ ràng người gặt thuê đã lấy đi ít nhất một phần ba lợi tức trong khi người chủ bỏ biết bao công sức, của cải (cày bừa, sạ cấy, cỏ rác, phân, nước, sâu bệnh…) vào đó gần nửa năm trời với bao rủi ro thất bát. Hãy chỉ ra giùm tôi chế độ nào, ở đâu trên trái đất này chia lợi tức cho công nhân nhiều hơn vậy đi. Tôi biết một ông chủ xí nghiệp may xuất khẩu ở Sài Gòn thời kinh tế thị trường theo định hướng CNXH thu nhập tỉ tỉ, sở hữu một sản nghiệp đồ sộ, một công nhân chúi mũi may mỗi ngày tám chín tiếng được ông trả cho một triệu hai tiền gọi là lương. Một ông chủ sở hữu gần nửa tá khách sạn ở Hội An cũng trả lương nhân viên triệu hai, nghỉ một ngày bị trừ đi một trăm ngàn! Cũng may, nhờ có chỉ đạo... "định hướng" này nọ người làm công mới được nhiêu đó!

12

Năm 1977 tôi làm hiệu phó lao động tại một trường cấp 3 vốn là trường tư Công giáo thuộc dòng Lasan. Một ông frère là giáo sư trường cũ vẫn được lưu dụng dạy môn tiếng Pháp hỏi tôi hiệu phó lao động thì làm những gì, tôi nói cũng không biết, để từ từ xem sao, chắc không đến nỗi thất nghiệp, ông lắc đầu nhè nhẹ nhìn tôi mỉm cười. Ngôi trường lẩn khuất yên tĩnh trong hẻm gồm hai dãy lầu, một dãy trệt, bóng mát cây sọ khỉ và cây điệp hoa vàng cổ thụ mấy vòng tay ôm xanh um che rợp một khoảng sân rộng. Những buổi chiều muộn vắng bóng học sinh, tôi thường ngồi bên gốc cây xem lũ chim sẻ tụ tập ríu rít kiếm ăn trên sân, nghe động, chúng bay vù mất hút sau mái ngói, giây lát cả bầy lại hạ cánh nhảy nhót, dòm dáo dác, mổ lia lịa không biết những gì trên mặt sân xi-măng khô; ngó qua phía nhà thờ Tân Định, trong ánh chiều nhập nhoạng, lũ dơi túa ra chao liệng rập rờn phía trên gác chuông cao vòi vọi. Trước mặt tiền trường có sân bóng chuyền, phía sau có sân bóng rổ rất đẹp. Điều kiện thuận lợi vậy nên giáo viên và học sinh của trường luôn đoạt giải thể thao mỗi lần có tranh đua toàn thành phố. Chính vì cái sân bóng chuyền này mà tôi thường bị mấy người trong ban giám hiệu phê bình tôi làm mất "nề nếp" hoạt động dạy và học, chỉ vì chiều nào cũng cho học sinh và nhóm thanh niên vốn là cựu học sinh của trường trong xóm chơi bóng. Tôi nghĩ thể thao Việt Nam rồi ra sẽ đội sổ vì thể thao học đường hầu như bị ngăn chặn kỹ. Chỉ khuyến khích trên giấy tờ văn bản thôi chứ không thi hành một chút nào hết, mà thể thao học đường là nguồn vững chắc căn bản nhất để chọn tuyển. Khổ nỗi họ chỉ lo thi đua học thuộc bài đậu phổ thông bằng trường khác, giữ vững được nề nếp dạy và học là mục đích gần như duy nhất. Bà hiệu trưởng và hai bà hiệu phó, toàn cán bộ tập kết về, luôn ám ảnh chuyện nề nếp, thấy rõ họ là thành phẩm điển hình của kiểu giáo dục ngay ngắn cứng nhắc, gần như răm rắp biến trường học thành trại lính, chẳng hạn ghi tên và mã số học sinh lên áo để mỗi lần gọi là phạm lỗi gì thì thầy cô hoặc đội sao đỏ, cờ đỏ dễ nhận ra đích danh thủ phạm; xếp hàng đúng vị trí cố định trên sân trường, phải tuân theo một kiểu cách duy nhất khi giơ tay phát biểu ý kiến... Đời tôi bỗng u ám dưới ách thống trị của ba bậc nữ lưu tập kết trở về Nam. Tôi bị phê bình chắc cũng tại tôi phụ trách lao động mà chỉ gần như thuần túy lao động... đánh banh. Trước khi trường "giải thể", tôi còn bị cắt "lao động tiên tiến" (chỉ tại trái bóng chuyền). Nghĩ cũng oái oăm, hiệu phó lao động tiêu biểu cho lao động lại bị... cắt lao động tiên tiến! Phải chi có chức hiệu phó thể thao văn hóa các thứ thì đỡ, ít nhất cũng được phần thể thao (chứ văn hóa thì tôi e lại cũng không có!). Bị phê phán bao nhiêu tôi cũng không chừa. Thời thế đó quả không có gì vui bằng những trò đơn giản dễ dãi như chiều nào đám bạn giáo viên thân nhau cũng tụ tập chia phe đánh banh uống nước mía. Hơn thua chỉ có thế mà chúng tôi cãi nhau, ăn gian nhau, banh out thì nói in và ngược lại, không có trọng tài nên không ai phân xử, phe nào già hàm thì thắng. Chúng tôi cười mãi chuyện một tên giáo viên trong nhóm vừa bị mấy cô mậu dịch ở "điểm" bán gạo xúm lại xỉa xói. Chẳng là anh ta đi mua gạo, mua hoài loại gạo hẩm lẫn đầy hột cỏ và cát sạn, anh chán quá bèn nói:

- Cô ơi, cô làm ơn để riêng hột cỏ, cát sạn này nọ một bên, gạo hẩm một bên, tôi phấn khởi mua bằng hết các thứ, xin đừng "trộn" vào, tôi lựa cả ngày mệt quá. Tay này nói chơi nhưng oan cho mấy cô nên bị giũa.

Trên đường đến trường, mỗi sáng xuống dốc cầu Kiệu tôi đều thấy anh Trần Phong Giao lom khom bưng hủ tiếu cho khách, bà vợ tần tảo của anh kê mấy cái bàn nhựa trên vỉa hè bán quà sáng, anh thì lầm lỳ tự nhiên bưng tô rửa bát, có vẻ chu toàn bổn phận như lúc còn làm thư ký tòa soạn báo Văn. Buổi chiều tôi ghé chơi thì thấy anh chăm chút ngồi lựa hột cỏ và cát sạn trong gạo, tập trung cao độ, kỹ càng như lúc chọn... thơ cho báo Văn hay ít ra đó là trò giải trí thảm hại giết thì giờ cho một quãng đời thừa trống trải. Nhớ lại, một bữa anh chạy xe đạp vào xóm Cô Giang kiếm tôi, cho tôi xem qua cuốn thơ mỏng của Cao Tần in bên Mỹ. Anh bảo:

- Cậu đọc qua, thử đoán Cao Tần là ai.

Tôi đọc vài ba bài đầu, nói với anh:

- Lê Tất Điều phải không anh?

Anh nói trống không:

- Đoán khá lắm.

Tôi nói với anh kiểu hài hước làm người ta cười mà rưng rưng cảm động chẳng ai qua nổi Lê Tất Điều. Tôi kể với anh tôi đã khóc khi đọc chuyện ngắn "Anh Em" của Lê Tất Điều. Mai kia phải đem vào sách giáo khoa làm điển hình cho nghệ thuật tả tình huynh đệ cao đẹp lay động lòng người. Trần Phong Giao nhắc tới Đặng Tiến với lòng ưu ái, anh bảo Đặng Tiến phê bình thơ miền Bắc rằng mấy chục năm sa mạc thơ nên bị đám văn nghệ ngoài đó ghét dữ. Nếu anh còn sống đến nay thì biết Đặng Tiến dường như không quan niệm như vậy nữa. Anh nghĩ trúng ý tôi là văn xuôi Thanh Tâm Tuyền hay hơn thơ của ổng nhưng bảo "nó" làm biếng viết ghê lắm, thúc hối mãi mới có bài.

Một bữa ghé anh chơi, tôi lần đầu gặp nhà văn Võ Hồng vừa từ Nha Trang vào, lúc này nhà ông bà Phong Giao còn ở hẻm Hai Bà Trưng cạnh bờ sông Cầu Kiệu, chưa bị cháy. Anh đọc cho chúng tôi nghe bài thất ngôn Đường luật ngạo đời thâm trầm của cụ Toan Ánh:

Trường Chạy.
Ớt chẳng, gừng không vị vẫn cạy,
Nhờ ơn trời đất được trường chạy.
Rau đay, rau muống quên thời thế,
Khoai ngứa khoai lang lấp tháng ngày.
Quen thói dạ dày chê cá thịt,
Đói lòng thân xác sợ mưa mây.
Tòa sen Đức Phật cười khen giỏi,
Ngày trước tao tu cũng giống mày.

Trần Phong Giao lâm bệnh, mổ ở bệnh viện 115, tôi vào thăm anh, thấy anh gầy gò nằm thiêm thiếp trên nệm trắng, cô Phong Lan, con gái cưng của ông bà đang chăm sóc, nhìn tôi rưng rưng. Lúc anh về nhà, tôi ghé thăm, mang theo tờ tạp chí hải ngoại có bài ông Trần Thiện Đạo viết khen ngợi công lao anh, anh đọc hững hờ vẻ như không thiết gì chuyện đời nữa khiến tôi nhớ tới nhân vật ông bác của Võ Phiến trong một truyện ngắn, đọc rồi không quên. Tôi nói ông Thanh Tâm

Tuyền gửi lời thăm anh trong thư vừa viết cho tôi, anh nói thế à lạnh nhạt. Chị Phong Giao nói:

- Chú Khiêm có công mang tới, ông đọc qua loa vậy? Anh chỉ cười cười không nói gì.

Ông bà dọn về quận 6 ở với cô Phong Lan, xa quá nên tôi ít ghé thăm. Chẳng mấy lâu sau, con trai anh, Phong Nhã, gọi phone báo tin anh mất. Tôi không ngạc nhiên vì biết bệnh anh nan y nhưng vẫn bất ngờ vì thấy anh có vẻ ổn nên tin ít ra cũng được vài năm. Tôi chạy qua quận 6 lúc chưa tẩm liệm, tôi xót lòng không cầm được nước mắt thấy một gương mặt đàn ông tóp teo lạ hoắt cùng một thân thể khô quắt cứng đơ, hoàn toàn không dấu tích gì của Trần Phong Giao ngày trước. Đời người đoạn kết ai cũng thảm thiết vậy sao?

Chiều nào tôi cũng đèo nồi khoai mì nước cốt dừa đến trường gởi can-tin bán hộ, ở lại chơi bóng chuyền tới tối. Tôi mang hỗn danh tay chuyền 2 quốc doanh vì là người trong ban giám hiệu, tôi còn "tự hào" với danh hiệu hiệu phó cạo trúc. Chúng tôi vừa thi đấu vừa trêu chọc, khích bác nhau, cười vui hả hê, thật sự quên đi giây lát những thiếu thốn vật chất triền miên. Lương lãnh ra, dè sẻn đến đâu cũng chỉ thu vén được giỏi lắm một tuần, ba tuần còn lại chạy vất giò lên cổ, mua đi bán lại vặt vãnh, làm đủ trò khỉ lem nhem, sẵn sàng ngửa tay vay mượn từ ký gạo hẩm đến mớ mì khô, có điều ai cũng vậy nên chẳng biết mượn ai thôi. Nghĩ lại, không hiểu tại sao mình vẫn nuôi được mấy đứa con đi học, bằng cách nào mà qua được tháng năm kinh hoàng đó. Chao ôi, cái thời kỳ gọi là quá độ để tiến lên… quá độ nghĩa là qua đò, đến bao giờ mới qua xong con đò chiều nghiệt ngã để tới được bến bờ cứu rỗi đầy hứa hẹn trong triền miên thiếu đói này!

Cái gọi là món ăn tinh thần cũng tệ hại không kém. Chúng tôi háo hức đi xem phim Chiến Tranh và Hòa Bình do Liên Xô dàn dựng, nghe nói vô cùng vĩ đại. Xem gần hết phim mà cứ quay sang hỏi nhau:

- Ủa, Maria là bà nào? Thì bà đó đó… làm gì phải, sao già vậy? còn ông này là Pierre hay André?...

Xem phim Liên Xô mà cứ nhớ hình ảnh Audrey Hepburn (Natasa) của Mỹ thì làm gì mà không thất vọng ê chề bởi sự cách biệt ngàn trùng từ tài năng tới nhan sắc!

Công nhận họ dàn cảnh trận Borodino rất vĩ đại nhưng cũng chỉ có thế, phim thì gần như quay theo chương hồi trong sách nên không ai hiểu gì hết. Scénario của phim khác hẳn truyện, không hiểu sao không phân cảnh lại, kỳ thiệt chớ! Bọn Mỹ, vào phim chừng năm bảy phút đã thấy tài nghệ của diễn viên, đằng này, ai lại gần hết phim mà đám nhân vật vẫn chìm nghỉm, chẳng biết ai vô ai. Thôi, về giải trí đánh banh là thượng sách. Tôi không quên một lần giáo viên các trường được phân phối vé xem phim ca nhạc Mỹ nói tiếng Pháp *La Mélodie du bonheur* của Roberd Wise do cô đào Julie Andrews thủ vai chính – chuyện năm khi mười họa thời đó - lúc đèn bật sáng, tôi nhìn thấy những gương mặt sững sờ tới đờ đẫn như vừa tỉnh mộng sau cơn hạnh phúc bất ngờ, nhất là của mấy anh chị giáo viên gốc Bắc "chi viện" và tập kết trở về. Tôi nói cô đào khả ái đó từng đóng phim cao bồi phóng ngựa như tên bay, họ có vẻ không tin.

Thật ra lúc đầu tôi cũng cố chu toàn bổn phận, lăng xăng (như thằng mới tới) lo kiếm việc cho học trò làm. Tôi thuê xe tải lên mấy lò gốm Lái Thiêu mua loại lu phế phẩm rẻ tiền về cho học sinh tự kiếm đất cho vào để trồng cây làm vườn sinh vật. Tôi mê những dòng sông tràn bờ, những vườn cây rợp mát vùng Bình Dương nên hễ có dịp là tìm cách chạy lên đó. Thanh Tâm Tuyền cũng có thời gian dạy học ở Bình Dương, ông tả cảnh sắc vùng này bằng một thứ văn xuôi đẹp dị thường với niềm thiết tha trìu mến trong một truyện ngắn, đọc rồi không thể quên. Tôi không nhớ rõ giáo viên dạy sinh vật bảo các em trồng những gì, lúc đầu cũng có vẻ xôm tụ, rầm rộ nhưng chỉ qua năm sau cây lá héo khô vì không được chăm bón, vả lại những thứ cây đó rốt cuộc chẳng để làm gì, may ra chỉ có mấy bụi sả có ích cho mấy cô căn tin thôi. Tôi còn đến chỗ hợp tác xã sản xuất mành trúc xin làm hợp đồng cho học sinh cạo sạch lớp vỏ mỏng trên thân cây trúc cho bóng, xong giao lại cho họ thành phẩm. Tiền công rẻ tệ nhưng ai quan tâm, miễn có việc cho học sinh làm là hay rồi. Học sinh tụ tập, mỗi lớp một góc sân trường, ngồi lê lết trên hành lang, cạo cho bằng hết phần trúc được giao. Có lần một em hỏi tôi, lớp em cạo xong bó trúc lớn như vậy thì được bao nhiêu tiền, tôi nói cho em biết đại khái số tiền, em học sinh tròn xoe mắt:

- Trời ơi, làm đúng một buổi vậy mà tiền công mỗi đứa chưa uống được li nước mía thầy! Sao tệ vậy thầy?

Em cười nói tiếp:

- Nếu vậy bọn em trả cho thầy gấp đôi tiền đó, thầy cho về đá banh.

Tôi bảo tiền bạc không thành vấn đề, người ta chỉ cốt dạy cho mấy anh ý thức về lao động cùng giá trị của lao động các thứ. Em học sinh nói tiếp:

- Tức là giá trị rẻ bèo của lao động chứ gì thầy?

Phải công nhận chuyện lớn nhất chính quyền CM làm được lúc đó chính là việc công lập hóa tất cả trường tư thục ở đất Sài Gòn này, nó vượt quá sự suy luận thông thường, tiền ở đâu mà họ có thể trả lương cho từng ấy giáo viên cùng cán bộ quản lý rình rang... Tôi vẫn nhớ gương mặt đầy tự hào của ông Mười Tân, phó giám đốc sở Giáo dục thành phố, khi ông phát biểu trong một cuộc họp:

- Ta công lập hóa tất cả trường tư thục của ngụy quyền Sài Gòn các đồng chí, bản chất chế độ ta là không chấp nhận lợi nhuận trong giáo dục, có khó khăn đó nhưng ta sẽ vượt qua.

Lý tưởng thật, đáng nể lắm. Nhưng rồi tôi nghĩ bụng đây chẳng qua động tác phô trương thanh thế ngắn hạn, thế nào họ cũng phải có cách gì chớ làm sao chịu thấu gánh nặng ngân sách ngàn cân như thế. Quả nhiên chỉ một năm sau, họ bắt đầu "tổ chức lại" bằng cách bỏ hẳn một số trường cấp ba, số trường khác vẫn giữ lại nhưng chỉ có cấp 1, 2. Trường tôi tồn tại cho tới 1980 thì "giải thể" hẳn. Chuyện ít ai ngờ tới, từ đây về sau, và càng về sau càng nặng, đó là học sinh trường công bắt đầu đóng tiền. Tất nhiên họ dại gì gọi là học phí mà xào nấu chữ nghĩa để gọi tên các món tiền phải đóng bằng những thứ quỹ tự nguyện, có vẻ độc lập với chính quyền, nghe có vẻ chính đáng và nhẹ nhàng hết sức. Sáng tạo nhất là đưa hội phụ huynh mà họ gọi là hội cha mẹ học sinh ra làm bung xung để kiếm tiền chi cho các hoạt động. Bao nhiêu năm trời phải đi họp phụ huynh cho mấy đứa con, buồn nhất là gặp mấy thầy cô giáo viên chủ nhiệm dạy môn văn mà hầu như không nói đúng tiếng Việt hoặc nói một thứ tiếng Việt nghèo nàn thảm hại, thứ đến hình như chỉ gặp ông hội trưởng, bà hội trưởng phụ huynh lăng xăng pha chút nịnh nọt chuyên khuyến khích đóng tiền, chẳng khác... nối giáo cho giặc (chắc cũng vì lo cho sự học của con). Trong các món tiền phải đóng, tôi nhớ có thứ gọi là "kích cầu giáo dục", đóng khá nặng nhưng không hiểu quỹ đó dùng làm gì, nghe nói dường như để sửa hoặc xây thêm phòng học mới. Lạ thật, nếu vậy thì chuyện này dây dưa gì tới kích cầu giáo dục. Muốn chính danh việc thu tiền, chỉ cần chế thêm danh từ (một cách lem nhem, đại khái, tùy tiện) như vậy đó. Thế là chỉ đôi ba năm sau tuyên bố hồ hởi công lập hóa tất cả trường tư thục, các đồng chí "kế thừa" của ông Mười Tân vượt qua khó khăn bằng cách... tư thục hóa tất cả trường công lập! Những năm đầu còn nhẹ nhưng càng về sau họ càng trượt dài trong chuyện thu gom tiền bạc để... củng cố lợi nhuận. Đến nay thì sự nghiệp đó tiến tới hoàn hảo: Từ Mẫu giáo đến Đại học, tất cả chỉ công lập trên danh nghĩa, thực chất từ tờ giấy thi học kỳ đến quyển sổ liên lạc học sinh đều phải trả tiền! Họ ngồi không nên còn "động não" nghĩ ra nhiều cách làm tiền học sinh hết sức tài tình. Chẳng hạn mỗi dịp có thi cử các thứ, họ đều phát hành những tập tài liệu mỏng gọi là ôn thi, đại khái cho biết chương trình hạn chế, mỗi môn học đều có bài tập, bài làm mẫu... cho tất cả các cấp lớp, "trọng tâm" là các lớp cuối cấp. Những tập sách mỏng, giá lẻ không bao nhiêu nhưng nếu tính số cả triệu học sinh các cấp thì số tiền thu được khiến ta té ngửa kinh ngạc. Mà không phải chỉ mỗi kiểu thu thế này, còn khối cách kiếm lợi nhờ quyền lực và cách thức độc quyền trong lối tổ chức giáo dục nên từ năm này sang năm khác, quan chức to nhỏ trở nên giàu có dễ ợt. Những chuyện này có nhắc lại chẳng qua vì tính "lịch sử" của chúng chứ so với chuyện phát hành độc quyền sách giáo khoa cùng những tài liệu học tập vẽ vời sau này... như các loại vở bài tập in sẵn cho học sinh điền vào một lần rồi bỏ cực kỳ lãng phí thì chúng trở thành... chuyện nhỏ. Càng ngày thiên hạ càng chưng hửng ra bộ giáo dục là chỗ động não hơn mọi ngành trong kiếm tìm tiền bạc với nhiều mánh lới chính danh vô phương "phản biện". Sao xứ sở ta lắm trò mỉa mai cay đắng vậy hỡi trời xanh không bao giờ lên tiếng!

Vì liên tưởng lan man nên sau này, lúc dạy tại trường CĐSP, có lần tôi nghe một ông Thạc sĩ sử bảo Trần Trọng Kim là Việt gian, làm bù nhìn cho Nhật, tôi ngứa miệng hỏi ông có đọc hồi ký "Một cơn gió bụi" của cụ chưa, ông thạc sĩ bảo chưa, tôi nói với ông rằng bán nước hay không là chuyện phức tạp của lịch sử, tôi chỉ thấy cụ Trần lúc ra làm thủ tướng thì đang ở nhà thuê, ôm theo mỗi cái va-li mây, lúc thôi làm, lại tiếp tục ở nhà thuê và cũng chỉ ôm về cái va-li mây. Nay, một quan chức nhỏ ngành GD hoặc, chẳng hạn, hiệu trưởng trường tiểu học thôi... chỉ ít năm là mua được nhà, có người làm văn thư ở phường cũng kiếm được miếng đất bạc tỉ (tất nhiên không phải ai cũng được thế nhưng phải nói khá nhiều người... trúng mối như thế), mấy anh nói cụ Trần là bù nhìn bán nước này nọ, nghe bất nhẫn quá, e mang tội chết.

Năm 1978, tôi được huy động tham gia chiến dịch đánh tư sản đợt hai. Công tác có tính chất "đại trà", thiếu cán bộ nên phải huy động đến loại cóc ké như tôi. Tôi gặp hầu hết mấy anh chị hiệu phó các trường PT, có người ngày trước là sinh viên phong trào đô thị tôi có biết mặt hoặc nghe tên. Chúng tôi được "tập huấn" mấy ngày trước khi chia tổ ba người bất ngờ thâm nhập tư gia các hộ gọi là tư sản mại bản. Người tổ trưởng của tôi là một cán bộ đoàn trẻ thuộc loại bảo hoàng hơn vua, lúc nào cũng như muốn chứng tỏ trung kiên, lăn lộn không mỏi mệt trên chiến trường đánh tư sản, anh tra vấn để khảo của chủ nhà anh phụ trách như công an hỏi tội. Anh còn theo dõi sát sao, làm như muốn chỉ đạo chúng tôi áp dụng biện pháp mạnh cho hữu hiệu. Mấy tổ kia không có chuyện này, đây là sáng kiến của riêng anh ta phát huy trong lúc làm tổ trưởng ba người, chúng tôi im lặng chịu đựng. Tôi nghĩ bụng anh chàng này mà làm lớn thì chết cha thiên hạ chớ chẳng chơi, đời thêm khổ vì khối người hám quyền quá đáng như anh ta. Lối nói theo kiểu cán bộ đoàn của anh tôi không biết tả làm sao, chỉ nghe mà ngán ngẩm. Không ngờ anh ta học cách phát biểu y chang lãnh đạo, nhuần nhuyễn không chỗ chê. Sau này tôi nghe phong phanh anh báo cáo rất xấu về tôi tại trường tôi đang công tác. Thật ra, không cần phải thông minh gì, ngay kẻ tối dạ chậm lụt mà nhìn thấy bản mặt chảy dài u ám của tôi trong đợt công tác đó cũng không thể báo cáo tốt gì về tôi được. Đây là chuyện đúng duy nhất anh làm được. Tôi không thể trách gì anh ta. Có điều ngạc nhiên (nhưng xem ra vô cùng lô gích) là chỉ vài tháng sau đợt công tác trở về, tôi nghe tin tay cán bộ đoàn trung kiên đó vượt biên trót lọt một cách ngoạn mục. Ngạc nhiên vì anh ta chuẩn bị quá chừng chu đáo và khổ công, thủ một vai diễn toàn vẹn trong vở kịch tự soạn kịch bản, không chút sai sót trong thời gian lâu dài, chỉ tệ ở chỗ anh ta sẵn sàng dẫm đạp những kẻ vô can một cách tàn nhẫn và không cần thiết. Phải công nhận anh ta khôn khéo quá mức, buồn một nỗi, nói như ông Nguyễn Gia Kiểng, một dân tộc nhiều người khôn (kiểu đó) là một dân tộc đần độn. Nhiều năm sau, tôi muốn xóa nhòa gương mặt này trong ký ức sơ sài của mình để còn tin "nhân chi sơ tính bổn thiện" mà vẫn thất bại. Thế mới tệ.

Tôi vào ở chung với một gia đình người Hoa gần chợ Kim Biên. Ông chồng Tàu rặt, bà vợ Việt, người Rạch giá. (Lúc xong công tác trở về trường, bà đãi tôi một bữa cơm canh chua nấu theo kiểu Rạch giá, món ăn quen

của những ngày dạy học vui vầy một thuở, tôi nhớ bữa
ăn đó tới giờ). Tôi ngạc nhiên thấy họ không có gì gọi là
giàu, chuyên bán vỏ ruột và phụ tùng xe gắn máy, chủ
yếu là bộ phận đánh lửa (vice platiné). Hàng hóa lúc
này chẳng còn gì nhiều nhưng họ có bổn phận điền vào
một bản kê khai in sẵn rất chi tiết của nổi, của chìm họ
đang có. Theo chủ hộ, ông không phải nhà nhập cảng
mà chỉ là phân phối hàng cho một đại công ty, gần như
vốn rất ít, bán hàng tới đâu thì trả tiền cho công ty tới
đó, hết thì họ lại bỏ hàng mới, thậm chí số phần trăm
lời của cửa hàng cũng do công ty định đoạt, do vậy ai
đó xếp loại tư sản mại bản cho họ là oan. Tôi có nói
mình chỉ đến đây theo lệnh, làm những việc theo lệnh
như giao nhận bản kê khai, ở lại đây để xem xét thực tế
rồi báo cáo lại, không biết gì chuyện xếp loại tư sản này
nọ... Nghe vậy họ còn nhờ tôi trình với cấp trên đừng
bắt họ đi kinh tế mới, họ không có tội tình gì, không bóc
lột ai, chỉ có căn phố trệt một lầu là mồ hôi nước mắt
cha mẹ để lại cho con cháu. Tất nhiên tôi không cho biết
đã được lưu ý là phải tra gạn, kể cả hăm dọa khéo léo
để họ khai ra của chìm, chủ yếu là vàng (tức kim loại
màu vàng, theo cách ghi trong biên bản). Có người thắc
mắc vì sao ghi như vậy thì được trả lời rằng chưa xác
minh nên không thể biết vàng thật hay giả nên không
thể nói chính xác là vàng mà chỉ có thể nói kim loại
màu vàng. Láu cá chưa! Ngạc nhiên thứ nhất là nếu

người ta cấu kết với nhau đổi vàng thật ra kim loại màu vàng thì sao? Ai biết? Ngạc nhiên nữa là khi nộp biên bản kiểm kê, chúng tôi phải nộp hết, không được giữ lại phó bản nào, như vậy, biên bản đó có giá trị gì đâu, muốn làm bao nhiêu biên bản theo nội dung nào chẳng được? Tôi chán nản nghĩ tới trăm điều khuất tất, càng không muốn làm hại gì cho chủ nhà. Tôi ngượng, chưa một lần mở miệng cóc nói với chủ gia về vàng bạc các thứ. Tôi thấy rõ nếu có cũng chỉ là mồ hôi nước mắt của người ta, mình chẳng lấy quyền gì chính đáng hỏi tới mà tâm vẫn an lành được!

Suốt đợt công tác, hằng tuần chúng tôi tập trung tại hội trường một buổi để nghe báo cáo tình hình, chủ yếu là các tổ được kể là xuất sắc lên báo công, đồng thời rút ra những kinh nghiệm để các tổ khác học tập. Trong những lần đó, "ấn tượng" nhất là báo cáo của một tay cán bộ gốc ngành giáo dục. Ông ta hào hứng tường thuật gần như chi tiết quá trình "đấu tranh" tại một hộ người Hoa bề ngoài không có vẻ gì giàu (theo ông chỉ là ngụy trang). Ông đã kiên trì áp dụng những biện pháp "nghiệp vụ" riêng ông nghĩ ra, (tôi thấy đầy mùi bạo lực, chẳng có gì khéo léo nhẹ nhàng như ông tự nhận, mà cũng đúng, nhẹ nhàng thì làm sao khảo được vàng). Cuối cùng thì bà già Tàu phải xì ra nộp cho ông 10 lượng vàng hay nhiều hơn, tôi không nhớ chắc. Ông này có lối phát biểu đúng kiểu cán bộ chỉ đạo thường thấy lúc đó. Ông hay nhấn giọng những từ ông cho là quan trọng, thường khi nói hết câu rồi thì hạ thấp giọng để lặp lại từ hoặc nhóm từ quan trọng đó lần nữa. Chẳng hạn như: "Cái này rất cơ bản các đồng chí", ông hạ giọng lặp lại: "Rất cơ bản". Kiểu này cũng là cách ăn gian thì giờ để chuẩn bị nói câu kế tiếp. Ngồi ở hội trường nóng bức nghe hoài những điệp khúc như vậy, cộng thêm đói bụng, thời điểm đó cứ triền miên đói bụng, lại càng sốt ruột tợn. Sau đợt công tác, ai về ngành nấy, ông cán bộ trung kiên, tấm gương sáng trong công tác cũng như chấp hành tốt mọi chủ trương chính sách lọt vào mắt xanh của tổ chức nên sau này trở thành quan chức trọng yếu của ngành giáo dục thành phố. Với thành tích "ấn tượng" của mình, tôi nghĩ ông công tác bất cứ ngành nào miễn không phải giáo dục thì thích hợp với khả năng ông hơn.

Ở lại trong nhà cả tháng nên tôi và ông chủ bắt đầu thông cảm, thân tình, nhất là nói chuyện với ông rất thú, không hiểu học lúc nào mà ông sành tiếng Việt, đọc được cả thơ tiếng Việt nữa chứ. Tôi phạm nội qui là đi uống café với ông, (chuyện này không qua mặt được tay tổ trưởng tổ tam tam mặc dù y nằm tại một hộ cách tôi mấy căn), ông là thổ địa nên biết chỗ café thật, tất cả café vỉa hè lúc đó đều giả, ông cũng lấy làm lạ mọi thứ vật chất đều trở nên hiếm một cách vô lý không hiểu được, do vậy người ta tìm cách làm giả để đáp ứng nhu cầu. Người Tàu tập cho dân Sài gòn uống hạt bắp rang với vài thứ hạt khác cùng một ít café, riết rồi họ quen, khi được uống café pure, họ sẽ chê cho mà coi. Gia đình này sống gần như đạm bạc. Bữa ăn ngon nhất của họ tôi chỉ thấy vài lần là một tô thịt heo quay đặt giữa bàn, đĩa dưa cải chua, tô canh móng heo nấu với đậu phộng lột vỏ. Bàn thờ Phật, thờ tổ tiên đặt trên gác, nhỏ xíu và bày biện đơn giản, sơ sài, họ cũng ít cúng vái lâu lắc, rình rang, thấy chỉ xá xá rồi cắm nhang. Tôi không khỏi so sánh với bàn thờ gia tiên đồ sộ, rực rỡ đèn đóm, nhan nhản hình ảnh ông bà chú bác và tượng thờ lớn nhỏ của gia đình ông bạn Bắc kỳ di cư của tôi. Cách thờ cúng của người Việt chắc cũng bắt chước người Tàu nhưng không hiểu sao chính họ lại có vẻ qua loa, đơn giản trong khi người Việt câu nệ, rườm rà hơn hẳn. Chắc vì mặc cảm bắt chước nên khắt khe và cố làm cho trang trọng hơn chăng? Cũng như đạo Khổng, đạo Mac xit, không một chút hơi hám gì liên quan đến mình nhưng người Việt cũng thực hành nghiêm túc và "kiên định" dai dẳng hơn hẳn thiên hạ! Ông Tàu này là người buôn bán mà có học như đã nói, nhưng có lần tôi viết mấy câu chữ Nôm truyện Kiều đưa ông, ông chịu thua, không đọc được. Tôi hỏi ông có người Hoa học thức nào biết chữ Nôm không, ông bảo rằng theo ông, chắc là không, vì người Hoa thường rất tự cao, không coi trọng chữ nghĩa, văn chương các lân bang nhỏ hơn mình nên ít khi để ý tìm hiểu nghiên cứu. Có thể ông nói thật lòng nhưng tôi không khó nhận ra cái vẻ Đại Hán trong tâm lý ông ta. Tôi cũng nói với ông chuyện dịch thơ Đường ra tiếng Việt, ý kiến ông "cực đoan" cách không ngờ. Ông nói rằng chuyện rất khó, không bao giờ dịch được cái hồn của bài thơ ra tiếng Việt, may ra dịch được ý nghĩa thôi, mà cũng ít khi vẹn toàn vì bị hiểu lầm. Dịch mất công mà không chuyển được cái hay cho người khác thì dịch làm gì cho mệt. Muốn thì bỏ công học chữ Tàu cho giỏi để thưởng thức thi ca đó chớ khó có con đường tắt nhanh gọn nào khác. Có lẽ ông không đúng trong trường hợp thơ Đường với ngôn ngữ Việt. Con trai lớn của ông năm 1975 đang học cao trung, kẹt lại ở Đài bắc, gia đình không thể gởi tiền từ ngày nọ, nay nghe nói tìm cách đi làm thêm để có thể tiếp tục học đại học. Cũng năm biến động đó, cô con gái kế đang học sơ trung ở Chợ lớn, chương trình trung học của người Hoa bị bãi bỏ, cô phải theo chương trình cấp 3 tiếng Việt. Lúc đầu gặp khó nhưng rồi từ từ cũng vượt qua, sắp sửa thi tốt nghiệp. Cô không hay nói, đi học về là lên lầu vào phòng, nghe nói tôi dạy học, cô cũng chào hỏi tôi bằng thầy. Một lần hiếm hoi cô nói với tôi:

- Xin thầy nói với chính quyền địa phương giùm đừng bắt bọn em đi kinh tế mới, mấy người bà con đi rồi nói khổ lắm, chỉ có bịnh mà chết thôi!

Lẽ thường cô phải hỏi tôi chuyện văn chương chữ nghĩa, nay cô chỉ nói chuyện sống chết nhãn tiền, nghe không khỏi mủi lòng. Tôi thành thật nói với cô rằng không ai nói với ai được gì, nhất là hạng bét bẹt như tôi, mọi sự được quyết định ở đâu đâu, có điều cứ hy vọng, gia đình cô rõ ra không phải tư sản mại bản, chắc cũng không đến nỗi nào. Nói vậy chứ tôi cũng linh cảm một cái gì chẳng lành rình rập đâu đây. Căn nhà của họ ở vị trí quá thuận lợi cho việc buôn bán, e là đích nhắm của những người thế lực. Tôi chưa nói cô là một thiếu nữ Hoa lai Việt đẹp nhất tôi từng thấy. Mày không xếch như phần nhiều thiếu nữ người Hoa khác, mắt nhung đen mở to giống mẹ, dáng gầy, cao dong dỏng nhưng cân đối như cha cô, đi đứng khoan thai, nói năng nhỏ nhẹ lại kiệm lời. Tôi có nói nhỏ với ông chủ nhà dù có gì xảy ra cũng tìm cách ở lại thành phố quơ quào sống đỡ qua ngày hay về quê bà ở Rạch Giá. Nói hờ hững cho có chứ tôi biết gì hoàn cảnh của bà đâu mà khuyên với nhủ... Tôi tự nhiên thương cảm cho đóa hoa hương sắc trong giá trắng ngần rồi ra sẽ tan tát dập vùi trong phong ba của "lịch sử lên cơn dữ bất thường". Tôi không quên những đêm khuya bỏ nhiệm sở trốn về ngủ nhà, đạp xe một mình qua những con phố hoang tàn đèn mờ hiu hắt vùng Chợ Lớn, phố xá tấp nập ngày trước nay vắng hẳn bóng người, không buôn chẳng bán, lặng chìm quạnh quẽ như cảnh trong phim Dernier rivage. Gió thốc trên hàng cây dầu, thổi tung bụi cát tấp vào hẻm tối, mấy con chó đói lang thang quanh quẩn bới tìm vỏ tôm ruột cá trong thùng rác. Tô Thùy Yên dù gì cũng nhận ra được "vinh dự lầm than của kiếp người". Riêng tôi thấy phận mình cũng chẳng khác nào thứ chó đói lang thang.

13

Trong những năm vừa đói cơm rách áo vừa bị khinh miệt tận mạng của đám giáo viên thì, nói ngay, vẫn có thành phần nhỏ dạy toán lý hóa tạm kiếm tiền đủ sống. Lúc đầu chỉ nhắm đủ sống, kế đến các kỳ thi đại học bắt đầu khó khăn thì bọn họ khá hẳn nhờ mở lớp dạy thêm. Thi đại học ở Việt Nam quái lạ, ngành nào cũng phải thi toán lý hóa, không toán thì ít nhất cũng lý hoặc hóa; học sinh kém mấy môn này kể như không có cơ hội nào học tiếp và chỉ còn cách đi lao động "phổ thông" sau cấp 3. Tội nghiệp mấy em có năng khiếu văn chương và sinh ngữ, họ không có cửa nào cả. Sinh ngữ và Việt văn, những thập niên đầu sau 75 chẳng để làm gì, coi như học cho có. Chính sách giáo dục này không phải không để lại hậu quả tàn tệ. Tiếng Việt mỗi ngày dần mất đi tính chất đặc trưng trong diễn đạt, ngôn ngữ tinh tế hàng ngàn năm của tổ tiên qua ca dao, thơ phú bị bỏ lơ. Ca dao tục ngữ chỉ chọn trích học những gì có nội dung chống phong kiến thực dân, mảng này ít quá, kiếm đỏ mắt thật sự chỉ đôi câu... bà con xa xa tới chuyện chống thực dân phong kiến, cũng không sao, đã có đám thợ thơ - versificateur - bịa đặt thêm cho đủ một cách ngô nghê, kỳ cục, học xong quên ngay vì chẳng thấy hay chỗ nào như lời thầy giảng. Văn học viết thì chỉ khai thác văn học hiên thực, giáo viên chỉ rành phần này, nói không quá, hầu như họ ít biết cái gì là văn chương ngoài văn học hiện thực phê phán, hiện thực XHCN. Cũng có trích giảng truyện Kiều nhưng không phải những đoạn hay nhất về văn chương. Đoạn kém nhất là đoạn Kiều trả thù Ưng Khuyển thì được giảng là đỉnh cao nghệ thuật truyện Kiều. Tôi nghe anh bạn Lê Ng Đại kể một lần đi tập huấn về chuyên môn, bà cán bộ chỉ đạo truyền đọc tài liệu giảng dạy, có câu "văn dĩ tải đạo", chắc do lỗi đánh máy, bà đọc thành "văn mỹ tải đạo" với bản mặt đầy tự tin. Mọi người đang buồn ngủ nhưng tỉnh ra hẳn, dòm nhau ngỡ ngàng. Lê V Bảy thì kể một lần nghe GS THT công kích thơ Nguyễn Bắc Sơn, ông bảo thơ đó phản động, tả một thế hệ thanh niên lính đánh thuê mà như những anh hùng; nhất là mấy câu:

Mai ta đụng trận ta còn sống,
về ghé Sông Mao phá phách chơi,
chia sớt nỗi sầu cùng gái điếm,

đốt tiền mua vội một ngày vui.
và
Lũ chúng ta sống một đời vô vị,
nên chọn rừng sâu núi cả đánh nhau,
chọn trời đêm làm nơi đốt hoả châu,
những cột khói giả rồng thiêng uốn khúc,
mượn bom đạn chơi trò chơi pháo tết,
và máu xương làm phân bón rừng hoang".
Ông đặc biệt chỉ trích câu:
Lao mình vào cuộc phân tranh,
tiếc thương xương máu sinh thành được sao?"

Ông còn cao hứng nói đầy tự tin:
Khi tao đi lấy khẩu phần,
mày đi mua rượu đế Nùng cho tao,

- Đế Nùng là đế gì, Đế nồng chứ.

Giờ giải lao, một anh bạn bực quá đến giải thích với ông đế Nùng là đế của người Nùng, ở Phan Thiết có xóm người Nùng từ miền Bắc di cư nấu rượu đế rất ngon. Ông nói như không: Thế à, rồi thôi. Giờ giảng tiếp ông không nói gì chuyện đế nồng đế Nùng nữa. Cây đa cây đề còn sờn sát vậy, trách gì bà cán bộ chỉ đạo mù tịt vô danh kia.

Tiếng Việt từ xưa, không ai nói " Anh đến từ đâu?" mà phải: "Anh từ đâu đến?" thế mà bỗng dưng, gần đây thôi, kiểu câu sau biến mất. Có người bảo sao cũng được, miễn hiểu thì thôi. Nói thế thì nói làm gì, ngôn ngữ đâu chỉ có mỗi chức năng hiểu. English-by-hand khách du lịch cũng "hiểu" mà. Tôi nghĩ tiếng ta, do hậu quả tất yếu của cách giảng dạy, cách vận hành của các cơ quan truyền thông, ngày càng lạm dụng chữ Hán, bất chấp ngữ pháp, câu cú ngây ngô, diễn ý dài dòng, cầu kỳ (thay vì nói anh ta chạy không kịp thì lại bảo tốc độ chạy của anh ta là chưa đủ, số tiếng tăng gần gấp đôi, chỉ ma quỉ biết được nói thế thì trong sáng, hay ho chỗ nào. Xin vui lòng chịu khó nghe các biên tập viên bình luận các môn thể thao trên TV sẽ thấy tiếng Việt dài dòng lủng củng tới đâu). Ngó cái trái biết gốc cây. Trồng khế thì hái khế, sao đòi hái cam được. Hình như Lâm Ngữ Đường từng nói vậy khi bàn về văn hóa, giáo dục. Có người nói một phần rồi là do toàn cầu hóa, ảnh hưởng tiếng Anh. Được vậy cũng mừng vì người Việt nay rất giỏi tiếng Anh. Nhưng không chắc. Có thứ tiếng Anh nào nói kiểu như: "Hôm qua, đã diễn ra... ". Mà tôi cũng chưa thấy một lần các chính khách, kể cả chính khách ngành ngoại giao, nói một câu tiếng Anh trước ống kính truyền hình hoặc trước công chúng. (Trong khi Campuchia lại có!). Lúc nào cũng thấy người thông dịch ngồi thập thò phía sau lưng ông lớn, rất "đặc trưng Việt Nam". Chuyện hài hước là ông MC khét tiếng chuyên môn nói ra rả hằng đêm kiểu câu tiếng Anh: "Chị Mẹt đến từ Thái Bình, anh Lèo đến từ Nghệ An... " lại thất thanh kêu cứu khi phải đụng tới tiếng Anh trong một lần đại hội phim ảnh gì đó. Vậy mà bảo chịu ảnh hưởng Anh ngữ, sao không đáng ngờ được. Thì trăm năm bị Pháp đô hộ, họ vẫn dạy ta "il revient de la promenade" nhưng có người Việt nào suốt trăm năm đó dịch ra "hắn trở về từ cuộc đi dạo" đâu mà phải là "Hắn đi dạo về" chứ.

Thời điểm bạn bè bên cánh toán lý hóa sống khoẻ nhờ nghề của họ, (bọn cũ gọi là hành nghề, tiếng Việt "hiện đại" gọi là tác nghiệp, hắn lành nghề không Tàu bằng tác nghiệp nên bị loại), thì bọn thầy giáo văn sử địa vẫn triền miên tơi tả. Tôi có lẽ không đến nỗi ngu lắm nếu ngay từ năm lớp 10 không chọn ban văn chương C mà cứ học ban B hoặc A, nay đã khỏi dạy giảng văn láo toét có vẻ gian mà vẫn đói. Tôi tự nhiên đâm giận chính mình không dạy được mấy môn khoa học, vừa kiếm được gạo lại vừa vô can với dối trá tràn lan, lại có dịp cười mấy tay đồng nghiệp lưu dụng dạy văn say mê như thiệt. Chuyện tào lao khó tin nhưng sự thật, đời tôi chuyển theo hướng văn chương chữ nghĩa tầm phào ngay từ năm lớp 6 lớp 7 chỉ vì bị nhập tâm một cách tự nhiên mấy khổ thơ, mấy đoạn văn xuôi trong sách giáo khoa ngày trước thầy cho học. Nhiều lắm nhưng xin chỉ trích thí dụ đoạn này:

Nắng mới.

Sinh tới vén rèm mở tung cửa sổ, ánh sáng ùa tràn vào thành luồng lớn khiến chàng ngợp trong sóng vàng chói lọi.

Màu nắng vàng tươi, không nồng lắm và trong như lọc. Da trời xanh lơ lơ, thứ màu xanh e lệ của một thời tiết muốn đẹp nhưng còn ngập ngừng. Những mái tranh, những khóm lá, cho tới những nếp núi lượn ngoài xa tít đều hiện ra với những hình sắc rõ rệt.

Những thanh âm rộn rã bay lên thinh không. Tiếng người nói, tiếng trẻ em nô đùa đâu ở phía chùa làng Sinh nghe lạ tai. Tiếng kêu khô khan của một thân cây nào nứt nẻ không biết vì căng nhựa xuân hay vì phơi nắng mới. Tiếng guốc đập lộp cộp ròn rã trong ngõ hẻm khô ráo, tiếng răng cào lê trên sân thóc nghe rào rạo.

Sinh hé miệng cười. Chàng vừa nghe tiếng chim hót, một tiếng chim quen. Cứ mỗi mùa xuân trước, lang thang dưới những lùm cây, chàng thường lắng nghe tiếng ca của giống chim ri, giọng trong và nhọn hoắt, điệu kỳ quặc: lúc đầu ba tiếng dài lơi nhịp rồi sau bỗng tiếng hót đổ hồi.

Chàng yêu chúng lắm, gần như ta yêu bạn đồng tâm, bởi mỗi khi xuân về, chúng lại trở lại ca mừng để hợp điệu với niềm vui sướng của lòng chàng.

BÙI HIỂN-NĂM VẠ

Đoạn văn thể hiện một thứ tiếng Việt trong sáng và tinh tế hiếm thấy. Tôi chỉ cho đám học trò nhỏ tác giả rất kiệm lời, chữ nghĩa cô đọng, chọn lọc, không hề một lần phải dùng thì, mà, là, cái, có... Những cảm giác về thị quan và thính quan được phân tích hết sức chính xác và tế nhị, phép so sánh và nhân hoá được vận dụng tài tình. (ba lần phân tích màu nắng, ba lần phân tích màu trời chỉ trong hai câu văn ngắn). Từ ngữ giản dị mà gợi tả, từ láy âm tượng thanh thích nghi, câu văn đầy nhạc điệu êm xuôi như reo vang một niềm xuân phơi phới. Đọc đoạn này không cách gì khỏi liên tưởng tới làng quê tôi xinh đẹp thanh bình ngày cũ, những buổi sáng nắng xuân rạng rỡ, êm đềm trên ngàn hoa lá, chim chóc ríu rít sau vườn. Cũng tự nhiên nhớ đến trường đoạn tả mùa xuân trong tấu khúc Bốn mùa của Vivaldi, nhất là chỗ tả tiếng chim trong văn và trong nhạc, có cái gì trùng hợp như hai kẻ tri âm cùng cảm nhận vẻ đẹp thiên nhiên, trộm nghĩ ngôn ngữ Việt Nam đâu kém gì âm nhạc của Vivaldi! (Tiện đây xin tỏ lòng biết ơn người bạn hiền gửi cho đĩa nhạc toàn bộ flute của Vivaldi, nghe xong, quả thấy đời đáng sống hơn và nghĩ điên điên, ngoài... mì Quảng tôm cua với chút nước lèo cô đặc thì thứ âm nhạc này chính là loại thực phẩm trần gian mình phước đức may mắn được hưởng, đâm ra bắt đầu... sợ chết không được ăn mì và nghe flute tây phương nữa!).

Ở đây tôi chỉ nói tâm hồn mình đã được nuôi dưỡng thế nào, mỹ cảm đã được rèn luyện ra sao, đã được hấp thụ thứ văn hóa theo kiểu giáo dục không thực dụng mà thiên về cái đẹp nào chứ cũng biết nay không ai viết văn xuôi như truyện ngắn Bùi Hiển hay Xuân Diệu trong Phấn Thông Vàng hoặc Trường Ca nữa. Ai để tâm cũng có thể nhận ra câu văn Việt ngữ thời Tự Lực Văn Đoàn khác xa thời Phạm Quỳnh, Nguyễn Văn Vĩnh ra sao, rồi thì câu văn xuôi của Thanh Tâm Tuyền ở miền Nam tân kỳ hơn thời Tự Lực xa lắc mấy lần. Nhất định tôi phải tìm cách trở lại chuyện này, nói lên lòng biết ơn nhà văn quá cố Thanh Tâm Tuyền một lần về công trạng to lớn của ông đối với câu văn xuôi tiếng Việt. Tôi cũng xin vô phép mà thưa rằng cụ Nguyễn Hiến Lê và cả cụ Võ Phiến đã có phần sơ sót không đánh giá đủ văn xuôi đặc sắc của tác giả này và có vẻ không công bình lắm khi nói tới thơ ông. Có thật giá trị không, cái gọi là văn chương hiện nay trên net, đó chẳng qua chỉ là những câu chuyện ngắn ngắn có ý nghĩa xã hội hay tình cảm gì đó. Thời buổi nó vậy thì ta chấp nhận vậy chứ chả thấy chút gì hào hứng về chữ nghĩa văn chương. Nghe lời lẽ trong các bài hát hiện nay của đám trẻ, ai không kinh hoàng cho cái thứ văn hóa tạo ra các lời ca đó quả là kẻ phi thường hoặc là người đã đạt tới bậc tu hành chánh quả, bịt tai nhắm mắt trước chuyện ngôn từ quái dị, khùng điên.

Một người bạn ở Na Uy viết cho tôi có ý khen mấy dòng ký ức đơn sơ này, tôi thưa với anh rằng tôi chẳng phải nhà văn nhà báo gì, chẳng là thời gian dạy học dài, nhận ra lắm điều ngang trái, tìm cách nói lên cho nhẹ lòng, nhắm tới đám bạn bè cùng học chung là chính. Tôi sống vất vưởng cuộc đời hèn mọn, thường ngày thấy sự bạo hành đâm sợ sệt triền miên, tâm tình hiếm khi tịnh ổn. Ngoài nhóm bạn bè cùng học chỉ loe hoe năm bảy mống, tôi e dè nhút nhát chẳng dám giao du. Không đáng sợ sao ta như sống những tháng ngày không luật pháp trong một xã hội tận cùng sa đoạ, cả thiên hạ chạy theo tiền, xây dựng cơ ngơi trên dối gạt và ngang ngược, chẳng biết vì đâu nên nỗi. Cũng chẳng hiểu vì đâu ngôi trường từng dạy mấy mươi năm đến quen từng gốc cây, viên gạch, lúc giã biệt sao chẳng một niềm lưu luyến nhỏ, bao năm rồi chưa một lần trở lại, cả những gương mặt người cũng lệ làng tan nhòe trong tâm tưởng, cớ gì đôi khi còn thấy nhẹ nhõm như cất được gánh nặng từng đeo đẳng dài lâu. Chẳng bù bè bạn tôi, những người bạn học bình thường, có khi tầm thường dưới mắt thiên hạ vì mọi người đâu biết họ là ai, nhưng không có họ trong những tháng năm dữ dội đó, hẳn tôi sẽ không biết sống làm sao. Khi Ng Th Cường cùng gia đình được bảo lãnh trèo lên máy bay qua Mỹ, tôi và Lâm H Tài như chết rồi. Tên Cường là người vẽ đẹp và kể chuyện hay (nhất thế giới!), có điều đáng tiếc là hắn làm biếng vẽ nhưng được cái phát huy món kể chuyện, toàn những chuyện thời thế trên báo chí mà chỉ riêng hắn mới nhận ra được khía cạnh khôi hài xạo láo, đôi khi chúng tôi ngớ người ra như được khai tâm. (Tôi khoái câu thơ của Thận Nhiên: "Đọc báo Công an để mở mang trí tuệ", sao ông không bổ sung: "Đọc báo Nhân dân để nâng cao kiến thức" cho đủ bộ). Quả thật đời mất vui khi không còn được nghe chuyện của Cường nữa. Hắn đi học tập cải tạo cũng khác người. Sau 75 quân nhân miền Nam đều vào trại cải tạo, kể cả thành phần giáo sư trung học học xong lớp sĩ quan trừ bị Thủ Đức được "biệt phái" về bộ giáo dục. Ngạc nhiên là những người dạy các trường thuộc địa phận tỉnh Long An thì chỉ phải học chính trị một tuần chung với hạ sĩ quan. (Nghe đâu tỉnh Khánh Hòa cũng như vậy, không biết thực hư) Được đâu một vài tháng gì đó thì dường như sáng kiến nhân đạo chơi trội của chính quyền tỉnh Long An bị khiển trách thế nào mà để bù lại, họ tiến hành cuộc bắt bớ còng tay dữ dằn bọn biệt phái ngay lúc đang dạy học tại trường. Một buổi chiều công an đến đọc quyết định rồi còng tay cả lũ dẫn đi. Cường dạy tại một trường cấp 2, 3 vùng quê Đức Hòa, hàng rào kẽm gai quanh trường bị phá mất, trong giờ dạy tiếng Anh, trẻ chăn trâu đứng bên cửa sổ lớp cầm roi chỉ chỉ ông thầy như đe dọa trong khi đứa học sinh nhỏ xóm Bắc kỳ di cư nói ngọng, chỉ biết mỗi câu trả lời "Lô, ít lót" (No, it is not), hắn bực quá quầm rằm:

- Tiên sư chúng mày, hỏi gì cũng lô ít i lót, trong thì thù ngoài thì giặc!

Trại cải tạo lúc hắn vào vẫn do một đơn vị bộ đội quản lý, thời gian sau, giao lại công an. Vì hồ sơ lộn xộn sao đó, họ tiến hành "rà soát" lại, họ hỏi cung từng người để lập lại hồ sơ. Cường ngồi nghe đối đáp giữa viên công an và tay giáo viên dạy Việt văn có hỗn danh Dũng điên:

- Lúc tiến hành bắt anh, người ta tuyên bố anh bị bắt vì tội gì?

- Dạ, tôi không nhớ chắc, hình như tôi nghe họ nói cản bánh xe lịch sử gì đó. Thưa cán bộ, tôi không có cản gì bánh xe lịch sử, tôi toàn… né thôi.

Viên công an nghiêm mặt, ghi ghi chép chép gì đó. Lúc trở về trại, Cường nói với Dũng điên:

- Mày… điên vừa vừa thôi chứ, dù có thật thế mà kiểu nói của mày như chọc cười, nó nhốt mút mùa nghe con.

Dũng bảo tao tính nói bánh xe lịch sử chạy xà niếng cọ quẹt lung tung, chạy tới đâu, tao né tới đó, tao xuống ruộng đứng nhường đường cho nó chạy chứ cản sao được, không biết nó ghi cụ thể tao bị bắt vì tội gì nữa, kinh quá. Tới phiên mình, Cường cũng bị hỏi câu nọ. Cường nói:

- Lúc bắt tôi, họ đọc cái gì đó tôi không còn nhớ nguyên văn, nghe như có tiếng phản động...

Viên cán bộ cướp lời:

- Vậy là anh mắc tội phản động rồi, liền lăm le cầm bút ghi tội danh phản động. Cường hoảng hốt đưa tay ngăn:

- Đó là họ nói theo lý thuyết gì đó chứ tôi chỉ dạy tiếng Anh theo phân công, làm gì mà phản động, xin cán bộ đừng ghi tội đó.

Đêm trở về trại Cường lo sợ mất ngủ, nói với Dũng điên:

- Mày cản bánh xe lịch sử còn nhẹ tội hơn tao phản động. Ma quỷ xui khiến tao cũng... điên như mày hay sao mớm cho nó tiếng phản động, khốn nạn thật!

Cường còn kể câu chuyện Nam triều mà hắn cam đoan là thật 100%. Tài liệu học chính trị có nhắc tới chuyện Ngô Đình Diệm làm quan ở Nam triều, có người cắc cớ hỏi "báo cáo viên" rằng làm quan ở Nam triều là ở đâu, ông này là người Bắc bị hơi ngọng, trả lời trôi chảy ngon ơ:

- Nam chiều tức nà Nam Chiều Tiên mà bọn Ngụy gọi nà Nam Hàn, tức nà... Đài Noan đấy.

Lâm H Tài thì kể lúc vào trại, đám trại viên được lệnh đập phá các nhà vệ sinh bàn cầu nắp đậy bằng nước mà đi đào hố để "giải quyết" chuyện ỉa đái. Y lầm bầm:

- Chết mẹ rồi, mất cả trăm năm cải tiến từ hố xí mới lên được nhà cầu, nay lại phải đập phá để ngược về hố xí, cũng như mất ngàn năm máu me cách mạng các thứ mới tới tam quyền phân lập, nay lại dồn lại một đống cho tiện bề cai trị! Thua!"

14

Một trong những chuyện chúng tôi hay đem ra "thảo luận" tại café vỉa hè bên gốc cây (bọn tôi nói giỡn lúc này ngồi bất cứ chỗ nào dưới bóng cây Sài Gòn, kêu cho ly đen là có người bưng tới ngay) là cái cách diễn ý, cách nói tiếng Việt của viên chức, cán bộ chính quyền mới, hay dở không bàn, chỉ thấy nó nhất quán một kiểu vô cùng đặc biệt, nghe riết quen tai nhưng ai đó cố tình lặp lại là gây cười ngay. Lại nữa, chúng tôi khó quen với kiểu lý luận, cách đặt vấn đề đầy thâm ý và hết sức độc đoán. Luôn luôn trong bất cứ tài liệu học tập gì, câu hỏi căn bản nhất vẫn là "Tại sao nói...?". Chẳng hạn "Tại sao nói giai cấp công nhân nước ta có vai trò quyết định trong thắng lợi của hai cuộc kháng chiến chống thực dân đế quốc vừa qua?". Cách đặt câu hỏi vậy mặc nhiên khiến người ta phải thừa nhận giai cấp công nhân ở Việt Nam trong thế kỷ trước là một lực lượng có thật, đông đảo, lớn mạnh nhất, không cần bàn cãi, trong khi thực tế, thành công của hai trận chiến lớn đó là do nông dân đóng vai trò quyết định chứ công nhân chỉ loe hoe đám thợ cạo mủ cao su; xứ thuần nông như Việt Nam ta lấy đâu công trường nhà máy gì mà có lắm công nhân. Dư biết vậy mà vẫn nói trở đi vậy chẳng qua cho đúng sách, không dễ "thuyết phục" được ai. Quả tình câu nói của Jean Giraudoux, thâm thuý và thấm thía hơn bao giờ hết, cuối cùng thì "Bao giờ lời nói cũng thuộc về nhà thơ phe thắng trận". (Ôi, nỗi thiệt thòi và cay đắng của nông dân cao dài không kém dãy Trường Sơn hùng vĩ sau ngày tan cuộc chiến)

Chúng tôi đọc hằng ngày trong tài liệu học tập, trong sách giảng dạy, trên báo chí qua bài viết của mấy ông trùm Tr B Đ, Tr V G một cách ngán ngẩm thứ biện chứng pháp duy vật căn bản cho lý luận thời này, Lâm Ngữ Đường có lần nói rằng đó là lối lý luận mà bất cứ người có trí óc trung bình nào cũng biết rằng "sự thật không phải thế". Cái lối lý luận này đôi khi đưa người ta đi xa một cách không ngờ, lắm lúc dễ trở nên hài hước, tỉ như có lần Nguyễn TCường "khẳng định"với bọn tôi rằng đọc sử của *Cách Mạng* riết rồi đâm ra thấy rõ Nguyễn Trãi là bí thư chi bộ Côn Sơn trong lúc Lê Lợi mới chỉ được cảm tình đảng, điều này nghe ra có thể chấp nhận được vì hợp "lô gich"! (Cũng như nói Thúy Kiều chưa "quán triệt" về ý thức giai cấp nên tha Hoạn Thư là một sai lầm rất đáng phê phán-Trong khi ông ĐặngTiến nói rằng Kiều tha Hoạn Thư vì thông cảm phận đàn bà hay ghen tuông, huống chi Hoạn Thư lại kém tài, thua sắc nên càng cay nghiệt là lẽ thường).

Lại còn lịch sử nữa, sợ nhất sử vì cũng là trái chua từ gốc cây này mà ra. Tôi nhớ đọc chuyện cười đâu đó người ta định nghĩa địa ngục là nơi người Mỹ nấu ăn, người Pháp làm chính trị, người Anh làm tình và người Liên Xô... viết sử. Mấy nước kia thì quả thật không chắc đúng sai chứ riêng người Liên Xô viết sử thì phải nói trúng y bon, vô phương chối chạy. Đành rằng chế độ nào cũng có đám sử quan nịnh hót, phương pháp sử chỉ đơn giản tụng ca và phịa chuyện cho vừa ý kẻ cầm quyền nhưng dẫu sao phong kiến có bẻ cong bẻ quẹo sự việc cũng chừng mực, vẫn còn đôi chút tự trọng, không đến nỗi bất chấp mọi sự thật, bất kể mọi qui luật khách quan. Đã thế bàn ghế kê không ngay ngắn mà "bàn đá chông chênh", làm sao tránh hàng chữ này trồi sụt qua hàng nọ. Ngay giờ này đây sách giáo khoa sử trường phổ thông còn cho học sinh học rằng dân ta ngoài chuyện lên rừng tìm ngà voi, xuống biển mò ngọc trai... còn phải gánh trái vải từ Nghệ Tĩnh qua tận kinh đô Tàu để cống nạp. Có người chỉ ra rằng trái vải Nghệ Tĩnh từ xưa tới giờ chua lòm, nhấm vào mặt nhăn như khỉ, mà đường qua Tàu vạn dặm, chở chuyên cách nào cho kịp khỏi thối. Nhà chế tác sử hàng đầu liền "lý luận" phản bác rằng thời nay trái vải Nghệ Tĩnh chua lè nhưng biết đâu mấy thế kỷ trước thì nó... ngọt, còn chuyện vận chuyển thì biết đâu thời đó, tuy còn bận khổ nhưng tổ tiên ta có phương pháp "bảo quản" khiến trái cây để trăm ngày không thối, cũng tựa như người Chàm thời đó (?) xây tháp không cần vữa đến nay vẫn là điều bí mật! Phải chăng chính biện chứng duy vật là thủ phạm chắp cánh cho trí tưởng tượng hoang đường khiến người ta lý luận dễ như trở bàn tay để chứng minh chân lý theo ý mình không? Có lần ghé Hưng yên đi thăm Phố Hiến, người ta chỉ tôi cây nhãn mấy trăm tuổi từng là nhãn tiến vua, tôi ngờ ngợ. Nhãn chín mà vận chuyển đường bộ từ Bắc vào Huế thời bấy giờ e cũng là điều bất khả, chẳng rõ có thật không, nói gì gánh vải từ Hà tĩnh qua Tàu!

Nói thật, tôi cạch môn sử. Nhất là sử của các sử quan, viện sử học này nọ. Chuyện gần đây thôi, khi về dạy trường Nguyễn Trung Trực Rạch Giá, tôi vào đền thờ ông xem chơi, thấy tấm chân dung ông là một người già sáu bảy mươi trong khi sử chép Nguyễn Trung Trực chết mới ngoài 30 tuổi. Tôi có hỏi thăm một vị cao niên, cụ nói rằng không có ai tên Nguyễn Trung Trực, chỉ nghe nói cụ Nguyễn lãnh đạo kháng chiến thôi chứ không biết tên thật là gì. Sơn Nam cũng quyết đoán chân dung người đàn ông trong đền thờ đó không phải

Nguyễn Trung Trực. Tôi nghĩ vị lãnh tụ giấu tên tuổi tông tích để tránh giặc Pháp truy lùng vô tình để lại nét mờ thân thế mình trong lịch sử. Ông bạn Phạm Huy Viên, cuồng sĩ Tây đô, còn chứng minh rằng không có cử nhân Phan Văn Trị mà chỉ có ông Phan Văn Đạt, ngôi mộ Phan Văn Trị ở Bến tre ghi năm sinh năm mất hoàn toàn sai lạc với ông Phan Văn Trị trong "chính sử". Còn mười bài họa thơ Tôn Thọ Tường chỉ là thơ cầu cơ! Tôi ít tín nhiệm môn sử nên khá dốt, nghe vậy biết vậy, chẳng rõ thiệt hư. Có điều thấy như mười bài thơ họa đó, về nghệ thuật, kém xa mấy bài của Tôn Thọ Tường thật.

Chuyện gẫu của bọn tôi thường rơi vào những kết luận dễ dãi về đặc tính người tỉnh này miền nọ, biết là chưa chắc đúng nhưng vẫn cãi nhau, vẫn bảo vệ ý kiến của mình. Ví như Cường bảo:

- Này, tao nói thật nghe, Quảng Nam mày mười thằng thì tao thấy hết chín đứa liều mạng rồi. Nói thế cũng không đúng hẳn, tao thấy thật ra là... chín thằng rưỡi!

Tôi nhận điều này có vẻ đúng. Thật ra cũng là liều mạng thôi những đấng anh hùng lẫm liệt Hoàng Diệu, Trần Quí Cáp, Trần Cao Vân, Nguyễn Duy Hiệu, Lê Cơ, Thái Phiên... Trần Quí Cáp đậu tiến sĩ... cho mẹ vui, đeo đuổi hành động hầu thỏa mãn khát vọng xã hội công bằng để rồi bị Phạm Ngọc Quát (ông nội Phạm Ngọc Thạch) chém ngang lưng lập công với Pháp. Hoàng Diệu khăn gói ra tận Bắc kỳ bảo vệ thành Hà Nội, tàn cuộc, lực bất tòng tâm, treo cổ đền nợ nước cũng là liều mạng chứ gì? Phan Chu Trinh, Phan Khôi cũng cả đời hy sinh thân thế đấu tranh quyền làm người cho dân Việt, đến nay vẫn còn mù mù tăm tăm chưa thấy đâu bờ bến, cũng liều mạng cả! Quả thật cái chết tự nguyện còn dễ hơn nhiều sống cuộc đời Phan Khôi đã sống, ông đơn độc chiến đấu lẫm liệt trong tương quan trứng chọi đá, chết trong âm thầm, nhưng chắc ông không hề tủi phận và hẳn tin có một ngày dân tộc sẽ hiểu lòng ông. Rồi con cháu ông, con cháu những văn nô bôi bẩn ông, ai ngẩng lên, ai cúi gằm mặt xuống trong bẽ bàng xấu hổ, đã thấy mỗi ngày một rõ. Quả thật ông bà gieo chi thì cháu con gặt nấy. Đọc bài của Trần Duy và nhiều người khác kể lại những đau đớn tủi hờn Phan Khôi phải nhận chịu trong đoạn cuối đời, tôi không khỏi không uất hận và kinh tởm bọn văn nghệ sĩ gian manh nịnh bợ bạo quyền như bầy kên kên bu vào ông rỉa rói. Lâm H Tài thì bảo rằng mấy ông Quảng Nam đó thất bại tại vì... có học. Không biết tại sao bậc thức giả thường mất khả năng lãnh đạo nên chỉ còn lãnh phần thua thiệt. Cỡ như Phan Chu Trinh, Phan Bội Châu, Trần Quí Cáp, Nguyễn Thái Học, Nguyễn Tường Tam... chung qui chỉ tại học thức, chẳng nên cơm cháo gì ngoài việc phải đem thân đền nợ nước. Phải chăng có học và tử tế thì ghê tởm chuyện bạo tàn, không biết lấy máu xương xây nền thì mong gì dựng nghiệp lớn, mấy ông cứ chịu khó nhìn lại chuyện dựng nghiệp các triều đại cũ lẫn mới thì thấy, khỏi cãi. Dân Quảng Nam ngang tàng, làm dân đã khó, làm quan còn khó hơn! Phải thừa nhận người phương Bắc có khiếu làm quan hơn hết, chính ông Bắc kỳ di cư Nguyễn Gia Kiểng viết trong tác phẩm xuất sắc "Tổ quốc ăn năn" rằng phần nhiều họ khôn lắm, kỳ khu học tập chỉ để làm quan.

Chuyện đặc tính vùng miền khá chủ quan, rất dễ... xa nhau. Tôi cũng nêu lên mấy cái xấu dễ thấy ở người đất Quảng. Dám xin bạn bè nơi quê kiểng tha tội, tôi không vạch áo thì người cũng thấy lưng. Chắc ở gần Huế quá hay sao mà dân chúng còn nặng đầu óc phong kiến... hơn Huế nữa. Đàn ông khá gia trưởng, luôn ngoan cố bác bỏ khái niệm nữ quyền. Có tin được không, làng quê tôi đàn ông vẫn gọi vợ bằng "mi"(mày) ngay cả lúc thân ái bình thường chứ không đợi hồi giận dỗi! Thanh niên lấy vợ rồi thì chỉ biết... phía mình. Mẹ chồng thường xem con dâu là đối lập. Người bạn tôi lấy vợ Nam kỳ thấy mấy đứa cháu vợ bị cô bác la rầy gì luôn im lặng nhận lỗi, thậm chí oan cũng không hề tìm cách chống chế hay trả treo, chẳng bù với cháu anh ngoài Quảng, phải quấy gì mà nói động đến chúng, chúng cũng... cãi lại trước rồi sau hẳng hay. Cũng như thật hợm hĩnh và vô lối, tưởng mình bao giờ cũng ngon hơn thiên hạ khi dân Quảng vẫn lưu truyền rộng rãi một "cảnh báo" hết sức chủ quan: "Không giao thương với Bắc kỳ, không kết bạn với Huế, Không cưới vợ Quảng Ngãi, không chơi đá gà với Bình Định". Chắc cũng dựa vào vài kinh nghiệm đơn lẻ nào đó rồi cho là cái chung nhất. Ở xa không chơi, ở gần cũng nghỉ chơi, chắc dân Quảng Nam chỉ còn chơi với... Cà Tu. Chuyện phong thổ chẳng biết đáng tin tới đâu và còn yếu tố gì khác nữa không chở đất này cách Quảng Ngãi có bao xa, sông nước núi non cũng chẳng khác gì, giọng nói cũng y chang (trừ cách phát âm lơ lớ nửa Bắc nửa Quảng của ông Phạm Văn Đồng), vậy mà từ bé tôi đã nghe Quảng Ngãi là đất làm quan (Trương Đăng Quế, Nguyễn Thân, Phạm V Đồng... toàn đại thần lừng lẫy), trong khi Quảng Nam chỉ làm loạn. Chuyện cũng tình cờ hay tại truyền thống hoặc phong thổ ảnh hưởng trên con người, kể cũng khó chắc chắn được gì. Thôi thì bắc chước thầy Trần Văn Tấn nói người Bắc mấy anh chỉ có phở là coi được, tôi cũng thấy người Quảng mình chỉ... mì Quảng là khá nhất!

Nhưng chuyện khả năng và đặc tính bộ tộc, dân tộc thì có thể thấy rõ. Lúc còn ở Rạch Giá, tôi hay đi chơi lang thang với Ngô Đ Thục, dân sử địa, quản thủ thư viện, vào xóm người Khơ Me nghèo khó vùng ngoại vi thị xã. Trước khi tới trường Nguyễn Trung Trực, rẽ phải một con đường rộng chừng bốn mét, con đường nhỏ này đất đỏ pha sỏi hệt đất núi dẫn tới ngôi chùa Miên cổ vô cùng tĩnh lặng, đẹp một vẻ đẹp tiêu sơ, hoang phế. Gạch Tàu lót sân, viên còn viên vỡ nát, cỏ dại úa tàn mọc chen giữa khe đất đỏ như máu bầm, cháy héo dưới nắng lửa cuối hè. Trái dầu nâu già khô bay tấp tới, đậu kín mặt sân. Mái chùa cong tối thấp, bên trong treo lủng lẳng bầy dơi qụa, dãy hành lang tối ám tỏa mùi phân dơi ngai ngái. Con chim lạ nào trên ngọn cây dầu cao buông tiếng kêu thảng thốt trong chiều muộn không hiểu sao tự nhiên gợi một nỗi thê lương, tang tóc. Mấy vị sư sãi Khơ Me trẻ già đều ốm nhom, đen đúa, mắt nhìn ngờ vực, đi từ gian chùa này qua gian khác êm ru, lướt nhẹ như những chiếc bóng. Tôi vốn không có tâm thức tu hành nên tưởng tượng cuộc đời họ buồn chán tẻ nhạt biết bao cứ lẩn quẩn qua lại trong cảnh tiêu sơ đó năm này qua năm khác cùng những bữa cơm khất thực quấy quá đạm bạc, không biết họ có đợi gì một chút đổi thay? Sự tu hành khắc nghiệt liệu ảnh hưởng được gì trên đám nhân quần ô trọc một thời chiến chinh ly loạn, một xã hội mỏi mệt rã rời vì chết chóc, lìa tan. Ngay buổi sáng hôm đó, chúng tôi buồn bã đưa anh bạn Nguyễn Đăng Hùng, giáo sư Anh ngữ ở trọ chung nhà ra bến xe về Sài Gòn vì nhận được hung tin anh ruột vừa tử trận, trung uý phi công Nguyễn Đăng Khôi lái máy bay thả trái sáng bị trúng hoả tiễn tầm nhiệt tại chiến trường tỉnh Định Tường. Ôi những chàng trai trẻ độc thân tuấn tú đành phận "diêm quẹt không xài vứt xuống dòng sông, mới gặp hôm nào đã chết hôm nay" (Tô Thùy Yên). Những cái chết thình lình, dễ ợt cách bi thảm, quá sức chịu đựng khiến khó tin vì cứ tưởng chỉ là mộng dữ. Bọn giáo sư trung học chúng tôi không khỏi thấy mình may mắn như đứng ngoài cuộc chiến, sống như sống sót trong cảnh máu sông xương núi. Nghe đâu bạn bè khoá 4/70 bộ binh Thủ Đức ngoài mấy tên biệt phái về dạy học nay đã tử trận gần hết!

Thật đáng ngạc nhiên lại có một vùng đất bazan nổi cao, toạ lạc ngôi chùa tách biệt như từ cõi khác, chỉ cách bờ biển nửa cây số, nơi sông Cái Bé, Cái Lớn đổ ra vịnh đục ngầu toàn phù sa bồi đắp một thứ đất bùn nâu màu mỡ. (Tay Ngô Đ Thục giỏi địa lý, giải thích cách hình thành địa chất chỗ này... một cách rắc rối rất khó nhớ). Đi hút con đường trước cổng chùa là xóm người Khơ Me nghèo khó. Nhà tranh vách lá, nền đất nện trống hoang. Miệt này không có ruộng, đất rẫy cọc cằn, không có dấu hiệu họ theo nghề chài lưới. Đàn ông quấn xà rông nhàu bẩn, ngồi xổm ngó ra đường cái, không hiểu họ làm gì để sống, coi bộ chỉ có khiếu chờ chực lên chùa đi tu. Hình như họ không mấy siêng năng, ngại buôn bán đã đành, lại ít ham trồng trọt, có tâm lý xa lánh người Việt cách tiêu cực. Chẳng hạn thấy xóm Khơ Me bắt đầu đông đúc, vài gia đình Việt Nam dọn tới lập quán buôn bán, người Khơ Me lại rục rịch dời dọn đi vùng sâu hơn hòng né tránh. Đất Rạch Giá xưa là của họ, ai cũng biết vậy nhưng ngạc nhiên thay, đố tìm đâu ra bất cứ cửa hàng hoặc gian nhà kha khá nào do họ làm chủ chỗ chợ Rạch Giá, đa phần của người Hoa và người Việt. (Mà lạ thiệt, ngay như Pnom penh nay cũng hiếm hoi nhà hàng sang hoặc shop buôn bán lớn của người Cambodge, chỉ toàn Tàu hoặc Bắc Việt). Có phải từ mấy trăm năm trước họ cứ dọn đi từ từ một cách hòa bình như thế để cho chúa Nguyễn mở nước không? Bỗng liên tưởng tới chuyện Chúa Nguyễn. Dân đàng trong, người vô học cũng biết chuyện Trạng Trình khuyên chúa chạy vào Nam qua câu "Hoành Sơn nhất đái, vạn đại dung thân". Cụ Nguyễn Bỉnh Khiêm cũng... trật lất. "Vạn đại" đâu không thấy, mới mấy đời oán hận, không nhận quan lại gốc Bắc, theo Nguyễn Q Thắng, cả con ở (ô - sin) cũng không mướn, nay cuối cùng thì sao? Sau hai trận chiến khiến nhân loại bàng hoàng khiếp đảm, tiếp theo cuộc di dân như thác lũ, nay thì Tân Sơn Nhứt đã là Tân Sơn Nhất và đố ai tìm ra chỗ phi trường đó hoặc Bãi sau Vũng Tàu, vùng Đơn Dương Lâm Đồng... chẳng hạn, một người nào nói giọng Nam! Hội An cũng lo khiếp bọn trọc phú lắm tiền nhiều của mua đứt mấy gian nhà cổ, lần hồi làm tiêu tan nếp sống dân lành còn sót lại (văn hóa phi vật thể?). Đất Nam Kỳ quái dị, người người cũng có tâm lý "dọn đi" đâu khác gì dân tộc Khơ Me. Hình như họ quá dễ tổn thương, không biết lỳ một chút, không thể đeo đuổi cái gì dài lâu, khó chút là bỏ. Thời trước đọc nhật trình, buồn cười thỉnh thoảng lại thấy nhân sĩ của họ dù đương quyền nhưng động cái là đòi nghỉ, đòi từ chức. Lâm H Tài hay nhắc câu nói rất "đặc trưng" Nam Kỳ của cụ Phan Khắc Sửu: "Mấy em chở nói gì phiền phức tới qua, qua từ chức à nghen!"

15

Tôi được gặp anh Thanh Tâm Tuyền tại nhà anh Tô Thùy Yên lần đầu đâu khoảng năm 85, 86. Lối dẫn vào nhà Tô thi hào có ngõ trúc mát rượi, hàng rào chè tàu quanh co, buổi chiều tối dế gáy rộn vang. Chắc là quê nhà ghi dấu trong thơ anh không ít, mỗi lúc qua đây không quên được những câu thơ của anh như:

Cây yên, cỏ lặng, trăng thiu ngủ.
Giường cũ, nằm nghe tiếng dế khuya.
(Lão Trượng)

Đêm tối êm ru lời thủ thỉ,
Bên hè có tiếng dế ca ran.
Vầng trăng ta thấy thời thơ ấu,
Mọc lại cho ta buổi xế tàn.
(Hề ta trở lại gian nhà cỏ)

Khắc khoải chim kêu mùa xóa giải,
Hành nhân về bên giếng quê nhà.
Ngõ trúc chiều ngát cơm gạo mới.
Ngọn đèn thắp đợi đã rền hoa.
(Chim kêu bãi quạnh)

Gò Vấp hồi đó còn sót chút nét quê giống hệt xóm làng vùng đất cát pha dọc sông Thu bồn ngoài Quảng, chắc vì vậy mà Bùi Giáng hay lang thang ăn đường ngủ chợ vùng này hẳn để đỡ nhớ về "cố quận". Bữa đó có anh Nguyễn Xuân Thiệp, Cung Trầm Tưởng, Nguyễn Thanh Châu... Tôi ngồi im dựa cột nghe mấy anh nói về cuốn Antimémoire của Malraux, Thanh Tâm Tuyền còn đọc bản dịch của anh bài thơ Aux Arbres của Yves Bonnefoy, nghe đã lắm.

Mấy bữa sau, anh kêu tôi xuống nhà anh uống café sáng, ăn mỗi người nửa mẩu bánh mì Kinh đô mềm, hơi ngọt. Anh chép cho tôi bản dịch bài thơ Aux Arbres, mấy bài dịch thơ Emily Dickinson, bài lục bát Trú Mưa Trên Phố Hòa Hưng mênh mang một niềm u uẩn. Thời gian dài về sau, cứ bốn năm bữa tôi tới anh uống café sáng một lần, coi bộ anh thích thứ bánh mì đó dùng với café nóng. Hạng tôi chẳng phải bạn anh trước kia nhưng chắc vì đi tù về, bằng hữu tan lạc, trong quạnh vắng anh cũng cần người chuyện trò văn thơ chữ nghĩa tàm tạm cho qua tháng ngày tẻ nhạt. Đề cập tới Phan Khôi, tôi thấy anh chỉ chú ý tới con người học giả, con người phản kháng thời cuộc mà ít quan tâm tới con người văn nghệ của cụ, tôi đưa anh mượn cuốn Chương Dân Thi Thoại có lời đề tặng cùng chữ ký của cụ Phan tặng ông dượng tôi. Vài bữa sau, anh đạp xe lên nhà tôi ở Phú nhuận, nói chuyện nhiều về quyển sách mỏng nọ. Anh bảo đọc cuốn đó thú vị không ngờ. Anh có vẻ đồng ý rằng tài thơ của Phan Khôi chưa chắc kém gì Tản Đà nhưng hồi đó cái bóng Tản Đà quá lớn nên Phan Khôi né. (Chính cụ có lần nói thẳng hãy dang ra cho Tản Đà tiên sinh đi mà!). Anh phục lối diễn đạt bằng một thứ tiếng Việt mới mẻ vượt thời đại khi Phan Khôi dịch thơ Tàu, cười thích thú khi biết cụ còn dịch cả thơ Tây nữa. Tôi nói với anh chính cụ Phan dịch mấy chương thi ca cổ Do Thái không chỗ chê như Châm Ngôn, Thi Thiên, Nhã Ca... trong Kinh Thánh của Hội Tin Lành. Anh đặc biệt thích hai bài bát cú Phan Khôi dịch từ cuốn Tùy Viên Thi Thoại. Tôi xin chép luôn ra đây, độc giả nào chưa có dịp, xin đọc cho vui.

Cùng Vợ Nhà Ngắm Hoa Mẫu Đơn

Dưới hoa người về, con cái reo,
Vợ già đem rượu thách thơ nghèo.
Nói rằng hôm trước hoa vừa nở,
So với năm kia nhánh lại nhiều.
Hương sắc ban đêm nhìn vẫn đẹp,

Gió mưa cơn sáng chịu làm sao!
Phải chi về sớm ba ngày trước,
Hàm tiếu coi còn thích biết bao!

Chúc Thọ Vợ Nhà

Vất vả vườn quê hai chục thu,
Ra tay rau cháo đỡ đần nhau.
Ngày không giờ rảnh hòng soi kiếng,
Năm mất mùa luôn đến bạc đầu.
Én liệng cửa ngoài hơi biển lạnh,
Nhà như xuồng nhỏ bóng khe chao.
Chúc mình mà tớ không mua rượu,
Vẫn cứ chìa tay: mẹ nó nào!

Theo lời cụ, hai bài này cụ phải dịch năm đêm trường và làm xong thì phát ngán vì thấy vô ích nhưng anh có cảm tưởng cụ dịch dễ dàng, mạch thơ trôi tuồn tuột, lời tự nhiên mà mượt mà nữa. Anh chú ý lối tính thời gian chính xác: Ông chồng về muộn một ngày sau khi hoa mãn khai nên bà vợ mới nói phải chi về sớm ba ngày trước thì được chiêm ngưỡng hoa hàm tiếu! Anh còn nói câu phá đề, thơ thật là thơ, chữ người hết sức tôn kính mà vẫn đầy thân ái. Bài thứ hai mới kỳ thú. Toàn bài giọng điệu bình dị, tình cảm thiết tha, chữ nghĩa thuần Nôm đơn giản. Hai câu thực thì tận cùng... hiện thực, cặp luận tân kỳ và đầy ảnh tượng... Đọc mà cảm phục Phan Khôi mới mẻ và tinh tế, cũng như thấy người xưa sao thanh cao quá đỗi!

Quả thật Thanh Tâm Tuyền cuối thập niên 80 khác nhiều thời trai trẻ. Anh tỏ ý tiếc nhóm Sáng Tạo đã làm cụ Nhất Linh buồn, cảm thông Nhất Linh ngán ngẩm chính trị nên trốn vào vẻ đẹp văn chương vĩnh cửu cũng có lý của cụ. Khi anh xuất cảnh qua Mỹ, tôi tặng anh luôn cuốn thi thoại đó. Chẳng là lúc còn ở nhà tôi hay biếu anh bơ đậu phộng tôi học được cách làm từ mấy ông bà giáo sĩ Hội Ngữ Học nên trong mấy bức thư gửi cho tôi lúc anh mới qua, anh nói có hai điều khiến nhớ đến tôi, ấy là mỗi lúc đi siêu thị Mỹ thấy bán đầy bơ đậu phộng và mỗi lần mở ngăn kéo nhìn thấy cuốn Chương Dân Thi Thoại.

Trước vụ Thiên An Môn hơn năm, Thanh Tâm Tuyền kể với tôi vừa đọc cuốn truyện tình đầu tay tuyệt vời của Nabokov, tên tiếng Anh là Mary. Tôi nói:

- Hay là anh dịch đi, tôi nhờ ông bạn Đào Hiếu đang làm nhà xuất bản in cho anh, kiếm tí tiền còm cho vui!

Chỉ mấy tuần sau anh đem bản dịch viết tay tới tôi, tựa sách là Tình Một Thuở, anh nói đó là một đoản ngữ trong thơ Hồ Dzếnh, tên dịch giả ghi Từ Trí, theo tôi biết đó là tên hai con trai của anh. Tôi giao liền cho Đào Hiếu nhưng gần Tết năm 89 sách mới phát hành. Giấy đen thui, tối om như mọi cuốn sách lúc đó, hình bìa cũng in màu nhưng ai đó chép lại một bức tranh của Chagall cứng ngắt, vụng về, xấu tệ. Thanh Tâm Tuyền nhìn bìa sách, lật qua đọc lời nói đầu thấy sai mấy lỗi chính tả, anh cười méo xẹo! Sau ít hôm, người ta nhờ tôi chuyển cho anh tiền thù lao, nhớ đâu vài ba trăm ngàn gì đó, nay tôi không thể hình dung giá trị số tiền trong thời điểm đó thế nào, nhưng hình như anh thấy thế cũng được rồi! Tết năm đó anh chạy xe đạp lên nhà, mang cho tôi hai chiếc bánh chưng. Ra giêng gặp lại, anh bảo:

- Này, ăn có được không đó? Mấy đứa nhỏ quên bỏ muối mất!

Tôi ngạc nhiên là cho tới giờ này, những nhà phê bình văn học vẫn chỉ nói về thơ của tác giả này mà chưa một ai đề cập tới văn xuôi của anh cho tới nơi tới chốn. Cụ Nguyễn Hiến Lê thì chỉ đề cập tới ý nghĩa các tác phẩm của anh chứ không nhắc tới văn chương trong hồi ký của cụ. Tôi vốn không đủ sở học để có thể phân tích rốt ráo cái hay, nhất là cái mới trong văn xuôi của anh. Chỉ là độc giả bình thường, đọc thì cảm nhận được vẻ đẹp, lối văn tân kỳ, ngôn từ mới mẻ cùng nhạc điệu và nhịp điệu tinh tế, nghĩ văn xuôi đó chính là thơ trá hình. (Nhiều trang tùy bút của Nguyễn Tuân tiền chiến cũng có đặc điểm này nhưng theo một cách khác). Biên giới giữa thơ và văn xuôi của Thanh Tâm Tuyền thật mờ nhạt. so sánh với bút pháp các nhà khác thì thấy rõ nhưng chỉ ra cho minh bạch thì quả gian nan. Không những anh mới lạ trong sáng tác, ngay như trong dịch thuật, đặc điểm tân kỳ cũng vô cùng nổi trội. Xin độc giả đọc đoạn anh dịch Nabokov tả chàng người Nga lưu vong kiếm sống trên một đô thị Tây phương:

"Không có việc gì bị coi là hèn kém đối với anh; hơn một lần anh đã mang bán luôn cả hình bóng riêng của mình, như nhiều kẻ trên đời này cũng thường làm. Nói cách khác, anh từng lặn lội ra vùng ngoại thành làm chân tài tử chầu rìa của một cuốn phim xi-nê trong một phân cảnh, dàn dựng tại một nhà kho chứa thóc, ở đấy ánh sáng réo sôi phát tiếng kêu rít bí hiểm từ những mặt đèn khổng lồ rọi nhắm, giống như họng đại bác, chỉa vào đám đông chầu rìa, thiêu đốt như hỏa ngục. Một thác lửa bắn vãi thứ ánh sáng sát sinh, soi hiện lớp sáp môi trát trên những gương mặt chết trân, rồi phụt tắt ngấm sau tiếng khóa cách – nhưng một hồi sau trong những bầu đèn pha lê chế tạo công phu vẫn còn lóe vầng hoàng hôn đỏ ngầu hấp hối – lấp đi mối hổ ngươi của đời người. Việc thu hình hoàn tất và hình bóng của đám nhân quần lúc nhúc được tung hê khắp thế giới." (Tình Một Thuở, trang 18, nhà xuất bản Đồng Nai, 1989)

Những câu văn dài, khó phân tích theo cấu trúc chủ – vị. (Có lẽ theo đề – thuyết của Cao Xuân Hạo thì dễ hơn). Hầu như tất cả giá trị miêu tả chỉ nằm ở phần phụ bổ ngữ và định ngữ. Câu dài nhưng đọc vẫn thấy gọn, cô đọng và hàm súc. Nghe như mâu thuẫn nhưng quả đúng như vậy.

Và đây là vài đoạn khác trích trong chương III của cuốn Tình Một Thuở:

"Đêm ấy, giống như mọi đêm, một ông lão gầy gò, đội mũ dạ lưỡi trai nặng nhọc lê bước bên lề vỉa hè đại lộ hun hút vắng vẻ, khua đầu gậy quằn queo trên mặt nhựa như mò kiếm đầu mẩu thuốc lá, tiền, nút chai hay giấy lộn và xì gà liệng bỏ. Chốc chốc, rú rống như hóa dại, một chiếc xe hơi lao vút qua, hay có sự tình nào đó diễn xảy mà thường chẳng khách bộ hành nào của đêm phố thị để mắt thấy: một đốm sao, nhanh hơn ý nghĩ, lặng thinh hơn cả một ngấn lệ, băng rớt. Rạng rỡ, nô nức hơn những đốm sao dòng chữ bật cháy sáng từng chữ một liên tiếp nhau trên nóc nhà cao tối, diễu một hàng dài rồi vụt biến bay cùng lúc trong bóng đêm."...

" Và rồi trên những đường phố ấy, bấy giờ hoang vắng như biển im mướt, vào giấc khuya về sáng lúc những quán bia sau cùng đã đóng cửa, một kẻ sinh trưởng ở đất Nga, bỏ ngủ, đầu trần, trên mình chỉ khoác chiếc áo mưa cũ dạo bước trong cơn ngây tỉnh táo; vào giấc khuya về sáng, trên những đường phố hoang vu ấy chập chờn qua những thế giới lạ lẫm với nhau đến kỳ cùng; bấy giờ không còn phải là một dân chơi trác táng

nữa, không còn phải là một người đàn bà nữa hay không còn đơn thuần chỉ là một khách qua đường nữa, mà mỗi con người là một cõi sống biệt lập, mỗi con người là một tổng thể những kỳ diệu cùng quỷ quái. Năm cỗ xe ngựa đậu trên đại lộ dài bên nhà vệ sinh công cộng hình trông giống cổ trống cái khổng lồ; năm cõi thiêm thiếp, trùm ấm, xám xịt trong đồng phục mã phu; và năm cõi khác đứng trên vó chồn mỏi lim dim mơ màng chỉ nghe quanh quẩn tiếng dòng thóc tuôn chảy rào rào êm ru từ bao đựng xuống máng ăn.

Chính trong những lúc như bấy giờ mọi sự vật trở nên huyền hoặc, sâu kín khôn dò, lúc đời sống hiện dạng kinh dị nhưng cái chết lại còn kinh dị gấp bội. Và bây giờ khi người ta lang thang vơ vẩn phơi phới xuyên qua những quãng đêm của phố phường; ngửng trông ánh đèn sáng qua màn lệ mỏng, kiếm tìm ở đó kỷ niệm lộng lẫy chói chang của hạnh phúc ngày qua – một dung mạo mỹ miều đột hiện về sau bao năm quên lãng hờ hững – thình lình trên bước mê mải mù quáng người ta bị cầm chân đứng lại bởi một kẻ qua đường lịch sự hỏi thăm lối về phố này phố nọ, hỏi bằng giọng thường tình nhưng là một giọng nói người ta sẽ chẳng bao giờ nghe thấy lần nữa. "

Những câu văn dài thích hợp với kiểu độc thoại nội tâm, khó xác định chủ ngữ, nối nhau dìu dặt, một thứ poésie en prose không thể chối cãi. Thanh Tâm Tuyền đã chuyển ý của Nabokov sang văn xuôi Việt ngữ bằng ngôn từ đầy hình ảnh và nhạc điệu đẹp đẽ của thi ca.

Tất nhiên muốn nói gì về văn xuôi Thanh Tâm Tuyền thì phải nhận xét phần sáng tác chứ không phải dịch thuật. Chẳng qua nhắc tới một kỷ niệm với anh liên quan tới dịch thuật nên tôi dài dòng một chút, hơn nữa cuốn sách này cũng đang hiếm vì in đã lâu và chắc it người giữ, dù không ký tên thật nhưng dẫu sao cũng là công lao của thủ lãnh thơ tự do của miền Nam và tiên phong làm mới câu văn xuôi tiếng Việt nên tôi mạnh dạn nhắc tới.

Ngoài những tác phẩm văn xuôi đã in, Thanh Tâm Tuyền còn cho đăng trên bán nguyệt san Văn thời Trần Phong Giao hai truyện dài: Ung Thư và Đêm Xóm Lách Mịt Mùng. Ung Thư được độc giả hâm mộ tới nỗi tác giả đau bệnh nghỉ một kỳ, Trần Phong Giao phải chụp lại (hay thời đó phải làm bản kẽm?) thư viết tay xin nghỉ của tác giả rồi in lên báo để độc giả tin! Cả hai tác phẩm đều bị anh bỏ dở, tuy Ung Thư được đăng nhiều kỳ hơn. Theo tôi, Ung Thư thể hiện xác thực nhất thiên tài Thanh Tâm Tuyền. Đọc Ung Thư, ai rồi cũng phải tin vào khả năng diễn đạt kỳ diệu của ngôn từ tiếng Việt. Thanh Tâm Tuyền mới mẻ với Bếp Lửa từ thuở đôi mươi, cùng với thời gian, anh càng ngày càng mới mẻ. Tôi tiếc chẳng còn giữ được tờ Văn, chỉ kiếm được một số, xin ghi ra đây một đoạn bất kỳ trong truyện Ung Thư:

"Lân đến đón Ngọc đi phố. Người đàn ông gầy gò, khuôn mặt bội bạc, nước da xanh mái trác táng, cặp mắt nhỏ lanh lẹn, đôi môi mỏng, cử chỉ không thành thật, chẳng mảy may nào giống cái hình ảnh mơ mộng của Ngọc thường tâm sự, trên toa tàu bẩn thỉu trống gió và nắng triền miên như cơn buồn bã hiu quạnh trong tiếng động quen tai nối liền ngày tháng."

Thử đặt đoạn văn này cạnh một đoạn tả người nào đó của các tác giả Tự Lực Văn Đoàn, ta có thể thấy được khoảng cách cũ mới. Có lần đọc câu này, tới nay tôi chưa quên: *"Trời mùa thu lao đao với những cơn heo may tầm lạnh"*. Không biết có phải không quên chỉ tại chữ lao đao và chữ tầm lạnh không nữa. (Cũng xin ghi chú, đoạn văn trên là nhận xét của người bạn gái của Ngọc cùng đi buôn chuyến hằng ngày trên xe lửa, phần phụ cuối đoạn văn là cảm tưởng của người bạn này?)

Thanh Tâm Tuyền còn có những đoản văn xuất sắc in rải rác trên báo Vấn Đề của Vũ Khắc Khoan, báo Thời Tập của Viên Linh... nay, đau xót thay, hẳn đà tuyệt tích. *

Thế hệ thanh niên, sinh viên Việt Nam bây giờ không biết Thanh Tâm Tuyền, Tô Thùy Yên là ai. Một bà giảng viên nào đó còn bảo Tự Lực Văn Đoàn là tên một đoàn cải lương. Thế thì thôi!

Biết bao giờ đất nước có tự do, con quái vật chính trị ngừng nhai xương văn học. Các nhà phê bình, nhà biên khảo hiểu được lẽ công bình, còn chút lương thiện cùng trách nhiệm, thôi cố tình chôn vùi danh tính những con người hiếm hoi vốn xứng đáng là tinh hoa, ưu tú nhất của văn học nghệ thuật nước nhà!

* Một đoạn văn ngắn của TTT trong cuốn Tạp Ghi:

Không biết ai đã bày trò cho bọn trẻ nhỏ lấy cái dọc đu đủ nhúng một đầu vô nước xà-bông để thổi thành những chiếc bong bóng.

Những quả tròn đủ sắc cầu vồng rung rinh trên đầu ống rồi bay bổng lên không trung trong một vài giây trước khi vỡ tan không còn một dấu tích nào. Em bé chơi trò ấy thích thú vì cái vẻ rực rỡ giản dị của những chiếc bóng nối nhau bay lên, tan vỡ êm đềm trong bóng nắng ngoài sân. Đó là trò chơi mùa hè. Trời thường cao và nhẹ gió nhưng những chiếc bong bóng mỏng manh chẳng bao giờ bay cao. Em nhỏ ngây thơ cố công thổi cho thật khéo, giữ bóng trên đầu ống cho nó phồng to bao nhiêu hay bấy nhiêu. Trái cầu lớn có thể vỡ trước khi bay nhưng nếu nó bay được lên thì chính đó là niềm vui sướng của trò chơi. Trẻ nhỏ đùa với những chiếc bóng. Chúng không chơi một mình, chúng reo hò cùng nhau và đuổi theo những chiếc bóng bay, quơ tay đập vỡ nếu chiếc nào dai dẳng hoài – của đứa khác va của chính mình.

Trẻ con chơi đùa hồn nhiên nhưng bọn người lớn nhìn để thấy trong trò chơi cái ý nghĩa ngậm ngùi: bong bóng xà bong, niềm vui của đứa trẻ – hạnh phúc của đời người - mong manh, dễ vỡ biết bao! Sự rực rỡ, sự huyền ảo của bảy sắc cầu vồng chỉ la những sự thật thoáng chốc.

16

Trước 1975 tôi không quen Trần Công Nghị. Nói ngay tôi có biết anh học sau tôi vài lớp tại lò Trần Quí Cáp nhưng không có dịp gặp. Ai đó chỉ tôi tiệm thuốc bắc của gia đình anh ở Ái Nghĩa. Mỗi lần chạy xe đạp từ trường về quê, tôi đều nhìn vào nhà anh, nghĩ anh thuộc hạng khá giả, có thể là giàu nữa, theo xét đoán của tôi. Giữa một thị trấn nghèo khó mà tọa lạc một cửa hàng thuốc bắc tươm tất vậy thì lúc đó là "đại gia" rồi.

Sau 75, buổi sáng tôi đang ngồi chỗ văn phòng trường trung học Văn Lang thì Ngô Thi dắt Nghị tới. Nói chuyện một hồi Ngô Thi mới vào đề nhờ tôi giới thiệu với người quen ở sở giáo dục xét cho anh "chuyển công tác" từ miền Tây về Sài Gòn hay xin dạy giờ gì đó tôi quên mất. Hồi này mới mẻ, các qui định này nọ chưa rõ ràng nên chuyện chuyển đổi hoặc dạy giờ đều còn có thể. Tất nhiên tôi vội vã làm ngay. Vụ đó không biết anh còn chạy chọt gì nữa không, hình như may mắn thành công, nay tôi không còn nhớ anh về trường nào.

Từ đó tôi thường xuyên gặp Nghị ở cơ sở sản xuất bột nuôi trẻ Đông Phương của nhóm Ngô Thi, Phan Xuân Sinh... Tôi không rõ Nghị có cổ phần ở đó không, chỉ thấy anh hay đến chơi vào buổi chiều, ngồi chơi một lúc là không tránh khỏi màn chót rủ mọi người "làm vài chai". Chuyện này thường xuyên tới nỗi hình như có lúc anh mang biệt danh làm vài chai. Những ngày trống trải, thưa vắng bạn bè, tôi cũng hay la cà ở đó nói chuyện tào lao thiên địa, thấy anh Tường Linh, Đinh Trầm Ca cũng làm việc cho nhóm Đông Phương nữa. Tôi luôn được đi theo băng này không phải để làm vài chai vì tôi chỉ làm một ly là đủ tê ngửa, mặt đỏ gay không giống ai, trông khá thô bỉ, tôi đi theo chỉ để phá mồi mà không bị phàn nàn gì nên cũng siêng đi. Những năm cả nước điêu đứng vì cơm gạo thì mấy anh này tiền xu rủng rỉnh, ăn nhậu tưng bừng bởi những đồng tiền kiếm được một cách lương thiện, gần như trúng mối vì sản xuất được thứ bột nuôi trẻ khá tốt trong tình cảnh đất nước "bế quan tỏa cảng" ngặt nghèo. Anh nào cũng nhà cửa tử tế, xe Honda mới cáu xếp cả dọc dài trước phòng giao dịch, lúc đó như vậy thật đáng nể và oai lắm.

Trần Công Nghị và Nguyễn Tịnh Đông làm rể một gia đình giàu có, chủ nhà máy xay lúa ở Cai Lậy, nghe đâu hai anh đều có đất vườn ở Phương Lâm ông già vợ chia cho. Không rõ còn nguồn lợi gì khác không mà tôi thấy lúc nào anh cũng sống thong thả. Phải thừa nhận Nghị là tay rong chơi thứ thiệt, nói hào hoa phong nhã thì hơi quá nhưng đúng là anh ta có tính tình rộng rãi, luôn đóng vai chính chuyện chi trả trong những cuộc vui và ít để người nào chịu thiệt. Ai cũng rõ không thể nói vì có tiền nên rộng, tất cả chỉ là đặc trưng của tính cách thôi.

Năm 78 tôi dự một lớp "tập huấn" trong chiến dịch đánh tư sản đợt 2 ở Chợ lớn, gần nhà Nghị. Anh bảo tôi:

- Này, đừng có mà ăn cơm tập thể chi cho cực, toi ghé nhà moi ăn cơm trưa nói chuyện bậy bạ cho vui đi!

Thế là tôi ở lại nhà anh ăn bữa trưa hơn tuần nhựt. Chị Kim Anh, bà xã Nghị hiền hậu, dịu dàng, mấy đứa nhỏ con anh thật ngoan, (nghe đâu nay rất thành đạt bên Canada, cũng là tự nhiên). Dịp này tôi được biết anh định vượt biên, mang theo cả nhà. Tôi nghĩ bụng, lại một ông Quảng Nam liều mạng! Gia đình đang bình an no đủ, nhà cửa đàng hoàng thế mà vẫn đánh đổi tất trong một canh bạc hoàn toàn phiêu lưu may rủi. Nghe như Nghị là tay đánh phé cao kỳ, nay anh đánh phé với cả định mệnh mình, thế mà anh lại được, có đáng nể không chớ.

Thấy tôi cứ bán dần đồ đạt để tồn tại một cách thô bỉ, sự bất lực được phô bày lộ liễu, Nghị ái ngại:

- Còn cái gì (không cần thiết) muốn bán thì cho biết nghe!

Tôi liền chở lên nhà anh cái máy quay đĩa 33 tua và mấy đĩa dân ca của Joan Baez, mấy đĩa nhạc cổ điển của tay vĩ cầm Leonid Kogan… tôi mua được lúc mới đứt phim ở chợ trời Huỳnh Thúc Kháng. Tất nhiên anh trả tôi món tiền kha khá vượt xa giá trị một đồ vật phù phiếm trong thời gạo châu củi quế bấy giờ. Thời gian ngắn sau, gặp anh chỗ Đông Phương, anh nói nhỏ vào tai tôi:

- Moi sắp đi xa, toi ghé nhà chở cái máy quay đĩa về có dịp nghe nhạc nhiếc cho đỡ buồn.

Tôi nấn ná vì bận vài việc linh tinh, định ít hôm sẽ đi thì một buổi chiều ông xe thổ kêu cửa:

- Tôi ở xóm với anh Nghị, ảnh nhờ tôi chở tới địa chỉ anh cái này.

Tôi trả tiền công nhưng anh ta bảo anh Nghị trả rồi. Hôm sau tôi ghé qua nhà thì thấy cửa khóa trái, không dám hỏi lôi thôi, tôi ân hận tự trách mình nấn ná, nghĩ Nghị đã đi. Tôi thẫn thờ quay trở về, đạp xe ngang qua cổng trường ĐHSP Saigon đường Cộng Hòa, thấy "cây xưa vẫn gầy phơi nghiêng ráng đỏ", tự nhiên nhớ đến se lòng bạn bè chung lớp nay tan lạc mười phương trong cơn địa chấn đổi đời "long trời lở đất", thót tim buồn lo về cuộc phiêu lưu hiểm nghèo của vợ chồng Nghị cùng lũ con thơ.

Hôm nghe tin Trần Công Nghị qua đời, tôi ngồi café quán cóc với Ngô Thi và Trần Công Chín, Thi nói chuyện về Nghị suốt buổi. Theo anh, Nghị là tay chơi rất dễ mến, coi sự đời nhẹ tênh, không phải người chăm chỉ nhưng thông minh, có óc tổ chức, học nhẹ nhàng, thi cử dễ dàng. Ngoài ra, rất lạ, Nghị thành công còn nhờ luôn gặp may. Ví như lúc thi chứng chỉ Văn chương quốc âm hay Văn minh Việt nam gì đó ở trường Đại học Văn khoa, anh ta đi chơi và đánh phé suốt đêm ở nhà Phạm Phú Lợi, (không ngờ ông này về sau tình cờ sui gia với tôi), mờ sáng chạy về rửa mặt, liếc qua vài chương giáo trình nghi ngờ có thể ra đề thi. Thế mà trúng ngay chóc, đậu bình thứ nữa! Thi còn kể, nhiều lần gia đình gởi tiền cho anh mua cours để học, anh đem nướng hết trong mấy canh xì phé. Tàn cuộc, anh "đề nghị" tên nào ăn nhiều bạc phải dẫn ra quán nhậu. Mọi người ngạc nhiên thấy anh không chịu ăn gì ngoài mấy món cua rang, cua hấp. Gặn hỏi, anh tỉnh bơ giải đáp thắc mắc:

- Nhà tau gởi tiền cho tau mua cours, không mua được cours, chừ tau gỡ gạc ăn cua cho trúng mục đích chút ít, cua chi cũng cua.

Kỳ về Việt Nam lần cuối (có ai ngờ!), tôi có dịp mời anh cùng mấy bạn nhóm Đông Phương (Rất tiếc Ngô Thi ăn chay nên không đến, tôi nói với Thi đó là kỳ chay đáng tiếc nhất). Sau này, ai cũng công nhận bữa đó ăn ngon nhờ món cà ri dê độc chiêu cùng với cháo nghêu kiểu Mỹ tôi học lóm ông Việt kiều chủ trường Anh ngữ Quốc tế khi làm thuê cho ông. Bữa đó ai cũng tranh nhau nói, tôi kể chuyện một anh chàng giáo viên ba gay liều mạng xỏ lá ba que trong trường tôi từng là hiệu phó, mọi người cười vui hể hả, vui tới nỗi tôi linh cảm điều gì đó không lành một cách mông lung, không cơ sở, nhưng có thật trong tôi, rồi tự nhiên đâm lo, nghĩ rằng rất khó lặp lại một ngày vui như thế. (Tôi nhớ ông lão đánh cá Santiago của Hemingway lẩm bẩm khi con cá to đùng vừa câu được chẳng bao lâu chỉ còn trơ bộ xương: "Vậy đó, cái gì mà tốt đẹp quá rồi thì cũng qua mau thôi"). Và quả thật, chẳng có sai, còn lần nào như thế nữa đâu, Nghị ơi!

Mấy bữa sau, tôi có dịp đèo anh sau xe gắn máy từ Bình Thạnh về nhà ông anh của Nghị ở Nhà Bè. Nghị bảo ghé vào quán nhỏ ven sông… làm vài chai. Tôi nói chuyện thơ Tô Thùy Yên với anh, anh bảo:

- Toa viết tất cả cái đó ra đi, đừng có lo không hay, mạnh dạn lên, đừng tưởng mình làm không được, uổng lắm, hết thì giờ rồi.

Tôi kể với anh đã hỏi được Tô Thùy Yên lai lịch, bối cảnh mấy bài thơ quan trọng như Trường Sa Hành, Góa Phụ... Nghị nói:

- Hỏi gì thì hỏi lẹ đi, hỏi thêm nữa đi, viết nhanh đi kẻo không còn thì giờ.

Anh lo lắng không còn dịp gặp người cao tuổi hơn thế hệ mình, không ngờ nỗi lo đó lại vận vào anh. Nghị tỏ ra nhạy bén trong thưởng thức thi ca không kém ai. Anh khoái câu thơ của Nguyễn Bắc Sơn:

Về đâu, đâu cũng là đâu đó
Đâu cũng đìu hiu đất Hán Hồ

Anh cho câu thơ sau là một tiên cảm thiên tài của thi sĩ. Đất Hán Hồ, đa nghĩa quá! Đâu cũng đất Hán Hồ mà thôi. Chúng tôi cũng nhắc tới câu "Đất ta ta dẫm mà ghê chân" của Tô Thùy Yên. Tô quân còn có câu:

Cuộc cờ kỳ lạ không bày tướng
Ăn sạch quân trừ tính được thua

Phải chăng, thi sĩ, từ cách nhìn kiểu chiến tranh khủng bố (đặt mìn bừa bãi, pháo kích cẩu thả... miễn có nổ có chết, ai chết cũng được) nay ứng vào kiểu chiến tranh đánh bom tự sát làm kinh hoàng nhân loại, nổ càng to càng tốt, chết càng nhiều càng hay, bất luận ai chết, thi sĩ chính là đấng tiên tri?

Sau này tôi khởi sự viết Ký Ức Sơ Sài, Nghị là người đầu tiên tôi chuyển qua mail cho anh đọc trước, sửa lỗi chính tả, cái tôi vốn rất bất cẩn. Anh vui mừng ra mặt nói:

- Thấy chưa, moi nói đâu có sai, toa viết dễ dàng mà, tới lắm. Anh chuyển cho tôi mấy chục cái mail khen ngợi, khuyến khích tận tới ngày đau bệnh.

Bữa đó là lần cuối tôi gặp Trần Công Nghị trên đời. Thật không thể tin được. Dẫu biết ai rồi cũng ra đi, sớm muộn thật ra chẳng có gì khác biệt lắm, muộn cũng chỉ là triển hạn chút đỉnh mà thôi. Biết vậy nhưng mỗi lúc nghĩ tới người đàn ông tử tế đó vẫn còn tráng kiện, nụ cười vẫn còn tươi, ánh mắt vẫn tinh nghịch... mà bất ngờ phải giã biệt cõi đời vui, thật không khỏi không đau lòng. Thôi thì đành xin mượn mấy câu thơ của bác Việt Trang như nén nhang vĩnh biệt bạn hiền:

Câu thơ bạn cũ tìm trong mộng
Tiếng ngọc người xưa biệt giữa đời
Đốt nén tâm hương xin bái vọng
Theo niềm thương tiếc lệ châu rơi.

17

Đọc những tranh luận đủ khuynh hướng trên mạng về cái chết của Gaddafi mới thấy nhân vật nầy gây chú ý nhiều trong dư luận hơn người ta tưởng.

Mà cũng chẳng ngạc nhiên gì. Những năm tôi còn ở đại học, Mubarak, Gaddafi lên cầm quyền sau những cuộc lật đổ vô cùng ngoạn mục bọn vua chúa tham tàn, đã tận hưởng lạc thú đế vương đời đời kiếp kiếp trên những mỏ dầu châu báu và trên sự thống khổ của nhân dân. Những tuyên ngôn đầy nhiệt huyết và thiện chí của các tướng tá trẻ gieo niềm hy vọng lớn nơi đám thanh niên e ngại chế độ Cộng Sản vì trực giác con đường này lắm chông gai và cạm bẫy. Không phải chỉ bọn trẻ chúng tôi tin, nhiều tác giả danh tiếng trên báo chí thế giới cũng lạc quan tin tưởng, không tiếc lời ca ngợi với giọng vô cùng hoan hỉ. Học giả Nguyễn Hiến Lê viết một bài đầy phấn khích về Gaddafi trên tờ Bách Khoa. Bài báo thuật lại tuyên bố lẫy lừng của ông ta: Bao giờ toàn dân Lybia có nhà ở rồi thì cha tôi mới có nhà. Mà thật. Mấy năm đầu, ông đưa ra thi hành những cải cách ngoạn mục vềan sinh xã hội, về giáo dục, y tế... khiến thiên hạ ngạc nhiên cảm phục và không khỏi mừng cho dân tộc Lybia phước đức vừa trải qua cuộc cách mạng thay đổi tận gốc rễ tương đối nhẹ nhàng, ít hao tốn máu xương, không đến nỗi phải đốt cháy cả dãy Trường Sơn chẳng hạn. Chúng tôi ngưỡng mộ ông cũng như lúc bấy giờ cảm phục một số nhà trí thức, linh mục, thượng tọa... xứ sở mình lìa bỏ lợi danh nơi thị thành hoa lệ vào bưng biền theo MTGPMN. Vài năm sau, thiên hạ yên tâm theo dõi những biến cố chính trị dồn dập khác trên thế giới, không rõ cuộc cách mạng nhà binh đi tới đâu và viên đại tá đầy cá tính xứ Bắc Phi đó đã xây được bao nhiêu nhà cho dân, bao nhiêu nhà thương thí cho kẻ nghèo... Thế rồi chẳng mấy lâu sau, người ta ái ngại vì nghe toàn tin tức không mấy tốt lành, cách trị dân không khác gì, có khi còn nghiệt ngã hơn bọn quý tộc phong kiến. Lòng tin vơi cạn dần cho tới lúc xảy ra vụ đánh bom máy bay dân dụng trên không phận Ái Nhĩ Lan thì lòi ra viên sĩ quan này chỉ là tay quân phiệt kiêm trùm khủng bố, cai trị Lybia ngày càng bạo liệt toàn bằng biện pháp hạ sách, mị dân. Tất cả tuyên ngôn, tuyên bố nức lòng người ngày trước nay chỉ là khẩu hiệu. Rõ ràng, đâu có lâu la gì, các giếng dầu tốt nhất thế giới của Lybia đã lại trở nên tài sản riêng của gia đình dòng họ và đám bộ hạ đầu trộm đuôi cướp quanh ông.

Không ai ngờ được mọi chuyện trở nên tệ hại dễ dàng như vậy. Nhất định lúc đầu ông phải tin vào ước vọng và lời hứa của chính mình, không thể nào ông nói dối và gạt dân chỉ vì tham vọng của cải và quyền hành, bởi lẽ ông đã khởi sự đầy hảo ý. Phải chăng ma quỷ xui khiến ông hay sự yếu đuối của tinh thần con người trước vật chất xa hoa cùng những cám dỗ của quyền lực vô biên khiến ông ngày càng lộ rõ chỉ là tên bạo chúa tham tàn ham giết chóc. Ông ăn mặc đồng bóng như kẻ tâm thần phân liệt, những ngày cuối của bi kịch lãnh đạo, ông tin tưởng vu vơ nông nổi, tuyên bố nhảm nhí trong bấn loạn, cử chỉ lố bịch kệch cỡm y chang Saddam Hussein, để rồi màn chót giống hệt nhau, chạy trốn như chuột chui xuống cống, chết trong nhục nhã ê chề. Nhà thơ Thiếu Khanh có nói với tôi rằng thần dân các nước bị caitri độc đoán nên rút kinh nghiệm qua chuyện này, để ý lấp bớt các lỗ cống không cần thiết hầu đỡ mất công trò săn đuổi trốn kiếm về sau!

Hồi trẻ, tôi không thích ý kiến của Will Durant (hay Toynbee?) có bảo rằng, xem ra, các cuộc cách mạng hầu hết có hại cho nhân loại vì sự tàn phá mù lòa và cuồng loạn không thể kiểm soát khiến các nền văn minh không bị phá hủy thì cũng chựng lại. (Chẳng hạn, như học giả Nguyễn Hiến Lê nói, văn minh Trung Hoa phải mấy ngàn năm xây dựng lao khổ, chỉ vài năm cách mạng văn hóa thời Mao là tiêu tan sạch bách - tương tự như một thời, đình chùa Bắc Việt trở thành kho chứa thóc của hợp tác xã). Nói gì thì nói, thế hệ tôi, người có thiện chí vẫn tin phải có cách mạng để làm lại đất nước. Đọc cuốn Guồng Máy của Jean Paul Sartre do Trần Phong Giao dịch, hay thì hay thật nhưng tôi cũng không thích ý tưởng cho rằng bọn cầm quyền nào cũng chỉ được lúc đầu thôi, chẳng phải đợi lâu, có khi ngay sau đó, quyền và tiền làm hư họ chóng vánh, họ chỉ biết có mỗi cách "lãnh đạo" là đàn áp kịch liệt. Buồn thay, hình như hiếm có phương cách nào khác thỏa mãn dục vọng người ta dễ dàng, đơn giản cho bằng trấn áp. Kẻ đến sau có khi tệ hơn bọn cầm quyền trước đó. Tôi không mấy thích ý này vì đang cảm phục Gaddafi, Mubarak; đầy thiện cảm với MTDTGP cũng còn vì "tâm đắc" những phân tích độc đáo của Marx được giảng giải trong sách vở của thầy Nguyễn văn Trung, Trần văn Toàn, dường như cả linh mục Thanh Lãng cũng không tỏ chút ghét bỏ nào khi đề cập tới phong trào Cộng Sản. Như vậy thì các thầy nổi tiếng nhất ở Đại Học Văn Khoa đều tả khuynh hết còn gì! Mấy chương sách hấp dẫn nhất là vấn đề bóc lột nhân công, giá trị thặng dư... nhất là chỗ giá trị thặng dư này, vô phương bác bỏ vì lý lẽ thâm sâu, tình cảm nhân hậu quá chừng đỗi! Lại nữa, sống giữa miền Nam hỗn quân hỗn quan mà đọc cuốn "Hai Mươi Lăm Năm Xây Dựng CNXH Miền Bắc" nói toàn chuyện tốt đẹp của linh mục Trương Bá Cần (Hai mươi lăm năm mà giá gạo chỉ ở mức mấy hào một ký chẳng hạn, nay có dư luận lúc đó ông đã là đảng viên Cộng Sản(!), không biết sao) được phát hành công khai, mua đâu cũng có thì hỏi với tuổi đôi mươi non xợt cùng trí khôn dưới trung bình như tôi, làm sao mà không ngưỡng mộ Marx, không thích Mặt Trận được. (Khi tuổi đời chồng chất, tôi bẽ bàng nhận ra mình chỉ là kẻ ngu phu, Bill Gates và một trăm nhà tư bản giàu có khác nhờ cái đầu siêu phàm, đâu phải tại giá trị thặng dư! Cũng như ông tôi khá giả hơn đám nông dân cùng làng nhờ ông làm ruộng giỏi hơn, nhận định thời tiết chính xác hơn và biết để dành hơn chớ lấy quyền gì mà bóc lột ai để làm giàu. Nói thế mấy "đại gia" ở Việt Nam hiện nay chẳng nên vội lạc quan mừng tưởng mình cũng thuộc loại... cái đầu có cỡ chớ không phải tại dựa hơi, mua quyền bán chức cùng buôn lậu, phá rừng các thứ).

Chao ôi, gần nửa thế kỷ giữ chặt quyền lực với lợi lộc bất tận, lúc thế hệ chúng tôi gần xuống lỗ mới thẫn thờ nhận biết họ là ai. Tất cả bày ra cảnh tượng "Bãi bùn trơ trên thủy triều lui".* Làm gì có cái gọi là cách mạng. Và cuộc cách mạng nào sau lúc khởi hành, đi lòng vòng tốn hao máu xương giờ giấc, sớm muộn gì rồi cũng quay về đường cũ. Nói cho cùng, thật không có lý do để nghi ngờ thiện chí của các lãnh tụ cách mạng trong buổi đầu khởi xướng. Chẳng qua họ mất tinh thần một cách đáng kinh ngạc trước vật chất nên phải điên cuồng dùng quyền lực cách mù quáng để giữ chặt vĩnh viễn. Đâu rồi bệnh viện miễn phí, đâu rồi nhà cửa gratuite của dân Ai Cập, Lybia? Rồi "… ai cũng có cơm ăn áo mặc, cũng được học hành". Nhưng bao giờ thì học trò cấp một khỏi phải đóng cả chục thứ phí tiền mặt, mỗi môn học phải mua và khòm lưng mang vài ba thứ sách ăn theo biên soạn vô bổ nhảm nhí. Mọi việc tiến tới một cách tự nhiên theo chiều ngược lại lời hứa nguyện, lặng im thở dài mà chấp nhận, như câu chuyện nhỏ sau đây. Cháu nội gái tôi chạy chơi trên sân trường vấp bể chậu cây cảnh, ba mẹ nó bị gọi vào đóng tiền đền, không nghe nói gì chân cháu bị đổ máu sưng vù mà phải hiểu sân dùng để bày chậu bông, không được chạy giỡn. Trẻ con khó ngồi yên, sân trường bằng cái mũi, giờ chơi không có chỗ chạy, chúng bày trò ném cầu nhẹ bằng lông gà, bà hiệu trưởng tình cờ đi qua, rủi bị ném trúng, tức thì ra thông báo cấm học sinh ném cầu. Trẻ thơ con cháu chúng ta được quý yêu như thế đó. Tất nhiên không kẻ cầm quyền nào "chỉ đạo" kiểu vậy nhưng nội cái việc mặc kệ bọn cấp dưới dốt nát muốn làm gì tùy ý thích thì không phải là tội lỗi sao? Tôi không khỏi thấy mình nhảm nhí cứ lẩn quẩn ba cái chuyện linh tinh lạt nhách mà nhật báo lề phải cũng nói tới nhưng làm sao khác, ba chuyện nhỏ đó cứ đeo bám hằng ngày trong óc.

Nghe như nhà thương thí hồi thuộc Pháp dân nghèo không phải đóng một đồng một cắc. Nay, đất nước độc lập, nghèo mà lâm trọng bệnh thì yên tâm chết cho rảnh nợ đời. Nói cho khách quan, cùng với dân số phình to gấp bốn năm lần, bệnh viện thời nay cũng lớn rộng hơn nhiều hồi tiền bán thế kỷ hai mươi và gần đây, dân chúng cũng được an ủi phần nào nếu có tiền mua bảo hiểm. Nhưng quái đản nhất là chuyện phân cấp bệnh viện, thuốc men theo tầng lớp xã hội. (Chắc "nghiên cứu khoa học" thấy vi trùng tấn công tùy theo chức vụ, cấp bậc xã hội nên mới "triển khai" như vậy). Tiện đây, xin kể chuyện nhỏ tạm gọi là vui dây dưa tới thuốc men, y đức. Chú em họ tôi đi khám mắt ở bệnh viện thị xã nọ. Trước khi đi, chú đã nghe người ta nói nhiều chuyện không hay về ông bác sĩ trưởng khoa, chẳng hạn khám qua loa để bệnh nhân đến phòng khám tư của chính y, tại đó, ông bỗng trở thành "y dược sĩ", tức vừa khám vừa bán thuốc, thuốc thì, giúp thuận tiện cho bệnh nhân, ông bỏ công bóc ra khỏi bao bì hoặc bẻ đôi. Có người kể ngoài chuyên khoa mắt, ông còn chuyên môn viết toa theo lối "chữ bác sĩ", không ai đọc ra chữ gì, bệnh nhân ra ngoài mua không có, phải trở lại nhà thuốc của bệnh viện, nhân viên ở đó thì rành! Người bệnh nhà quê nọ mang thuốc mua từ bệnh viện quay trở ra nhà thuốc bên ngoài theo lời dặn của cô bán thuốc không đọc được toa; cô thở dài cho bà ta biết thuốc đó rẻ nhất trong các loại chữa mắt, tiệm cô chỉ bán mười nghìn, trong khi người bệnh nọ bị tính gần ba chục nghìn! Người đàn bà quê mùa đứng lặng giây lát rồi thốt lên với giọng "tiếng kêu của tâm hồn":

- Ối Trời ơi, quân ăn cướp chớ bác sĩ chi lạ rứa Trời!

Lúc chú em tới bệnh viện, đã tám giờ sáng, phòng khám còn vắng, mới chừng năm bảy người ngồi trên ghế đợi. Thấy bà y công đang lui cui chùi rửa với cây giẻ lau và xô nước đen sì, chú em tôi hỏi tìm bác sĩ, bà làm thinh chỉ tay về cuối hành lang. Dưới bóng cây bàng, người đàn ông bận blouse trắng đang chăm chú đọc báo. Chú em tôi tới gần, chưa kịp nói gì, ông ta đã gay gắt bảo:

- Đợi làm vệ sinh phòng chút đi!

Ngay lúc đó, bà lao công thu dọn vật dụng ra khỏi phòng. Chú em tôi lặng lẽ lại ngồi băng ghế chờ. Viên bác sĩ ngẩng lên đưa mắt nhìn quanh rồi cúi xuống lật trang báo tìm bài đọc tiếp. Đọc chừng mười lăm phút, ông ta móc điện thoại ra bắt đầu say sưa trò chuyện một hồi lâu nữa, không một dấu hiệu hứa hẹn chấm dứt. Lúc gần hết kiên nhẫn thì chú em thở phào nhẹ nhõm thấy y cất điện thoại vào túi. Nhưng bi kịch chưa dứt, ông ta lại giở báo ra tìm bài đọc tiếp. Chú em đứng dậy, đi nhanh về phía tay bác sĩ. Thoáng nhìn thấy, chắc cũng hơi chột dạ, y đứng vội dậy:

- Đau cái chi mà nôn nóng hung rứa ông, rài rài (từ từ) chút không được na?

Chú em đi theo vào phòng, ngồi xuống ghế, không kìm được cơn bất bình:

- Tôi không đau chi hết, cũng không khám nữa, muốn biết tên ông thôi.

- Chi rứa? Để báo cáo công an hả? Cứ tự nhiên!

- Tức cười chưa, không biết tên thì báo cho ma à? Hỏi chơi chớ thị xã bằng cái mũi, ông đặc biệt tiếng tăm, ai chẳng biết tên ông.

Câu chuyện rồi cũng tới tai viên giám đốc nhà thương. Nghe đâu ông ta đã chỉ "giải quyết" đoạn đầu của sự việc bằng cách "nghiêm khắc" khiển trách... bà lao công về tội... làm vệ sinh phòng ốc trong giờ bác sĩ làm việc. Rõ ràng ông này không thuộc bài, chẳng những không chút tôn trọng mà còn ngang nhiên đàn áp thô bạo người phụ nữ thuộc giai cấp công nhân tiên tiến của ông Lénine một cách oan ức.

*

Tôi về Hội An thăm má nhằm ngày mưa lụt. Má tôi bị té gãy xương khớp háng gần một năm trước. Người ta dùng dụng cụ giữ yên chân để hai đầu xương gãy tiếp cận nhau hầu có thể lành nhưng bà cụ quyết liệt từ chối, nghĩa là đêm khuya chờ mọi người ngủ quên, cụ lén ngồi dậy - đó là nỗ lực kinh khủng vì hẳn phải đau đớn lắm – không hiểu lấy sức đâu và cách gì khom người tháo tung mọi thứ băng bó vứt xuống gầm giường. Chúng tôi xúm lại thuyết phục, thậm chí đe dọa, cụ làm thinh để cho băng lại nhưng khuya hôm sau lại diễn ra kịch bản cũ. Cả tuần như thế. Chúng tôi chịu thua, để cụ tự đặt chân thoải mái theo ý muốn, miễn chân lành kiểu gì cũng được, tất nhiên, không lành cũng được, chứ biết làm sao.

Ông ngoại tôi được kể là giàu có so với nông thôn ngày trước, có súng săn, xe đạp như tôi đã thuật, chỉ sinh được hai người con gái, má và dì tôi được tiếng đẹp nhất vùng, má có phần sắc sảo hơn dì khiến thiên hạ liên tưởng bảo rằng ông có cặp Kiều. Ông tôi không khỏi ngầm hãnh diện về lời bình phẩm này. Cưới má xong, ba tôi dẫn má xuống ga Trà kiệu, nghe đâu bạn bè công chức của ông nhìn thấy, bảo thằng Diêu về làng cưới được nàng tiên. Được thong thả đâu mấy năm thì xảy ra đại biến cố 1945, bỏ công chức Tây, ba dắt má và anh em tôi trở về làng, giao cho má xoay xở nuôi con, phần ông mang xắc-cốt lên đường đi kháng chiến. Hồng nhan đa truân, không kiểu này thì cũng cách khác, dân gian quả đúng. (mà hình như không hồng nhan thì... còn đa truân hơn!). Má tôi lăn lộn với ruộng nương, cấy, gặt, khom lưng quào cỏ bằng tay đến móng cũng không mọc được, lá lúa cứa vào cổ trong nắng nung và gió Lào rát mặt, chiều tối nào trở về cũng mang vết máu chảy thành dòng đã khô nâu ở bắp chân bị đỉa cắn. Xong vụ lúa thì trồng dâu nuôi tằm, làm đất khô trồng đậu, trồng mè, ngày trống lên rừng đốn củi... đầu tắt mặt tối không thua người phụ nữ nông dân nào lao khổ nhất làng. Má còn nổi tiếng người bắt cá bộng nhanh nhẹn tài giỏi. Vùng Đại Lộc có thứ nông cụ tôi không thấy trong Nam, cái bộng. Đó là thanh gỗ dài hình dáng như máng xối lật úp xuống, đặt ngang, nông phu đứng lên trên điều khiển trâu kéo đi làm tơi đất bùn trước khi cấy mạ. Cá rô cá tràu túa ra hai bên theo dòng nước ruộng đục ngầu, phải tinh mắt và kinh nghiệm mới thấy được gợn nước con cá lóc đi, lấy rổ múc hoặc dùng nơm. Nơm thì phải dừng lại mò bắt lâu lắc nên má tôi dùng rổ, bà bắt giỏi tới mức lúc nào cũng thu hoạch gấp đôi gấp ba đám người bì bõm theo sau cái bộng.

Má học hành, thuở đó, quá lắm thì cũng hết tiểu học là cùng nhưng chuyện đọc sách của bà cũng rất đáng nói. Thời con gái, lúc ba tôi học ở Huế, mỗi lần về nhà, ông đưa sách Tự Lực Văn Đoàn cho má "mượn", bà đọc gần hết tác phẩm của văn đoàn này trước kháng chiến. Khi tôi lớn, sách vở thất lạc gần hết nhưng may mắn (hay rủi ro?), trong mớ sách long gáy sứt bìa đó, tôi còn đọc được cuốn "Hận Ngày Xanh" do thi sĩ Hoàng Cầm dịch cuốn Graziella của Lamartine bằng một thứ văn xuôi đầy hình ảnh và nhạc điệu như thi ca, giống như ông đã phóng tác chứ không phải dịch. Sau này tôi nghe đâu ông dịch cuốn sách năm mới mười mấy tuổi. Chuyện tình lãng mạng, biệt ly đầy nước mắt đó lay động tâm hồn yếu đuối vớ vẩn của tôi cả một thời mới lớn. Đọc xong bỗng thấy núi sông mây gió trăng sao... gợi buồn quá thể khiến cả ngày mơ mộng lem nhem. Lên trung học, tôi đã phải xa nhà, không nhớ những năm đó má tôi đọc những gì để giải trí nơi quê mùa hẻo lánh đó. Em tôi kể, sau ngày ba mất, ngày đi làm ruộng khuây khỏa, đêm đến, má ra trước hiên nhà ngồi khóc, khi thút thít, khi thành tiếng nghe như lời kể lể nhưng không rõ. Không biết ngoài nỗi tiếc thương, bà có điều gì ân hận trong cư xử hay lời ăn tiếng nói không phải với ba lúc sinh thời khiến nỗi đau càng vò xé hay sao, đến nỗi ba bốn tháng ròng đêm nào cũng nghe tiếng khóc đứt ruột như vậy. Ông bà và em tôi an ủi gì thì chuyện cũng tiếp tục như một thói quen khiến tê xót lòng người. Tình thế buồn thảm quá khiến em tôi nảy ra ý đi mượn sách cho bà đọc may ra quên bớt hiện thực bất hạnh. Em vất vả đội nón lá đi bộ hết làng này tới làng nọ tìm nhà bạn cũ của ba má có sách báo này khác mượn về, má chong đèn đọc, quả thật ngơi dần tiếng khóc não nuột hằng đêm. Bữa nào mượn không được sách, bà thất vọng ra mặt.

Chiến tranh ngày càng khốc liệt. Bom đạn Mỹ cùng thuốc khai quang hủy diệt sạch trơn làng Non Tiên, má và em tôi chạy xuống Hội An tá túc. Cách mạng đến, ông và má trở về làng nhưng ruộng đất bị trưng thu, không sống nổi, phải quay lại phố sống nhờ đồng lương giáo viên của em tôi. Đây là thời "tiến nhanh tiến mạnh" (tiến lảo đảo) khiến ai cũng đói, huống chi thân phận thoát chạy tan tát của nhà tôi. Ở gần đường, em tôi sắm cho má cái tủ con kê bên gốc cây bán kẹo đậu phộng, bánh tráng nướng cùng mấy thứ linh tinh, có cả thuốc lá lẻ. Em tôi mộ đạo Tin Lành, đúng ra thì không được tiếp tay cho tội lỗi, đạo Tin Lành Việt Nam coi đơn giản, ít lễ nghi rườm rà như Thiên Chúa Giáo La Mã nhưng ngầm khắt khe gần như thứ Thanh giáo, thuốc lá là xấu, (họ đi trước thời đại đó chớ). Vì túng quẫn quá, em tôi ái ngại chấp nhận, có lẽ đêm đêm cô cầu nguyện xin lỗi Chúa không chừng. Lúc đầu má kiếm được tiền tính ra nhiều hơn lương giáo viên, mọi người mừng rỡ không tin nổi, nhưng rồi mỗi ngày mỗi kém đi. Ngồi ngó ruồi má ngượng nên em tôi, sẵn giữ thư viện trường, bắt đầu đem sách về cho bà đọc. Giai đoạn này không còn mang kiếng lão nữa, mắt bà vẫn trong như mắt mèo, có vẻ sáng hơn mới lạ. Lạ nhất không hề bao giờ than mỏi mắt. Không ngờ được bà đọc xong Chiến

Tranh Và Hòa Bình chỉ trong mấy ngày. Thư viện nhỏ, đọc hết tiểu thuyết cổ điển Nga, em tôi lôi về truyện của lớp nhà văn Hiện Thực XHCN, Sông Đông Êm Đềm, Đất Vỡ Hoang, Thép Đã Tôi, Ruồi Trâu... đọc tuốt luốt. Nghe như bà khoái nhất mấy cuốn truyện của Aimatov. Cứ cúi gằm xuống đọc cả ngày không bao giờ nghe nói mỏi mắt thì hàng bán ế là tự nhiên. Từ bao giờ, người trong xóm gọi má bà già đọc sách. Cứ tưởng Trời cho đôi mắt vô địch như vậy thì khỏi lo gì trắc trở nhưng không, một hôm ngủ dậy, cụ than đau nhức, chảy nước mắt, nhìn xa hình dáng sự vật một hóa hai. Em tôi hoảng kinh dẫn đi khám, bác sĩ không nói rõ thế nào, chỉ cho toa mua thuốc. Phải công nhận bác sĩ Việt Nam phần nhiều rất ít lời, không hiểu họ "phục vụ" quá nhiệt tình đâm mất sức hay vì lương bổng thù lao thấp, họ không "ba hoa" giải thích quá nhiều như thầy thuốc ngày trước. Một tuần trôi qua không thuyên giảm lại có vẻ nặng hơn, em tôi tròn xoe mắt ngạc nhiên nghe bà bảo:

- Má mới đọc hết tập một cuốn Oliver Twist, con ráng kiếm cho má tập hai, nhìn gần còn rõ, lỡ mai mốt má bị đui rồi không đọc được.

Chưa kịp tái khám thì tình cờ, em tôi nghe phổ biến phương pháp tập thể dục cho mắt của bác sĩ Nguyễn Khắc Viện trên radio, bèn thử áp dụng cho má. Như một phép lạ, chỉ tập nửa tháng là bà khỏi hẳn. Thế là màn đọc sách tái diễn cho đến khi em tôi nói với má không còn sách nào ở thư viện trường thích hợp cho má nữa thì cũng là lúc giẹp luôn trò bán kẹo và thuốc lá lẻ.

Tôi chưa hết ngạc nhiên về sự đổi thay nhanh chóng của tinh thần người ta. Trước khi bị té, cụ vẫn đọc nhật trình, gặp những cảnh báo về sức khỏe, cụ gọi đứa này, kêu đứa khác bảo phải đọc để hiểu nên ăn gì, nên làm, nên tránh cái này cái nọ có lợi có hại cho sức khỏe... Thế mà, vừa bị tai nạn hôm trước, ngay hôm sau đã hoàn toàn suy sụp. Chẳng hạn:

- Dẫn má xuống nhà tắm má đi cầu đi con!

- Má té gãy chân rồi, đi răng được?

- Bậy mà, má té hồi nào, té chỗ mô, gãy chỗ mô chỉ má coi!

Cụ không thể tin mình không bước đi được nữa, nhất định không chịu đi vệ sinh ngay trên giường vì "đi chi chướng rứa". Cụ bắt đầu lẫn lộn, vừa nói nghe rất hợp lý điều này xong lại toong ngay một câu trật lất không đâu vào đâu. Một buổi chiều ngủ dậy, má hỏi:

- Ông bà ngoại đâu rồi con?

Em tôi nói:

- Ông bà trên thiên đàng nớ.

Má bảo:

- Bậy nà, ông bà chết hết rồi na?

Chúng tôi chuẩn bị cho một ngày cụ quên hết, chắc chẳng còn lâu. Tôi ở xa với vợ con, công việc, chỉ mỗi mình cô em ốm yếu chăm sóc bà. Sự nhọc nhằn rồi cũng sẽ chất nặng bội phần trên vai gầy của cô. Cô bảo sự hy sinh của má nay đáng cho con cháu đền đáp hơn lúc nào. Phải, nhưng con cháu thì làm ăn ở xa, gia đình đùm túm, còn tôi, con trai, cũng đâu sống gần nên chỉ lãnh phần nhẹ hều.

18

Trong một bài phỏng vấn trên một tờ báo văn nghệ hải ngoại, hình như Tô Thùy Yên cho rằng không có thứ thơ gọi là thơ triết lý.

Vấn đề theo tôi, chỉ là danh từ. Thơ triết lý hay đượm màu sắc triết lý thì cũng vậy. Nếu không xây dựng trên những chủ đề nhiều ít liên quan tới những ưu tư của nhân quần về ý nghĩa đời người, tình yêu, cái chết... tôi e thơ Tô Thùy yên không có địa vị gần như độc tôn cho tới ngày nay. Toàn bộ sự nghiệp thi ca của mình, không có hoặc rất hiếm bài nào ông không đề cập tới khía cạnh triết lý gần xa nào đó đụng tới phận làm người. Võ Phiến nói rằng đọc một tác giả, ta có cảm tưởng tác giả đó nhỏ hay lớn dường như ngoài chuyện chữ nghĩa, nghệ thuật diễn đạt còn liên quan tới những vấn đề tác giả bị ám ảnh tức các chủ đề, đề tài nhỏ hay lớn nữa. Tất nhiên không phải hễ muốn lớn thì chỉ cần nói tới chuyện lớn mà phải nói tới với tài năng tới đâu và bằng cách nào mới là cốt lõi. Suy nghĩ tới cõi sống cõi chết thì trong đầu ai, lúc nào mà chẳng từng nhưng viết ra thành những câu thơ đẹp tới não lòng như ông thì xưa nay mấy ai? Tôi buồn bã nhận rằng nói tới thơ là nói trong chủ quan, ai thấy có lý phần nào thì chia xẻ, ai nghĩ khác thì cũng lẽ đương nhiên.

Một nhà phê bình văn học có viết rằng Góa Phụ là bài thơ hiện thực nhất của Tô Thùy Yên. Thật lạ, tôi lại thấy bài này có những hình ảnh hiện thực nhưng lại có ý nghĩa tượng trưng, nhiều ẩn dụ nhất của ông:

Con chim nhào chết khô trên cửa,
Cửa đóng tự ngàn năm bặt âm,
Như đạo bùa thiêng yểm cổ mộ.
Sao người khai giải chưa về thăm?

Điều thú vị, nếu để tâm ghi nhận, trong 37 bài thơ ở cuốn Thơ Tuyển, đã có trên 20 bài và ít nhất gần 30 câu ông nhắc tới chim muông, dường như loài chim xuất hiện với tần số cao nhất trong thơ ông. Rõ ràng chim muông là một ẩn dụ đa tầng đa nghĩa được nhìn theo tâm cảnh của thi nhân. Ngoài một lần sống giữa mùa hạn hỏa ngục xứ Quảng Bình khiến ông liên tưởng tới thế giới lâm chung với thiên nhiên cùng kiệt, xác người vương vãi nơi bờ bụi cùng bao nhiêu hình ảnh rùng rợn khác, tỉ như "Ác điểu ngày đêm gào xáo xác" và ma hoang cũng bỏ đi nhường chỗ cho chim kên thì hình ảnh chim muông trong thơ ông:

+ Luôn gần gũi thân thiết và có khi là niềm an ủi:

Chim đã bay quanh từ vạn cổ... Giữa tầng trời cao chim giục giã... (Đãng Tử), *Thấy nhàn hớt động bóng chim quen...* (Vườn Hạ), *Nghe tiếng chim quen bay trớt qua, Bóng thoáng như bàn tay dịu mát, Lau nhanh hơi mỏi mặt mày ta...* (Và Rồi Tất Cả Sẽ Nguôi Ngoai), *Ta đợi vì nghe ngoài ngõ trúc, Có com chim khách kêu chiều nay...* (Mùa Hạn), *Ta về như bóng chim qua trễ...* (Ta Về)...

+Cũng có lúc tiếng chim vui:

Đông đúc chim về ấm cúng đêm... (Lão Trượng), *Con chim chèo bẻo hót lanh chanh...* (Hề Ta Trở Lại Gian Nhà Cỏ)

+Cánh chim là một ảnh tượng đẹp và buồn, nhất là buồn và cô lẻ:

Con chim bói cá trong tàn tối, Soi vĩnh hằng xanh rợn mặt hồ... (Nỗi Đợi)... *Thăm hỏi con chim màu sặc sỡ, Lời ca u uất giấu nơi đâu? Biển Bắc tuyệt mù con nhạn lạc..., Bóng chim, tăm cá, cành trôi giạt...* (Mòn Gót Chân Sương Nắng Tháng Năm), *Di điểu qua sông xẻ luống sầu... Núi xa chim giục giã hoàng hôn...* (Tưởng Tượng Ta Về Nơi Bản Trạch), *Con chim nào hớt hãi kêu van* (Bất Tận Nỗi Đời Hung Hãn Đó), *Con chim động*

giấc gào cô đơn... (Trường Sa Hành), *Con chim lạc bạn
kêu trời rộng...* (Vườn Hạ), *Giữa khuya có tiếng chim ai
oán...* (Nỗi Đợi)

+ Có khi phảng phất chút thần bí, siêu hình:

*Con chim thần thoại mắt khoen sâu, Giật mình như
đã ngàn năm ngủ, Giũ bụi lông, cất khản tiếng gào* (Em
Nhỏ, Làm Chi Chim Biển Bắc) *ở đâu còn bóng chim
huyền diệu, Hót gọi tiền thân ta tái sinh...* (Mùa Hạn),
Con chim nào vỗ cánh, Động gợn thời gian... (Ánh Tàn
Dư), *Khắc khoải chim kêu mùa xóa giải... Chim vút lên
như hòn đá ném, Rồi thôi, cái có chỉ là qua...* (Chim Kêu
Bãi Quạnh).

Tôi chỉ lược trích sơ sài chứ thật ra, mỗi câu thơ trên
đây là một ảnh tượng riêng biệt có thể là một chủ đề cho
một bài khảo sát. Nhất định mai nầy thơ ông phải được
nhìn nhận công bình hơn, công phu hơn hầu đúng với
giá trị cao cả nó vốn có.

Con chim nhào chết khô trên cửa là hình ảnh chim
muông buồn thảm nhất trong thơ Tô Thùy Yên. Vì sao
con chim nhào chết khô? Ta không rõ. Chỉ biết ở đây chỉ
còn nỗi chết. Chết trên cửa. Cửa nào? Đó là cảnh cửa âm
dương mở ra cho cái chết nhưng đã đóng chặt rồi. Thiên
thu. Im bặt. Vô âm tín. Không ai có thể hiểu gì. Đó là
cánh cửa bị yểm bùa, vĩnh viễn không có người khai
mở. Người ta chỉ biết sống và chết và không bao giờ biết

tại sao. Phải chăng đây chỉ là hình ảnh ẩn dụ cái chết phi lý của người tử sĩ, người chồng của góa phụ trong bài thơ. Một triết gia hiện sinh có nói rằng chính vì con người tuyệt nhiên không biết tại sao mình sống và tuyệt đối mù tịt sau khi chết, chính vì cánh cửa âm dương đóng sập nên tử biệt trở thành tận cùng bi đát và là sự trừng phạt quá nặng trên số phận con người một cách phi lý. Người góa phụ khiếp kinh và không dễ chấp nhận nổi đau tang tóc là có thật. (Phía sau nỗi chết, thấp thoáng cái nền xám xịt của cuộc chiến tranh phi nghĩa). Thế nên:

> *Em chạy tìm anh ngoài cõi gió*
> *Lửa oan khốc giỡn cười ghê hồn,*
> *Tiếng kêu đá lở long thiên cổ,*
> *Cát loạn muôn trùng xóa dấu chôn.*

Thú thật tôi rợn người khi đọc khổ thơ trên. *Ngoài cõi gió* gợi nỗi buồn mênh mang, cô quạnh và lạnh lẽo. Thứ lửa oan nghiệt, tàn khốc nào lại mỉa mai *giỡn cười* trên số phận con người trầm luân, trên chết chóc bi thương? Lửa mà giỡn cười? Làm sao không ghê hồn cái thần bí ma quái ở đây? Câu thơ thứ 3 là "âm thanh cuồng nộ" vô cớ của trời đất hay tiếng kêu thương của hồn người vọng động cả càn khôn? Đá đổ, cát bay *long thiên cổ, loạn muôn trùng* cho ta cảm tưởng con người quá bé nhỏ trước thiên nhiên rộng lớn không cùng và dữ dội vô tận. Và số phận con người, chung cuộc cũng bị *xóa dấu chôn* mà thôi. Thơ Tô Thùy Yên nhiều lần nói tới bôi xóa, tới *"mặt đất bôi trôi"*. Người ta bảo Tô Thùy Yên chỉ tin ở sự hư vô, họ có lý. Tôi liên tưởng tới mấy câu thơ ông nói với người chiến binh Cộng Sản cuồng điên say sưa chiến đấu, mê tưởng "sự nghiệp" mình lớn lắm, ngỡ mình làm được chuyện *"Lăn địa cầu ra khỏi lối xưa"*:

> *Ví dầu các việc ngươi làm, các việc ta làm*
> *Có cùng gom góp lại,*
> *Mặt đất này đổi khác được bao nhiêu?*
> (Chiều Trên Phá Tam Giang)

Và nhất là mấy câu này trong bài Lão Trượng:

> *Cát vùi cả xương trắng lưu dấu...*
> *Mặt đất vô danh, ký ức lòa.*

Hai khổ thơ tiếp sau là cảnh tượng người vợ góa một mình canh xác chồng.

> *Em độc thoại lời kinh ánh xanh*
> *Trăng lu, khuya mỏi, nén nhang tàn.*
> *Chó tru thăm thẳm ngậy thiên địa.*
> *Mái ngói nghiêng triền trái rụng lăn.*

Tác giả chỉ *nghe* mà *thấy* được *lời kinh ánh xanh* (Cũng như Phan Khôi *Thấy dưới ánh trăng muôn khúc nhạc, Nghe trong tiếng ếch một màu xanh*), giác quan ông cũng chuyển đổi chức năng khiến câu thơ rõ ràng có tính tượng trưng. Ngoài ra *lời kinh ánh xanh* cũng gợi chút gì bí hiểm rờn rợn. Câu kế chỉ là liên tiếp ba cụm chủ-vị đơn giản nhất, có tính từ làm vị ngữ trong tiếng Việt, vậy mà tài tình thay, lại là câu thơ nhiều hình ảnh nhất gợi nơi lòng người một nỗi tàn phai thê thiết. Đọc câu này tôi không thể không so sánh với một khổ thơ trong bài Ta Về:

Ta về như tứ thơ xiêu tán
Trong cõi hoang đường trắng lãng quên.
Nhà cũ, mừng còn nguyên mái, vách,
Nhện giăng, khói ám, mối xông nền.

Cấu trúc ngữ pháp câu cuối y hệt câu 2 khổ thơ thượng dẫn, nhịp điệu và nhạc điệu cũng tương tự. Và ngữ nghĩa nữa, toàn động từ, tính từ hàm nghĩa xiêu đổ, điêu tàn, phôi pha, mờ tối, tàn phai. Thanh điệu của 3 từ cuối trong cả 2 câu giống nhau, chùng xuống những thanh bằng diễn một niềm đau thương, cô quạnh.

Nguyễn Bắc Sơn có câu thơ hay: *Khu phố quận những đời người đã mỏi*, cụ thể, chính xác nhưng không mới lạ bằng *khuya mỏi*. Tô Thùy Yên có biệt tài dùng những chữ vốn già nua và sáo mòn đặt vào một văn cảnh bất ngờ tạo hình ảnh mới, chẳng hạn cũng từ này: *Ta đợi, nghe chừng thiên cổ mỏi... Tàu đi, lúc đó đêm vừa mỏi, Lúc đó sao trời đã ngủ mê*. Kiểu dụng ngữ này nhan nhản trong thơ ông tạo thành điển hình cho phong cách, thật thú vị nếu để tâm khảo sát.

Ta thấy, trong khổ thơ, tác giả ghi nhận ba thứ âm thanh, ta có cảm tưởng các giác quan ông nhạy bén không cùng và tưởng tượng thì vô tận, ông nghe thấy những gì giác quan người thường không hề cảm nhận được tới cường độ đó: *Cát loạn muôn trùng, đá lở long thiên cổ, Chó tru thăm thẳm ngậy thiên địa.* Tuyệt vời từ *thăm thẳm* và *ngậy.* Quả thật chỉ mình ông thấy đất trời cũng ngây dại nghe tiếng chó tru buồn thảm trong đêm tang tóc đó. Trong xã hội nông nghiệp tối tăm ngày trước, tiếng cú và chó tru đêm điển hình cho điềm báo chết chóc, tai ương - quái, kinh nghiệm bản thân tôi thấy đúng, mới ghê! (Đọc câu này tôi không thể không nhớ lại một scène trong phim Doctor Zivago của David Lean, xem rồi, mấy chục năm sau còn nhớ. Giữa cuộc CM loạn ly bạo liệt, vợ chồng bác sĩ Zivago lánh nạn, trở về làng quê Variquino, đêm đầu tiên ngụ trong ngôi biệt thự hoang tàn, khuya muộn, họ thảng thốt nghe tiếng chó sói tru quanh nhà. Hé cửa nhìn ra, dưới ánh trăng bạc trên đồng tuyết lạnh lẽo, những con sói ốm đói đầy hung tợn ngửa mặt lên trời gào tru thê thiết mà cũng đầy đe dọa. Tôi tin không phải tình cờ David Lean đưa cảnh này vào phim mà không gửi theo một ẩn dụ; tiếng chó tru ghê rợn đó cùng với bản nhạc nền Lara theme u uẩn của Maurice Jarre cứ âm vang ray rứt trong lòng khán giả cho tới hết phim và, với tôi, mãi nhiều năm sau nữa; tiếc cho các thế hệ sau này không được xem phim nầy với màn ảnh rộng).

Ngọn đèn hư ảo chong linh vị
Thắp trắng thời gian mái tóc em.
Tim đập duỗi ngoài thân nỗi lạnh.
Hồn xa con đóm lạc sâu đêm.

Mấy câu trên đây, cảnh thì hiện thực nhưng được nhìn qua nhãn quan... siêu thực. Ngọn đèn thức canh quan tài có thật sao gọi là hư ảo? Mái tóc góa phụ hẳn cũng chưa bạc trắng và tim làm sao duỗi đập ngoài thân? Thời gian trong thơ Tô Thùy Yên là một thứ ký ức lòa, bị lãng quên, bị bôi xóa. Câu trên nếu thuận nghĩa thì phải là thời gian thắp trắng mái tóc em, nhưng thế thì còn gì thơ! Tôi chưa quên mấy câu thơ khác của ông về thời gian, thứ thời gian trắng không lưu dấu, không ký ức:

Dòng ngày tháng trắng chảy lơ mơ.
Trong cõi hoang đường trắng lãng quên.
Bay tự ngàn năm trắng cổ thi.
Trong lãng quên xanh hút thời gian...

Đêm tối triền miên chốn ruộng vườn, ánh lửa ma trơi và ánh sáng lập lòe của đom đóm trên đồng hoang gợi cảnh tượng lạnh lẽo của cõi âm, chính tác giả cũng tưởng tượng hồn người lạc loài theo ánh sáng xanh bí

241

mật của con đốm. Thứ ánh sáng ma quái chỉ làm đêm tối càng thêm tối và chỉ là không gian đe dọa. Tiếng Việt chỉ có *thâu* đêm, không có *sâu* đêm. *Sâu* ở đây vừa có nghĩa trong không gian và cả thời gian, nghĩa thật rộng và thật mới. Đọc đoạn này, ta còn nhớ tới mấy câu rợn lạnh trong bài Lão Trượng:

Mơ màng có một hồn xiêu lạc
Ngoài tối tăm, nhờ chỉ nẻo về.

Bài thất ngôn ngắn nhất của Tô Thùy Yên trong tập Thơ Tuyển kết thúc với khổ thứ 5:

Cỏ cây sống chết há ta thán.
Em khóc hoài chi lẽ diệt sinh?
Thẳng như con ngựa già vô dụng,
Chủ bỏ ngoài trăng đứng một mình.

Làm sao ta biết cỏ cây sống chết không hay có ta thán? Chẳng là giác quan ta hạn hẹp nên chỉ nhìn ra vậy; ý thức ta chỉ biết được chết là hết, là vĩnh viễn xa lìa nên tử biệt là điều ghê khiếp quá sức chịu đựng của cõi người. Góa phụ chắc cũng biết tới lẽ diệt sinh nhưng không thể âm thầm chấp nhận được nên phải "khóc hoài".

Hai câu kết gợi hình vô kể là ảnh tượng của buồn đau, bị bỏ rơi, bị hất hủi; ẩn dụ của phận làm người phi lý. Con người mù lòa bị ném vào đời với đam mê vô ích, loay hoay với lao khổ, cô đơn, rồi chết. Chẳng để làm gì.

Ngựa ở đây gợi nhớ tới con ngựa trong bài thơ nổi tiếng của Tô Thùy Yên thời trai trẻ "Cánh Đồng Con Ngựa Chuyến Tàu". Chúng nhiều hay ít, nhất quán ở tính bi đát.

Như đã nói, bài thất ngôn nầy ngắn nhất trong tập Thơ Tuyển nhưng theo tôi, vì cô đọng và hàm súc nhất nên phải ngắn. Cô đọng và hàm súc về nội dung, chặt chẽ về bố cục, phong phú về hình ảnh. Ngôn từ thì tinh xác và mới mẻ, càng đọc càng thấy chưa hiểu đủ nên phải cứ đọc đi đọc lại mãi.

19

Quê nhà Quảng Nam cách Sài Gòn chưa tới ngàn cây số đường chim bay vậy mà không hiểu sao mấy chục năm tôi mới có dịp về thăm giữa mùa mưa lụt. Đêm Hội An nằm nghe mưa đổ rào rạt từng cơn liên hồi trên mái ngói, bỗng sống dậy tuổi thơ cùng mùa gió mưa lụt lội nơi ngôi làng Non Tiên lẻ loi bên chân núi. Cô em tôi nói:

- Mưa từng chặp kiểu này thì đúng là mưa lụt, có điều nghe như không dữ dội lắm, có lụt thì cũng nhỏ, TV báo động cấp hai tại sông Ái Nghĩa, cấp hai mà ngưng mưa thì tại Hội An chưa ngập nhà mình bao giờ. Ông chú họ trên quê hồi chiều có báo mưa nguồn đã ngớt, chắc không có chi đáng lo.

Mọi sự diễn ra sau đó chứng tỏ cô em tôi hơi lạc quan hay ít ra, kinh nghiệm của cô chỉ có hại khi ngày nay, mấy tay chủ thủy điện chính là ác thần Thủy Tinh bằng xương bằng thịt gây tai ương trên số phận dân lành vùng hạ lưu mấy dòng sông ngắn đất Quảng chứ đâu phải chỉ trời xanh trên cao kia. Thủy điện ích quốc lợi dân đâu đâu, không thể không thông cảm nghe chuyện một lão nông làng tôi nói thà tau thắp đèn dầu chớ điện làm chi, ai đời năm nào cũng bị trôi heo trôi lúa không kịp trở tay, Tết giơ mỏ đợt, chịu hoài sao thấu. Bọn gian manh hùa gió bẻ măng, lợi dụng thủy điện để phá rừng lấy gỗ, lời gấp mấy lần phí tổn xây đập, chẳng lẽ thiệt vậy sao? Phá núi riết rồi lấy nước đâu cho đập? Điên hết rồi chăng?

Rõ ràng mưa gió không phải đâu cũng mưa gió như nhau, nhất là chiều mưa Sài Gòn chẳng giống gì mưa lụt miền Trung. Thường thì cũng mây đen mù mịt một phía trời rồi gió giật từng hồi vật vã cây cối, thổi tung lá khô lăn chạy lào xào; cũng có khi đang nắng bỗng bất ngờ đổ mưa, tưởng chỉ mưa qua nhưng càng lúc càng nặng hạt xối xả ngập phố xá lóp ngóp xe cộ. Đi giữa mưa mịt mù ai cũng tưởng như bất tận nhưng chỉ nửa tiếng hoặc quá lắm một giờ là xong ngớt. Nắng lại dịu dàng trải một màu vàng nhạt thanh bình, chim sẻ lại tụ tập ríu rít vui đùa, hào hứng nhảy nhót kiếm ăn bên phố đông người qua lại.

Thức khuya dõi theo những cơn mưa đầy đe dọa, mỏi mệt ngủ quên lúc nào, sáng ra bỗng giật mình nghe thằng bé hàng xóm reo hò, giống hệt thằng tôi thời bé dại:

- Nước lớn rồi, nước lên rồi... "đõa" quá, "đõa" quá!

Tôi phì cười nghe ông ngoại nó mắng, hiền lành:

- "Đõa choa" mi chớ "đõa"!

Cả xóm lục tục gọi nhau dọn đồ đạc lên gác, chuyện này thật nặng nề với ba người già chúng tôi nên mọi người xúm vào giúp cho kịp trước khi nước vào nhà. Đa tạ bà con lối xóm tốt bụng. Ai cũng ngạc nhiên thấy nước lên mau trong khi không có xe phóng thanh cảnh báo như thường lệ. Lần này chính quyền nín khe khác thường khiến thiên hạ đồn đoán lung tung. Ông ngoại thằng bé có vẻ biết chuyện:

- Chắc chắn họ xả đập thủy điện Sông Tranh nước mới ít đục mà lại lên quá mau chớ mưa đâu có lớn, hôm qua nghe đồn rứa mà không tin. Năm nào cũng chơi trò lén lút, làm thinh xả nước gieo họa, ác quá!

Theo ông, từ nay sẽ không còn lụt nhỏ mang phù sa vào ruộng như xưa nữa mà mỗi năm chỉ một vài lần đại hồng thủy, nước nửa đục nửa trong, nửa của trời, nửa của thủy điện để dành, bởi lẽ mưa vừa thì chỉ đủ nước lấy vào đập, mưa lớn thì xả nước tùy tiện. Với nhẫn nại đã quen từ ngàn đời, nông dân im lặng cam chịu, gạt nước mắt nhìn lúa má heo gà bất ngờ trôi theo dòng nước, cùng lắm thì than thở đủ nghe: Trời ơi, ác chi ác dữ rứa trời.

Chúng tôi ngồi co ro trên gác chăm chăm nhìn nước cao lên từng giờ, Thánh thần mới biết nó sẽ lên tới đâu. Thời tiết nghe nói nay hết sức bất thường lại thêm nỗi khùng điên của con người cộng với, làm sao lường được mức độ thảm họa. Buổi chiều hoàn toàn tĩnh lặng, có thể nghe được tiếng nước róc rách nho nhỏ thoát qua bờ tường. Trời đã chiều cùng mây mù u ám, nước lên gần lút khung cửa sổ và sắp bịt kín cửa cái thì dường như, may thay, có chậm lại. Rọi đèn pin xuống dưới nhà thấy được con cá nhỏ bằng nửa bàn tay bơi chầm chậm lửng lơ trong làn nước ngà ngà nhắc tôi nhớ chuyện lụt lội quê xưa...

Tháng chín âm lịch, không gian như bắt đầu nhuốm hơi lạnh, mây chập chùng đầy trời giăng khắp núi non quanh thung lũng khiến nhớ câu thơ Xuân Diệu:

Em đã xé lòng non cùng giấy mới

Mây đầy trời hôm ấy phủ sơn khê.

Gió mang mưa từng cơn rào rào thổi bạt xác xơ vườn chuối, đổ xối xả thâu đêm trên mái ngói. Lũ ễnh ương huyềnh hoang... huyềnh hoang... bất tận như một dàn đồng ca dưới ao sau nhà. Sáng ra trẻ con... mừng rơn nhìn thấy nước bạc lênh láng dâng ngập thành giếng, mấp mé trước hiên nhà, hoan hỉ thấy nó... tiếp tục lên thêm. Tôi hào hứng chạy theo ông ngoại chèo ghe đi bủa lưới cá gáy mé Cầu Bồi. Năm nào lụt đầu mùa cá gáy cũng về nhiều men con suối này vào đồng, theo kinh nghiệm của ông. Bầy cá gáy mắt đo đỏ, vảy bạc óng ánh, to nặng chín mười ký, từ sông lớn chảy xiết, liều lĩnh chen nhau vẹt đám cỏ lùng bơi vào vùng nước cạn, không hiểu để làm gì. Nghe nói hình như để đẻ trứng, nhưng khó hiểu: Vài hôm nước rút, ruộng cạn, trứng cá sẽ nở ở đâu? Đàn cá con dắt nhau theo mấy mương nước nhỏ để trở ra sông hay xuống ao hồ? Sao phải phát triển nòi giống nhiêu khê đầy phiêu lưu và cạm bẫy vậy? Cá mẹ có khi chưa kịp sinh sản thì dính lưới dễ dàng, trả giá bằng mạng sống cho sự ham nước điên cuồng và ngờ nghệch của mình như một thứ định mệnh. Chúng dãy đành đạch, oằn thân uốn éo, miệng phát ra tiếng ụt... ụt... trong chiếc vợt rộng dài hơn lưới bóng rổ của ông tôi. Cái thời đó, nói rất khó tin, cá ở đâu ham nước rủ nhau tràn về nhởn nhơ bơi lội, nhiều nhất chỗ thế đất và nước quen thuộc, dường như chúng hẹn nhau mùa thu hằng năm về chốn cũ sinh nở vậy. Hà! Le rendez-vous de Septembre! Lạ nhất chuyện này chỉ diễn ra trong trận lụt đầu mùa thôi. Mấy cây lụt tiếp sau lớn hay nhỏ cũng chẳng chút bóng chim tăm cá nào. Ngạc nhiên là cái trũ, cái rớ, đồ dùng bắt cá vùng tôi, to lắm thì cũng hai ba mét vuông, thả ngập xuống chỗ bùng đình nước dâng lai láng, như cợt giỡn với thiên nhiên, vậy mà chốc chốc giở lên vẫn bắt được cá trôi cá gáy, mới diệu kỳ. Cá hẳn nhiều như bèo nối đuôi nhau dưới dòng nước đục mới bắt được dễ dàng theo cách cầu may đơn sơ đó. Riêng kiểu bủa lưới của ông tôi thì có vẻ hợp lý và chuyên nghiệp hơn. Vẫn nhớ bà ngoại và má tôi khứa cá ra từng khoanh dày, nướng trên lửa than rồi ướp củ hành đỏ và ớt, kho với nước mắm ngon ăn trong mấy ngày mưa lụt làng bị cô lập, không chợ búa, nay còn chưa quên hương vị.

Tôi lẩn quẩn với những hoài niệm, có người bảo thiếu công bằng, những chuyện xưa nào cũng đẹp, món xưa nào cũng ngon, người xưa nào cũng tử tế. Đã đành, nostalgia is an useless emotion, biết vậy nhưng đã thành tật mất rồi. Mà cũng không hẳn tôi hoàn toàn trật bậy đâu. Không cần dẫn chứng, nhà văn, nhà thơ đã có thời được tự do phần nào khi viết, tác phẩm không hay thì thôi chứ chẳng đến nỗi ai cũng một kiểu suy nghĩ như nhau chán ngắt, nịnh nọt bọn cầm quyền một chút, cả nước nhận ra ngay;phần lớn họ đều coi trọng việc giữ tư cách. Một nhà thơ (thơ ngây) đất Quảng lỡ đạo văn một lần, chỉ nhại nhạc điệu và vài chữ bài thơ tình của một thi sĩ có tiếng, liền nhận bao ê chề xấu hổ từ dư luận, phải uổng phí bỏ hẳn thơ thẩn. Sinh viên học sinh sống lành hơn hẳn ngày nay. Quan lại cũng có kẻ ăn tiền nhưng phần lớn thanh liêm vì sợ pháp luật và nhất là còn coi trọng nhân phẩm, ngại mang tiếng này nọ; không ai có thể dùng bằng giả để "tác nghiệp", đặc biệt lắm chỉ vài người lọt sổ, toàn thứ lưu manh hạ cấp ăn xổi ở thì.

Chuyện ẩm thực này nọ chẳng hạn, có người nói tại hồi nhỏ mình đói thành thử ăn cái gì cũng ngon, không đúng. Tỉ như con heo ta, nay đã là huyền thoại, bà tôi nuôi chỉ cho ăn cháo cám trộn chuối cây xắt nhỏ, thỉnh thoảng thả rong cho nó tự mưu sinh để được săn chắc hơn. Tết đến, lớn lắm chỉ trên mươi ký, rã thịt nấu cháo lòng thả, thịt đùi luộc cuốn bánh tráng rau sống xà lách trộn hành ngò, bánh tráng nướng xong nhúng qua nước cho mềm, thơm bùi độc đáo. Cả nhà quây quần ấm cúng quanh bàn trong tiết xuân mát lạnh, nghe tiếng pháo nổ đì đẹt làng trên xóm dưới. Những bữa ăn cuối năm đó không biết tả sao cho đúng, là niềm hạnh phúc ám ảnh một đời. Người ta bảo miếng ngon nhớ lâu, lời đau ghi mãi, chẳng sai. Còn bây giờ, nói ngay cũng tại đông người, nhu cầu quá lớn, chúng ta ăn thứ thịt của những con heo mười tạ nuôi bằng thực phẩm công nghiệp pha hóa chất, nạc từng khối như gạch chưa nung, nhạt như bã mía. Quán cháo vịt nổi tiếng ở Thanh Đa ngày nọ, nay họ dọn lên những đĩa thịt giống như heo ba rọi mỡ dày, nạc thì nhũn ra, bở như khoai mì bột. Lại nhớ chuyện phở Hòa Sài Gòn đầu những năm sáu mươi. Xế trưa qua Cầu Kiệu, tôi thường gặp ông bà Hòa cùng cô con gái dáng cao cao ì ạch đẩy chiếc xe phở lỉnh kỉnh dụng cụ bán phở lên dốc cầu. Nhà họ ở Phú Nhuận, xế nào cũng phải đẩy xe từ nhà đến tận mãi đầu đường Pasteur cách mấy cây số, lịch kịch bày biện bàn ghế các thứ trên hè phố, chỗ ngó qua nhà thương chích chó, chữ của ông Hòa thường nói. Tại sao chọn địa điểm xa nhà vậy thì tôi không hỏi, chỉ nghe ông kể lúc mới di cư vào ông vẫn quen bán phở gánh như ngoài Bắc, thời gian lâu sau mới đỡ khổ nhờ bắt chước xe mì Tàu, xe đồ ngọt của dân Sài Gòn. Không biết tại tâm lý hoài cổ hay sao mà một hôm ngồi cùng bàn với ông cụ nọ, nghe ông nhận xét với chủ nhân rằng phở không ngon bằng hồi phở gánh, ông Hòa nói:

- Không phải đâu, cũng vậy thôi.

Sau 75, phở Hòa dọn hẳn về Phú Nhuận tiệm lớn khang trang, tôi nói với ông sao không ngon bằng lúc phở xe chỗ nhà thương chích chó, ông chủ lại bảo:

- Không phải đâu, cũng thế thôi. Nhằm bữa, hơn kém chút đỉnh đôi khi cũng tại con bò.

Vậy thì cái ngon cái dở còn tùy đủ thứ, tùy tuổi tùy thời nữa sao? Nói gì thì nói, phở Hòa là món tuyệt luân của người xứ Bắc. Tôi không nói phở, mà là phở Hòa. Vài năm trước 75 thấy một xe phở cũng trưng bảng hiệu phở Hòa trên hè cách phở Hòa xịn khoảng mươi mét. Tôi chắc có thỏa thuận gì chứ ai dám ngang nhiên chiếm đoạt thương hiệu kiểu đó ngay bên cạnh. Thế rồi phở Hòa xưa sửa thành Hòa Thuận. Thực khách đã quen mặt nên cũng ít ai để ý... chuyện nhỏ này. Xe phở Hòa ra nghề sau, nay là nhà hàng phở đồ sộ, vẫn địa điểm trước kia, khách thập phương chen lấn nườm nượp, giá bảy tám chục ngàn tô, mỉa mai dân nghèo. Người cũ thì biết không phải phở Hòa gốc. Nghe nói gia đình Hòa xịn vượt biên, được tàu của Autriche vớt, muốn tiếp tục nghề cao quí nấu phở đệ nhất thiên hạ chắc họ phải di cư lần nữa qua Mỹ. Tôi nghe ở Mỹ có nhiều hiệu phở Hòa, thật giả lẫn lộn, xứ đó văn minh, luật lệ chặt chẽ, chuyện làm ăn lem nhem vẫn cứ như mọi nơi? Cùng nổi tiếng với phở Hòa ngày đó có phở bà Dậu đường Công Lý, lắm người gọi phở không quân vì băng Nguyễn Cao Kỳ, Lưu Kim Cương... hay tấp xe jeep vào ăn trên đường lên phi trường. Phở dùng với hành tây, không rau mùi, không giá trụng, nước lèo gia vị nhẹ nhàng, nay đổi chủ mới, vẫn đông khách, đắt tiền mà vẫn đắt hàng. Phở Tàu Bay đường Lý Thái Tổ cũng có mùi vị đặc trưng, lắm khách, ngày trước hơi bình dân với tô muỗng sành lem nhem, thực khách khó tánh không chuộng, nay đã có vẻ sạch hơn. Theo tôi, chỉ phở Hòa là đệ nhất tinh hoa phở, là thực phẩm quý chốn trần gian, nourriture terrestre, đã biến mất khỏi Sài Gòn. Thật khó phân tích nó ngon và khác hẳn mọi phở khác chỗ nào, chỉ có thể nói ngon quá mà thôi. Không biết với gia vị bí truyền và cách nấu nào mà nó ngon tới vậy. Nước dùng tinh tế, ngọt, thanh, thơm dịu, không nồng đậm gia vị nhưng cũng không nhạt quá, củ hành đỏ và gừng nướng chỉ phảng phất; nước dùng, bánh và thịt thấm đẫm, hòa nhịp trong một tổng thể toàn bích. Đặc biệt mùi thơm độc đáo, không lẫn lộn, tới đầu phố đã nghe, vị giác bị kích thích... tới bến, ít ai đủ can đảm bỏ đi. Cụ Võ Phiến hết mực ca ngợi nhà văn Thế Giang tả mùi thơm của phở, không dùng một tính từ nào, là danh ngôn về phở, tôi quáng gà, không tìm thấy nguyên văn, chỉ nhớ ý ông bảo rằng đi phía dưới gió, gặp lúc tên chủ phở khốn nạn giở nắp nồi của y ra mà trong túi không có tiền thì bỏ mẹ. Cũng đúng với Hòa lắm thay. Thịt cho phở chu đáo và công phu hầu như không thiếu loại gì: tái, chín, nạm, gầu, gân, sụn, sách, vú sữa, giò bó, tủy... Tủy được lấy công phu từ xương ống luôn nguyên thỏi, tất nhiên chẳng có nhiều, đến trễ là hết, gầu bao giờ cũng ra gầu, mỡ trong, giòn tan, ít béo. Ngon nhất tô tái sữa giòn giòn, thoảng béo, khiến ăn... tích cực đến cắn phải lưỡi! Sài Gòn nay không thấy đâu thứ này, chắc sợ nhiều cholesterol, nhưng thời đó, mấy ai để ý? Họ dùng loại tô trung bình, thường nhiều thực khách phải gọi ăn thêm. Ngày nay, bắt chước phở Việt bên Mỹ hay sao, phở Sài Gòn tô to gần bằng cái nón sắt, ăn cuối bữa, nước dùng đã lạnh ngắt như cơm nguội nước lã, chẳng còn chút hương vị mô tê. Sau biến cố 75 vài năm, dân Sài Gòn quả mất mát lớn bị "giải phóng" khỏi phở Hòa.

Ngồi quán cafe với mấy ông bạn thất cơ lơ vận bên sông Thu Bồn, ghế tre đơn sơ kê sát mé sông. Bên trên, bóng tre ngà che phủ, đung đưa sát mặt nước tĩnh lặng gợn sóng lăn tăn trong gió đầu mùa đông bắc hơi se da thịt. Sau 23 tháng mười âm lịch, dân ở đây mới yên lòng tin rằng đã dứt lụt lội. Dường như ai cũng biết câu tục ngữ "Ông tha mà bà không tha, năm năm thêm trận hăm ba tháng mười". Sau mùa lụt, cứ ít ngày mưa dầm rả rích lại xen kẽ vài hôm nắng đẹp. Có bữa bình minh lên, trời rắc mưa bụi bay bay dịu dàng trên đám hoa bươm bướm trước nhà, lòng bỗng dưng vui tươi nhẹ nhõm. Chẳng hiểu sao người già hay quan tâm tới gió mưa thời tiết (mặc dù chẳng làm gì được nó như Mark Twain châm biếm); vui phơi phới chỉ vì một cơn gió lành mà cũng dễ giận dỗi bởi một điều bất ý. Ai đó hỏi về ông bạn Nguyễn Thế Cường tôi hay nhắc tới, tôi nói năm rồi hắn ta có về, tôi kể chuyện cô giáo cùng trường ra thăm Hà Nội thuật lại chuyện người quen chạy xe máy bị một tay phóng ngược chiều đụng phải, tên này trợn mắt nạt:

- Đã thấy bố mày đi ngược chiều rồi mà không chịu né, còn cố tình đâm vào phải không?

Cường bảo:

- Đúng là lời của... thánh hiền nghe mày! Vừa ngang như Mác - Lê, dạy bảo như Khổng Mạnh lại phản kháng như Hiện sinh! Nghe nhiêu đó cũng đủ không còn tiếc tiền vé máy bay nữa.

Đi chơi ngang qua đường phố chộn rộn các cơ sở Anh ngữ "hoành tráng", thấy tên trường Không Gian, chua tiếng Anh Outerspace, phương pháp dạy thì... phản xạ, Cường nói:

- Mày ghi tên học thử cái phương pháp đó ra sao, tao không rõ ông hiệu trưởng giỏi cỡ nào chứ tao thấy Outerspace đâu phải không gian, đó là khoảng không vũ trụ mà. Nói năng qua loa thì sao cũng xong, đằng này là tên trường học thì phải gọi đúng chứ mày?

Hắn ta dòm mấy đĩa film tôi mới mua có ghi hàng chữ "Bản chính thức", cười méo xẹo:

- Bố láo, người ta tốn bạc tỉ làm film, chưa kịp ra rạp bên Mỹ thì ở đây đã có bản video "chính thức", mấy thằng Tàu đã gian lại thêm thằng Việt Nam đểu... thế thì thôi!

Nói chuyện cũ, có người bảo từ bờ bắc sang bờ nam Thu Bồn cách nhau mấy cây sào mà người xưa phải mất hai trăm năm mới qua tới để đi tiếp theo chúa Nguyễn trên con đường nam tiến, chẳng phải lúc nào cũng ngon ăn. Không biết ông bà mình có ác độc dữ dằn gì lắm với dân Chàm mà nay con cháu vẫn nặng nghiệp, điêu đứng ròng rã, ngóc đầu không nổi trên mảnh đất thiêng của họ, viễn cảnh bi đát ngày càng thấy rõ ràng và chắc chắn; bởi Hán tộc hung hăng đã đành mà còn ngay cả bởi "đồng bào", họ tộc của chính mình mới kinh khiếp! Có thiệt bị ma Hời ám chướng thì mới tàn độc vậy chớ một giọt máu đào hơn ao nước lã, sao nỡ bóc cướp nhau tới tận cùng bần số điêu linh, mãi chẳng hứa hẹn gì chấm dứt.

20

Một người bạn thuộc loại rất tử tế trách tôi sao lại viết phải chi ba tôi bớt yêu nước đi một chút, hẳn má tôi đã đỡ khổ và đời sống chúng tôi cũng khác nhiều. Tôi nói với anh mình thành thật nghĩ vậy chứ chẳng có ý khôi hài hoặc chọc giận ai hết. Tôi ngạc nhiên mấy ông bạn nồng nàn yêu nước của tôi cứ triền miên kỳ khu lục tìm tài liệu, chứng cứ lịch sử bốn ngàn năm dựng nước của tổ tiên Việt tộc, có đủ bằng cớ rằng họ Lý họ Trương Việt Nam không dây dưa gì tới họ Lý họ Trương người Tàu. Hình như vừa có người công bố bằng cớ mười mấy ngàn năm trước Việt tộc đã có chữ viết! (Trong khi một ông bạn khác nhắc tôi, cùng thời điểm người Pháp xây nhà thờ Notre Dame thì vua nhà Lý của ta còn ra vườn sau chặt lá chuối thọc huyết heo đánh tiết canh). Tôi không nghĩ một dân tộc có lịch sử lâu đời thì văn minh hơn một dân tộc mới mẻ. Điều quan trọng là quốc gia chứ không phải chủng tộc. Chứng tỏ mình lâu đời và thuần giống nhất thiên hạ làm gì trong khi người ta tạp chủng, mới lập quốc nhưng đang chót vót đỉnh trời mà mình mấy ngàn năm gốc gác, dân tình nay vẫn lao tác như nô lệ, tâm tính mất sạch đức làm người, ngụp lặn trong bùn đất thấp hèn, "vô sản" thứ thiệt từ vật chất tới tinh thần. Có khi ta nên giấu đi bớt lịch sử lâu đời của mình để đỡ xấu hổ với và cho tổ tiên, không chừng nhẹ lòng hơn. Biết bao nhiêu ức thuyết về nguồn gốc tộc Việt, xem ra chẳng ai vô lý hoàn toàn. Dòm đi dòm lại thấy điều chắc chắn nhất, bởi sống trên dải đất gầy guộc đời đời hì hục chống đỡ thiên tai, túi bụi đối phó địch họa trên dải đất cần ven biển, lại là cửa ngõ giao thương người qua kẻ lại, dân tộc Việt không làm gì giữ được thuần giống, không làm gì thoát được lai tạp. Văn hóa, ngôn ngữ cũng pha trộn tứ tung, hiếm có cái gì của riêng ta, chẳng nên tự ái tìm tòi kỳ khu chứng thực, chẳng hạn, truyện Kiều hoàn toàn là sáng tác của Nguyễn Du, người Tàu cóp lại cả cốt truyện chứ Tiên Điền tiên sinh không "mượn" của ai hết. (Làm như cãi vậy khiến truyện Kiều hay hơn chăng?).

Nói chuyện lòng yêu nước, tôi không khỏi không kính phục quan điểm của Vaclav Hável, một intellectual hero đất Tiệp. Đâu đó có lần ông bảo rằng thật ra nước Tiệp của ông có hơn gì nước Ba Lan nước Pháp kế bên mà phải yêu mến tự hào bất tận về nó cho cố. Chẳng qua ông sinh ra trên đất Tiệp thì có bổn phận làm điều gì ích lợi cho dân Tiệp, trong khả năng mình có thể, giúp họ sống sao cho ra con người, nghĩa là được hưởng quyền lợi vật chất, tinh thần – nhất là tinh thần, cụ thể là tự do, dân chủ như mọi con người văn minh đang thụ hưởng. Chẳng tìm được lý do nào để cam chịu rằng đất nước ông chưa xứng đáng được hưởng quyền con người toàn nhân loại đã vươn tới. Ông không xem trọng chức vụ chính trị, thủ tướng tổng thống các thứ, ông ngại chuyện lãnh tụ anh minh, ai hỏi gì ông cũng xưng mình chỉ là một kịch tác gia thôi, tổng thống chỉ là món nợ. Tôi yêu mến dân tộc Tiệp Khắc qua tư cách tuyệt vời của ông. Còn nhớ năm 1969, báo Văn ở Sài Gòn phát hành số chủ đề kỷ niệm cuộc vùng dậy đòi tự do mùa thu 1968 vang dội của người dân Tiệp Khắc. Phần giới thiệu chủ điểm của tờ báo có đoạn như sau: *Trong đám đông, trước họng súng, hoặc trèo lên xe tăng Nga vẫy cao lá cờ tam tài của Tiệp Khắc, đó là hình ảnh người đàn bà thành Prague trong những ngày sôi động mùa thu năm ngoái.*

"Khuôn mặt tái và đẹp trong cơn giận dữ và lòng can đảm của họ, ráo riết và quyết liệt. Vâng, quả là nàng có mặt, người đàn bà thành Prague đó; và giờ đây, các tượng, đài kỷ niệm đã có được ý nghĩa, thì tôi hy vọng rằng một ngày kia một đài kỷ niệm sẽ dựng lên cho

nàng - tại Prague. Nàng da trắng, mảnh mai, đam mê, rất là không cuồng tín, nhưng mãnh liệt, tràn đầy nhiệt khí. Nàng muốn sống... "(Đọc đoạn này không khỏi không nhớ tới hình ảnh chàng thanh niên, cũng vô danh như người phụ nữ Tiệp nọ, một mình lẫm liệt chặn đường tiến củaxe tăng trên quảng trường Thiên An Môn – Ôi, những chiếc xe tăng đen thui lù lù khốn kiếp sau đó nghiền nát bao tuổi thanh xuân trên quảng trường – hay chiến trường - ngập máu! Nghĩ mà rung rợn. Thiên An Môn ngày nọ toàn tinh túy của đại học Thanh Hoa, Bắc Kinh, ai vào học ở đó mà không phải con cháu của tầng lớp tư sản đỏ cầm quyền. Máu xương của đám thanh niên ưu tú của chính họ cũng chẳng là gì với sự cai trị vững bền của Đảng, huống chi máu và nước mắt của ngư dân Thanh Hóa, Quảng Ngãi, của Việt tộc... có là gì nếu không phải chỉ chuyện giỡn chơi nhẹ hẫng)

Hình ảnh người đàn bà thành Prague trong đôi mắt của người chứng Heinrich Boll tráng lệ và uy nghi vậy đó.

"Các anh ở Prague giờ chắc cũng qua đêm.

Nếu chỉ nói thầm mãi sao chịu nổi... "

Thơ Hoàng Bảo Việt diễn tả nỗi xúc động của người nghệ sĩ ở khắp nơi trên thế giới. Tin tức mấy ngày gần đậy cho biết nhân dân Tiệp Khắc đang âm thầm chuẩn bị một cuộc biểu tình vĩ đại để kỷ niệm ngày ghi dấu năm thứ nhất thủ đô Prague bị chiếm đóng. *Sẽ không chỉ nói thầm. Sẽ có tiếng thét – những tiếng thét tự do, gào lên từ những trái tim uất hận! Trong tiếng gào thét long trời lở đất đó sẽ có tiếng người đàn bà thành Prague, nhỏ bé nhưng lảnh lót và ngân vang, cao và xa, say mê và quyến rũ.*

Một ngày nào đó, gần đây thôi, chắc chắn thế, sẽ có tượng người đàn bà thành Prague trong những quảng trường lừng danh qua thơ văn Apollinaire, Kafka, Brecht... Bức tượng như di tích lịch sử, là hình ảnh người đàn bà thành Prague leo lên xe tăng quân xâm lược, phất cao ngọn cờ đối kháng, ngọn cờ tự do...

Tờ báo hơi lạc quan. "Gần đây thôi" của họ là phải gần phần tư thế kỷ sau bao nhiêu máu và nước mắt, Vaclav Hável mới đưa được dân tộc ông đến bến bờ tự do và dân chủ. Cũng là cơ may chớ lúc bấy giờ, Đông Âu muốn thoát khỏi đế quốc Cộng Sản Nga cũng chỉ là viễn tượng của mộng mơ dông dài mà thôi. Bởi vậy, nói về khát vọng ấy, Võ Phiến liên tưởng thật hóm hỉnh:

Ví dù tình bậu muốn thôi
Bậu gieo tiếng dữ cho rồi bậu ra
Bậu ra cho khỏi tay ta
Cái xương bậu nát cái da bậu mòn.

Tình thật, tôi thấy rất khó gần những người vốn chỉ cuồng tín Chúa của mình, Phật của mình... mà tuyệt đối phủ nhận đạo giáo của kẻ khác. Tôi lớn lên trong không khí khắt khe của đạo Tin Lành, trong lúc học Kinh Thánh, thường nghe tín đồ thảo luận về đạo Thiên Chúa La Mã, cùng tin Chúa nhưng họ cho rằng Công giáo cũng chỉ tà đạo, như nhiều hệ phái Cơ đốc khác, họ không làm theo kinh thánh nên sẽ không được cứu! Phải chăng Tin Lành Alliance hiện nay hoàn toàn và tuyệt đối thi hành đúng Thánh kinh?

Tôi không bao giờ quên đôi mắt buồn của ông nội tôi mỗi lần lúc nhỏ, tôi về nội ăn đám giỗ tổ tiên mà không ăn đồ cúng nên bà phải để riêng cho chúng tôi vài thứ. Không khí ghê lạnh, như chúng tôi là người xa lạ mặc dù bấy giờ, tôi là cháu đích tôn duy nhất. Ông ơi, bà ơi, cháu buồn bã biết bao nay nhớ lại buổi ngày ngây thơ nọ. Đã đành mê tín nhảm nhí thì không nói làm gì chứ các giới luật này nọ của các tôn giáo cũng chỉ con người bày đặt, cứ mà tuyệt đối tuân thủ khiến người ta sống đạo đờ đờ dẫn dẫn sao ấy. Những cải biến của công giáo gần đây chứng tỏ sự tương đối của giới luật. Bạn bè theo Phật của tôi nhiều người giữ ngày chay tịnh quá kỹ, tôi chẳng dám nói họ lẩm cẩm. Nghĩ vậy nói vậy chớ cũng không chắc gì mình đúng hơn ai, có điều lần lần mới thấy cuồng tín tôn giáo, cuồng tín học thuyết, chủ nghĩa này nọ nếu không nhiều ít mắc chứng tâm thần thì cũng cố tình lợi dụng, chỉ tổ gây thảm kịch cho nhân loại, lợi ích chăng chỉ là cho nhóm người ít oi hoặc cá nhân ma mảnh, gian xảo khai thác lòng tin mù quáng hạng nông nổi mà thôi. Không rõ hằng ngàn thanh niên Bắc hà tràn qua sông Thạch Hãn vào thành cổ Quảng Trị để rồi loe hoe ít người quay được trở lại bờ Bắc, có mấy người là con cán bộ cao thấp đầy lòng yêu nước?

Tôi còn ngờ và sợ hơn nữa những anh ngày trước trốn quân dịch nhưng nay bỗng say sưa yêu nước. Ngao ngán những lãnh tụ sinh viên tranh đấu của phong trào đô thị ngày nọ nay ngậm câm giữ ghế, mặt mo nang trôi sấp láng lẩy và bụng mỡ chảy tràn che lấp thắt lưng, đêm đêm xuất hiện họp hành ghi ghi chép chép trên TV. Tôi chẳng sáng suốt hơn ai nhưng vẫn dè chừng các bậc đế vương, các vĩ nhân nổi danh yêu nước. Cũng chỉ vì họ yêu nước quá đâm ra không còn chỗ để yêu con người nên gây bao nhiêu thảm cảnh bất tận cho dân nghèo ít học. Làm sao khỏi nghĩ thật ra họ chỉ dùng lòng yêu nước của người ta để dựng nghiệp lớn cho triều đại, cho chế độ "ưu việt" thiết lập bằng máu xương thiên hạ. Làm sao thuận lý thuận tình tin được họ yêu nước, trong khi mọi hành động, rõ ra ai cũng thấy, họ không một chút yêu dân! Chưa có chữ nào trong từ vựng tiếng Việt bị khai thác mòn tận mạng bằng các từ huyền thoại *đồng bào, bà con, nhân dân ta...* Lúc nào cũng *đồng bào ta, bà con ta...* mà nhà thì liên miên mất, đất cát thì tiêu ma. Ông bạn Lâm H Tài kể đi kể lại chuyện từ trước 30/4 cô bác ông đi định cư nước ngoài, làm đầy đủ giấy tờ cho ông căn nhà trên đường Trần Hoàng Quân, nay là Nguyễn Chí Thanh. Trong một đợt kiểm kê rầm rộ, toán cán bộ vào nhà, một ông nói giọng xứ Nghệ dịu dàng và thân thiện:

- Xin cho xem giấy tờ nhà mình nhé!

- Xin ghi số điện thoại nhà mình vào đây...

Ông Tài bảo có sai đâu. Nhà *mình* tức là nhà của mấy ông đó, họ cho biết trước chớ có giấu giếm gì đâu. Ổng sợ đại từ *mình* tiếng Việt từ ngày đó. Nó hàm hồ, hàm nghĩa hơn tính từ, mới ghê. Nó mật thiết tới lạnh sống lưng. Thật không dễ dịch sát nghĩa mấy câu đơn giản đó qua tiếng Anh. Sau khi mất nhà thì mất việc, vào trại cải tạo xong bỏ trốn, bị bắt nhốt lại. Lấy sạch mọi thứ rồi vẫn không cho trốn. Thật xưa nay hiếm!

Đố nghĩ cho ra vì sao nhiều dân tộc, với lịch sử bền lâu, tổ tiên thuộc hàng tử tế, từng một thuở ăn ở có nhân có đức, bỗng nay con cháu sa đọa tới tận cùng tận đáy nhân quần. Bọn cầm quyền thì *vô liêm sỉ viết bằng chữ vàng*, bất lương một cách hoàn hảo, theo ngôn ngữ Việt Nam "hiện đại" là cực xáo trá, siêu độc ác. Lời dẫn đầu sách của cuốn Lịch Sử Văn Minh Trung Hoa của sử gia Will Durant, Nguyễn Hiến Lê dịch:

"Khi nhà vua biết trị nước thì thi sĩ tự do làm thơ, kép hát tự do đóng trò, các viên thái sử chép đúng sự thực, các đại thần biết can gián, người nghèo không giấu nổi bất bình về thuế má quá cao... dân bày tỏ ý kiến về mọi việc và ông già, bà cả phàn nàn về đủ thứ" (Lời Thiệu Công tâu với Lệ vương vào khoảng năm 845 trước Thiên Chúa giáng sinh)

Gần ba ngàn năm trước, trong khi lịch sử ta còn mù mờ mọi mặt thì người Tàu đã có những chính trị gia thâm trầm, tư tưởng đầy nhân bản, sáng suốt tới vậy. Làm sao giải thích được cũng chính dân tộc đó, gần ba ngàn năm sau, lúc thế giới trở thành thân thuộc, nhỏ bé như ngôi làng, tin tức lan truyền trong chốc lát... đám con cháu lại vẽ cái đường lưỡi bò bất chấp công pháp quốc tế, lì mặt tranh giành hải phận một cách gian manh và ngang ngược khiến thiên hạ kinh hoàng. Ông bạn Tàu lai của tôi dòm phần bản đồ có đường lưỡi bò cong cong len lỏi đầy tham lam trơ trên đó, lắc đầu thở ra, buông hai tiếng "mất dạy", quả là "từ dùng đúng chỗ" - nói theo kiểu của đám thầy giáo hay phê vào bài văn học trò. Khó tin quá chuyện có "truyền thống" lâu dài thì không hoặc ít làm bậy. Thật buồn bã, hình như, về mấy thói xấu điển hình, người Việt Nam sao giống người Tàu quá trớn, như chạy trời không khỏi nắng! Riêng món "tự hào" khơi khơi vô bằng cớ thì vượt trội, khó có Tàu Tây nào sánh được. Về lý thuyết thì XHCN đâu có quá tệ. Vũ Khắc Khoan có lần bảo rằng Mã Khắc Tư chỉ cầm bút mà rạch đôi được thiên hạ kia mà. Phải chăng học thuyết nọ, xem thì hay mà thực ra không đúng và không tưởng nên chẳng thi hành được, hoặc đám đệ tử vì lợi quyền phe nhóm nên làm ngược lại tín điều của giáo chủ bằng một thứ bạo quyền tuyệt đối, tưởng như không trở ngại gì nhưng thật ra, cả nhân quần mất sạch niềm tin vì thấy toàn lừa mị, hồn phách rỗng không, quẩn quanh trong tuyệt vọng nên bắt đầu thi đua làm bậy vô giới hạn. Và kết quả cuối cùng chỉ còn bạo lực là đặc trưng. Hoàng Sa, Trường Sa, đường lưỡi bò... là sự nghiệp của bọn cuồng tín nơi vũ lực. Tịch biên nhà cửa, "thu hồi" vô tội vạ đất đai của dân... là cơ ngơi của kẻ coi sức mạnh dùi cui và súng đạn là bến bờ cứu rỗi.

Thử nghĩ tới các tiêu chuẩn "biết cầm quyền" của bậc hiền giả mấy ngàn năm trước được dẫn trên đây xem thiên hạ tiến tới đâu trong nghệ thuật trị dân. Hỡi ôi, làm gì có chuyện thi sĩ tự do làm thơ, họa chăng bị tru di cả tộc vì một bài thơ thất ngôn ý tứ vu vơ, bị truy bức thất điên bát đảo chỉ vì vài câu thơ ám chỉ mơ hồ nhà cầm quyền. Biết bao giờ nghệ sĩ mới được thoải mái ca kịch hát xướng theo ý mình, chỉ nghe cấm hát bài này, cấm ca bài nọ. Các sử gia thì chỉ thủ đắc ngòi bút cong vòng, mong gì họ chép ra sự thật. Đại thần thì dường như chỉ biết xu nịnh, nào có mấy ai can gián điều chi.

Người nghèo âm thầm giấu nỗi uất hận nghẹn nơi cổ họng; và hoang tưởng thay, chuyện dân bày tỏ ý kiến về mọi việc. Chỉ nghe nói đơn từ kêu than oan nghiệt chất cao như núi, mười năm không người ngó tới. Còn ông già bà cả, thay vì phàn nàn về đủ thứ thì lại phải luôn miệng... cám ơn về đủ thứ.

Lấy lý lẽ gì bảo họ không biết cai trị trong khi đất nước "ổn định" lặng trang. Họ trị dân quá giỏi, chứ sao lại không biết trị.

Có điều chỉ đáng buồn cho tư tưởng lạc quan và "lạc hậu" của bậc hiền nhân một thời xưa cũ mà thôi.

21

Quần đảo Hoàng Sa mất vào tay người Tàu trung tuần tháng giêng 1974 sau một trận thủy chiến không cân sức giữa quân lực VNCH và lực lượng hùng hậu của hải quân Trung Cộng. Đến nay, họ dấn thêm một bước nữa thực hành công cuộc cưỡng chiếm ngang ngược một phần trọng yếu đảo Trường Sa, vốn là lãnh thổ "không thể tranh cãi" của Việt Nam, trước sự bất lực, chỉ phản ứng bằng tuyên bố ngoại giao lấy lệ của đảng cầm quyền Cộng Sản. Trước thực tế đau buồn và viễn tượng chắc chắn đen tối hơn nữa cho dân tộc trong tương lai gần, tôi bỗng nhớ tới một bài thơ viết theo thể hành của thi sĩ Tô Thùy Yên, một bài thơ tiên cảm những biến cố đau thương về sau của đất nước, đó là bài Trường Sa Hành.

Tô Thùy Yên viết bài này trong một lần đi công cán ngay tháng tư 1974, tại quần đảo phía nam Hoàng Sa, đó là đảo Trường Sa. Như vậy nó được viết chỉ vài tháng sau tang lễ lớn của 74 sĩ quan và binh sĩ đồng đội của ông. Bài hành đồ sộ dài 64 câu là một bài thơ lớn, không phải vì dài mà vì tư tưởng nhân bản, chủ đề sâu sắc, chữ nghĩa rực rỡ cùng nghệ thuật diễn đạt tuyệt luân, theo tôi, vượt xa mấy bài hành quen thuộc, chẳng hạn Tống Biệt Hành và Hành Phương Nam được nhiều nhà phê bình và độc giả luôn nhắc tới của Thâm Tâm và Nguyễn Bính.

Trường Sa! Trường Sa! đảo chuếnh choáng!
Thăm thẳm sầu vây trắng bốn bề.

"Chuếnh choáng" diễn cảm giác của người đi tàu say sóng đồng thời gợi hình ảnh hòn đảo nhỏ bập bềnh giữa biển cả mù khơi.

Một lần tôi hỏi ông vì sao "Thăm thẳm sầu vây trắng bốn bề", ông giải thích rằng đứng trên đài chỉ huy chiến hạm thấy sóng vây quanh đảo như vành khăn tang. Một người đi du lịch có khi thích thú, thấy cảnh đó vô cùng ngoạn mục nhưng ở đây, thi sĩ nhìn thiên nhiên theo tâm cảnh u sầu, chưa nguôi ngoai về cái chết bi tráng, oanh liệt của bao thanh niên ưu tú con yêu dân tộc bỏ mình vì sự toàn vẹn lãnh thổ thiêng liêng. (tôi đọc đâu đó được biết nhà đương cuộc VNCH biết rõ lực lượng mình không so được với giặc nhưng vẫn tiến hành một trận quyết tử, chu toàn bổn phận giữ gìn lãnh thổ, không hèn nhát đầu hàng, ghi lại một trang sử đẫm máu bi hùng hòng làm gương cho con cháu về sau). Ông nhắc trực tiếp tới khóc thương, tang chế nhiều lần:

Sóng thiên cổ khóc biển tang chế
Hữu hạn nào không tủi nhỏ nhoi
Tiếc ta chẳng được bao nhiêu lệ
Nên tưởng trùng dương khóc trắng trời.

Ở đây thì trùng dương khóc trắng trời và biển cư tang nhưng ngay tiếp khổ thơ sau ông oán trách 'Im Lặng Lớn' làm ngơ trước nỗi đau tang tóc bất công và phi lý của bao người trai trẻ. Nhiều lần thơ ông cưu mang ý tưởng oán hận kiểu kêu trời không thấu này, chẳng hạn:

Nghĩ tới bao điều thầm lặng lớn,
Mà trí ta không đủ lực đo lường.
Nên ta phó mặc cho trời đất,
Trời đất vô ngôn lại bất nhân.
(Hề, Ta ở Lại Gian Nhà Cỏ)

Rõ ràng sau vụ Hoàng Sa, Tô Thùy Yên càng thương yêu, thông cảm thân phận người lính trấn thủ lưu đồn nơi hoang đảo bội phần hơn. Ông không tuyên truyền vô bổ vốn là chức năng của một sĩ quan tâm lý chiến, ở đây, lòng yêu nước tỏ bày kín đáo, ông gọi tên sự vật đúng nghĩa nó vốn có:

Lính thú mươi người lạ song nước,

Đêm nằm còn tưởng đảo trôi đi.

Tuyệt vời biết bao *"tưởng đảo trôi đi."*

Mấy khổ thơ sau, ông nhắc tới người lính với tất cả thâm tình, rặt khẩu khí phương Nam:

Chú em hãy hát, hát thật lớn,
Những điệu vui, bất kể điệu nào,
Cho ấm bữa cơm chiều viễn xứ,
Cho mái đầu ta chớ cúi sâu

Mái đầu ông cúi sâu trên số phận hẩm hiu của người lính và cũng vì tiên cảm nỗi đau mất mát của quê hương đất nước. Ông nói tới thân thế và hoàn cảnh mình, làm sao ta không nghĩ của cả đồng đội ông?

Bốn trăm hải lý nhớ không tới,
Ta khóc cười như tự bạo hành,
Giập giận vác khòm lưng nhẫn nhục,
Đường thân thế lỡ cố đi nhanh.

Quả thật một đời thơ Tô Thùy Yên hay trách phận mình:

Cát bụi đã đành thân tấm mẳn,
Thì danh với phận kể mà chi.
Cảm thương con cá thia lia bại,
Có sót huy hoàng cũng xếp vi. (Vườn Hạ)

274

Và một lần khác, ông nói rõ hơn trong bài 'Tưởng Tượng Ta Về Nơi Bản Trạch':

Ta bằng lòng phận que diêm tắt,
Chỉ giận sao mồi lửa cháy suông

Đọc đoạn này ta còn thấy thi sĩ, vốn cũng là sĩ quan của chế độ cộng hòa mà thẳng thắn bảo 'Giập giận vác khòm lưng nhẫn nhục' thì cũng hình dung được mức độ tự do của một nền văn học tôn trọng sáng tạo của văn nghệ sĩ biết chừng nào! Thật khó quên lời ông nói với một chiến binh Bắc quân trong bài 'Chiều trên phá Tam Giang':

Chúng ta khác nào cánh quạt phi cơ
Phải quạt, phải quạt
Chỉ vì nó phải quạt
Ta thương ta yếu hèn
Ta thương ngươi khờ khạo
Nên cả hai cùng cam phận quay cuồng
Nên cả hai cùng mắc đường lịch sử
Cùng mê sa một con đĩ thập thành.

Tuổi thanh xuân của ông, thứ 'diêm quẹt không xài vứt xuống dòng sông'(Những Người Chết Vô Tình Cho Lịch Sử) cũng là tuổi xuân vô vọng hư mất của bao chàng trai trẻ cùng thế hệ:

Ngày. Ngày trắng chói chang như giữa,

Ánh sáng vang lừng điệu múa điên.
Mái tóc sầu nung từng sợi đỏ,
Kêu giòn như tiếng nứt hoa niên.

Kêu giòn như tiếng nứt hoa niên là một câu thơ xuất thần.

Bài hành vĩ đại này, không chối cãi là một bài thơ hiện thực nhưng lại luôn luôn có những ảnh tượng đầy ẩn dụ. Đặc trưng nổi trội nhất thơ Tô Thùy Yên vẫn luôn luôn vậy. Những câu mô tả thiên nhiên không đơn giản chỉ tả thiên nhiên mà qua những dòng ghi nhận cảnh sắc đó, ta không khỏi liên tưởng tới phận người. Và đây là số phận của cây cỏ lạ tên, của rong rêu bập bềnh, của cây dừa ngất gió trùng điệp hay cũng là số phần của nhân thế, qua mấy mảnh đời hẩm hiu những « chú em » lính thú ?

Nghe cây dừa ngất gió trùng điệp
Suốt kiếp đau dài nỗi tả tơi.
Mùa đông bắc gió miên man thổi,
Khiến cả lòng ta cũng rách tưa.
Đám cây bật gốc chờ tan xác,
Có hối ra đời chẳng chọn nơi ?

Thi sĩ không những 'tủi' vì thân thế lỡ làng, sự nghiệp dở dang, bị hất hủi mà còn tủi cho phận người bé bỏng, hữu hạn trước sóng thiên cổ, trời đất vô ngôn…

Hữu hạn nào không tủi nhỏ nhoi.

Nỗi ám ảnh con người quá nhỏ nhoi trước thiên nhiên cuồng nộ thường trực bàng bạc trong thơ ông. Ông trích hai câu thơ của S. J Perse làm nền cho cảnh ý bài hành này thật đồng điệu quá. Thiên nhiên trong bài tận cùng dữ dội, âm thanh cuồng nộ, cảnh tượng hãi hùng. Ngoài khổ thơ duy nhất êm đềm

Trong làn nước biển xanh lơ mộng,
Những cụm rong óng ả bập bềnh,
Như những tầng buồn lay động mãi,
Dưới hồn ta tịch mịch long lanh.

Hầu hết các khổ thơ còn lại là về một thứ đất trời gió mây khắc nghiệt, thịnh nộ, chim muông hốt hoảng, cô đơn. Xin trích vài câu tiêu biểu:

Đêm nằm còn tưởng đảo trôi đi...
Mùa gió xoay chiều gió khốc liệt,
Bãi Đông lở mất, bãi Tây bồi,
Đám cây bật gốc chờ tan xác
Có hối ra đời chẳng chọn nơi...
Mặt trời chiều rã rưng rưng biển,
Vầng khói chim đen thảng thốt quần.
Kinh động đất trời như cháy đảo,
Ta nghe chừng phỏng khắp châu thân...
Nghe cây dừa ngất gió trùng điệp,
Suốt kiếp đau dài nỗi tả tơi...

Ai hét trong lòng ta mỗi lúc,
Như người bị bức tử canh khuya,
Xé toang từng mảng đời tê điếng,
Mà gửi cùng mây đỏ thảm thê...
Mở, mở giùm ta khoảng cách đặc,
Con chim động giấc gào cô đơn...
Ngày. Ngày trắng chói chang như giữa,
Ánh sáng vang lừng điệu múa điên...

Ta dễ dàng nhận ra đặc trưng ngữ nghĩa của nhóm động từ, tính từ tả một thứ thiên nhiên động, cuồng bạo, lạnh lùng và con người với tâm thức buồn thảm, cô đơn, hận tủi trong bài thơ:

- *vậy, trôi, thổi, rách, bạo hành, khóc, tủi, dập (giận), xoay, lở, tan (xác), rã, quần, kinh động, cháy, phỏng, ngắt, xé, gào...*

- *Chuếnh choáng, thăm thẳm sầu, miên man, rờn lạnh, nhỏ nhoi, khốc liệt, man rợ, tả tơi...*

Các loại từ này hiếm khi đứng một mình mà luôn nằm trong một kết hợp đoản ngữ, một phong cách gần như nguyên tắc bất di dịch trong ngôn ngữ thơ Tô Thùy Yên. Ai cũng biết danh từ chỉ để gọi tên sự vật nhưng thi sĩ đã kỳ khu biến chúng thành từ diễn đạt đắc địa bằng cách kết hợp từ loại với tài năng thiên bẩm. Đảo giữa biển khơi mịt mùng phải là đảo *chuếnh choáng*, thảo mộc trên đảo hoang nên phải là *thời nguyên thủy*,

278

sóng phải là *sóng thiên cổ*, biển vừa mới là mồ chôn của bao chiến sĩ nên biển *tang chế*, gió *khốc liệt*, rong *óng ả bập bềnh*, mặt trời *chiều rã rưng rưng* biển (ôi từ *rã*, *rưng rưng* bình thường sao đặt vào ngữ cảnh này khiến tứ thơ trở nên tân kỳ, độc đáo không nói sao cho hết), đống lửa *man rợ*, cơm chiều *viễn xứ*, mảng đời *tê điếng*, mây *đỏ thảm thê*, bãi lân tinh *thức...*

Tôi không thể trích hết các ngữ động và ngữ tính từ, xin độc giả cứ xét ngữ nghĩa các nhóm đoản ngữ này gợi mở tới đâu ta mới càng thấy sự cảm nhận thiên nhiên vô cùng tinh tế, phi thường của ông và cách dụng ngữ tận cùng khổ công chọn lọc, tận cùng thích nghi với văn cảnh từng câu.

Xin viết đôi dòng về gió trong thơ Tô Thùy Yên trước khi xét tới ba khổ thơ tả gió bài này. Trong 37 bài tập Thơ Tuyển thì có đến 19 bài có tả gió, tập Thắp Tạ cũng đến 14 bài có nói về gió. Đúng là gió thiên hình vạn trạng 'miên man thổi' trong thơ ông. Không kể tác phẩm trước và sau năm 1975 chưa được in, thật diệu kỳ, làm sao tác giả có thể tả được gió trong vô vàn trạng huống ở hai tập thơ trong 33 bài với gần cả trăm câu thơ, không chỗ nào giống chỗ nào ? Tài quan sát của ông siêu việt đã đành, qua đó ta còn thấy tâm hồn ông phong phú, thi giới ông mênh mông, đề tài dường như bất tận. Nhà phê bình Đặng Tiến khen ngợi mấy câu thơ tả gió của Thanh Tâm Tuyền:

Thổi biệt mù tới
Thổi ta đi
Trong giông bão chan hòa như chẳng nín.

Sao ông chưa một lần nhận xét thiên vạn dạng gió trong thơ Tô Thùy Yên? Tôi tin mình không quá đà (mà quá đà cũng được, nói chuyện thơ mà) khi một lần, qua email với Nguyễn Thị Thảo An, nhà văn nữ uyên bác này đồng ý có thể lật trang hai tập thơ Tô Thùy Yên để bói như người ta bói Kiều. Có đủ trạng huống đời hỉ nộ ái ố trong đó, tuy vui vầy có ít, buồn tủi bội phần hơn, nhưng cũng đâu khác chi Đoạn Trường Tân Thanh ngày trước!

Trở lại gió trong bài hành:

Mùa Đông Bắc, gió miên man thổi
Khiến cả lòng ta cũng rách tưa.

Câu 1 đảo "mùa đông bắc" lên đầu khiến nhạc điệu câu trở nên rắn rỏi, bớt đi vẻ êm đềm của từ láy *miên man*, mặc dù không từ nào hay hơn *miên man* tả những cơn gió thâu đêm, suốt ngày bất tận. Thay vì nói lòng ông se buồn trong gió dữ thì lại bảo *'lòng ta cũng rách tưa'*, diễn đạt mạnh mẽ và mới mẻ nỗi buồn đau của tâm hồn ông bội phần cụ thể. Khổ thơ thứ sáu ông 'nâng cấp' thứ gió hung tàn đó cùng những tàn phá khốc liệt của nó trên đất cát, cây cối bằng thứ từ ngữ dữ dội: *xoay chiều, khốc liệt, lở, bồi, bật gốc, tan xác*. Thanh trắc rắn và gai góc với số lượng lấn lướt thanh bằng trong cả 4 câu nhằm tả một thiên nhiên tàn khốc, lạnh lùng là một chọn lựa có chủ ý của tác giả. Rồi từ *'ngất'* trong câu *'Nghe cây dừa ngất gió trùng điệp, suốt kiếp đau dài nỗi tả tơi'*. Đó là 'từ khóa' về nghệ thuật diễn đạt của câu thơ. Đó là từ bình thường của ngôn ngữ nói nhưng đặt vào dây, câu thơ bỗng sống động, gợi tả lạ thường bởi cái vẻ người của nó. Tôi nhớ tới cặp thất ngôn tả gió có ý nghĩa tương tự và dụng ngữ có nét khác chút ít nhưng không kém phần tuyệt vời trong bài Tưởng Tượng Ta Về Nơi Bản Trạch của tác giả:

Tàu chuối xác xơ reo ngất ngất,
Nỗi đời bi thiết xé lưa tưa.

Và cuối cùng, đọc đi đọc lại bài hành đồ sộ hoàn chỉnh này, trong hầu hết các khổ thơ, ai mà không dễ dàng bỗng thấy ra hình như tác giả tiên cảm sự sụp đổ, nát tan của đất nước, một thời kỳ tang thương của quốc gia: chết chóc, tang tóc, trôi giạt; một dân tộc 'bị bức tử canh khuya' và cả bầu trời xanh hy vọng ngàn đời chỉ còn lại thứ 'mây đỏ thảm thê'.

TRƯỜNG SA HÀNH

Toujours il y eut cette clameur,
toujours il y eut cette fureur…
Saint John Perse

Trường Sa! Trường Sa! Đảo chuếnh choáng!
Thăm thẳm sầu vây trắng bốn bề.
Lính thú mươi người lạ sóng nước,
Đêm nằm còn tưởng đảo trôi đi.

Mùa Đông Bắc, gió miên man thổi
Khiến cả lòng ta cũng rách tưa.
Ta hỏi han, hề, Hiu Quạnh lớn
Mà Hiu Quạnh lớn vẫn làm ngơ.

Đảo hoang, vắng cả hồn ma quỷ.
Thảo mộc thời nguyên thủy lạ tên

Mỗi ngày mỗi đắp xanh rờn lạnh
Lên xác thân người mãi đứng yên.

Bốn trăm hải lý nhớ không tới.
Ta khóc cười như tự bạo hành,
Dập giận, vác khòm lưng nhẫn nhục,
Đường thân thế lỡ, cố đi nhanh.

Sóng thiên cổ khóc, biển tang chế.
Hữu hạn nào không tủi nhỏ nhoi?
Tiếc ta chẳng được bao nhiêu lệ
Nên tưởng trùng dương khóc trắng trời.

Mùa gió xoay chiều, gió khốc liệt,
Bãi Đông lở mất, bãi Tây bồi.
Đám cây bật gốc chờ tan xác,
Có hối ra đời chẳng chọn nơi?

Trong làn nước vịnh xanh lơ mộng,
Những cụm rong óng ả bập bềnh
Như những tầng buồn lay động mãi
Dưới hồn ta tịch mịch long lanh.

Mặt trời chiều rã rưng rưng biển.
Vầng khói chim đen thảng thốt quần,
Kinh động trời đất như cháy đảo.

Ta nghe chừng phỏng khắp châu thân.

Ta ngồi bên đống lửa man rợ,
Hong tóc râu, chờ chín miếng mồi,
Nghe cây dừa ngất gió trùng điệp
Suốt kiếp đau dài nỗi tả tơi.

Chú em hãy hát, hát thật lớn
Những điệu vui, bất kể điệu nào
Cho ấm bữa cơm chiều viễn xứ,
Cho mái đầu ta chớ cúi sâu.

Ai hét trong lòng ta mỗi lúc
Như người bị bức tử canh khuya,
Xé toang từng mảng đời tê điếng
Mà gửi cùng mây, đỏ thảm thê.

Ta nói với từng tinh tú một,
Hằng đêm, tất cả chuyện trong lòng.
Bãi lân tinh thức, âm u sáng.
Ta thấy đầu ta cũng sáng trưng.

Đất liền, ta gọi, nghe ta không?
Đập hoảng Vô Biên, tín hiệu trùng.
Mở, mở giùm ta khoảng cách đặc.
Con chim động giấc gào cô đơn.

Ngày. Ngày trắng chói chang như giũa.
Ánh sáng vang lừng điệu múa điên.
Mái tóc sầu nung từng sợi đỏ
Kêu dòn như tiếng nứt hoa niên.

Ôi lũ cây gầy ven bãi sụp,
Rễ bung còn gượng cuộc tồn sinh,
Gắng tươi cho đến ngày trôi ngã
Hay đến ngày bờ tái tạo xanh.

San hô mọc tủa thêm cành nhánh.
Những nỗi niềm kia cũng mãn khai.
Thời gian kết đá mốc u tịch,
Ta lấy làm bia tưởng niệm Người.

22

Mục mới "Ngôn Ngữ Của Đảng CS Việt Nam" được tập hợp thành từ điển trên trang Vietstudies của giáo sư Trần Hữu Dũng chắc được độc giả theo dõi với nhiều thích thú. Từ ngữ ở đó đương nhiên là cũ, tức vẫn thuộc vốn từ của dân tộc Việt nhưng rõ ràng ngữ nghĩa thì khác nhiều với nghĩa truyền thống chúng vốn có. Đặc biệt chúng được liên tục dùng theo "thời vụ", đầy tính công thức nên mau chóng trở thành sáo ngữ và chẳng mấy chốc ngầm chứa hài hước, không nhiều thì ít, đối với người không hứng thú mấy với chế độ Bắc kỳ toàn trị. Chẳng hạn từ "bọn xấu" nay không còn nghĩa bọn ác độc chuyên giết người cướp của, tham lam lừa gạt… mà có nghĩa phổ biến chỉ "bọn" hay phê bình hoặc bày tỏ ý kiến bất lợi cho chính sách cai trị của Đảng. Trị dân càng độc đoán thì càng phải vận dụng chữ nghĩa, chữ mang nghĩa mới càng phát triển vì nhu cầu biện minh, giải thích lòng vòng. Tỉ như xưa nay vẫn nói quốc kỳ hoặc cờ nước, nếu muốn nói thuần Nôm, nay thì phải là "cờ tổ quốc", tức cờ đó đã có từ thời ông cố ông tổ xa lắc xa lơ. Mọi người đều biết sự thật không phải vậy nhưng vẫn... OK nói như vậy vì truyền thông, báo chí dạy nói vậy, tự nhiên như người Hà Nội! Người ta không thể đặt thêm từ nên đành dùng từ cũ để cấu tạo nhóm từ tạo nghĩa khác, nghĩa đôi khi chung chung, khá mơ hồ. Chẳng hạn "diễn biến hòa bình", theo nghĩa thông thường phải là tốt nhưng ở đây phải hiểu có nghĩa vô cùng xấu xa chứa đầy âm mưu đen tối, chống Đảng, tức là chống "tổ quốc"! Rõ ràng chưa có thời nào từ tiếng Việt lại biến nghĩa rầm rộ tràn ngập như ngày nay.

Mà không chỉ từ và ngữ, những thay đổi về cách diễn đạt tức các kiểu câu mới đáng chú ý. Xem một trận đá banh trên TV, tôi chỉ biết thở dài thườn thượt kiểu nói của mấy tay bình luận. Trăm lần nói chỉ một kiểu câu: Cú đá vừa rồi là của... Cản phá vừa rồi là của... Cuộc thoát xuống là của... Phạm lỗi là của... Người bị phạm lỗi là... (Lúc nào cũng chăm bẩm danh từ hóa động từ tất chỉ còn cách dùng LÀ làm trung gian câu và chỉ độc một kiểu câu này suốt buổi, tại sao "kiên định" quá vậy?). Thay vì nói "rất cần thay đổi chiến thuật" hay "chiến thuật cần thay đổi" thì lại nói, rất mệt, "những sự thay đổi chiến thuật là rất cần". Thay vì nói "thủ

thành lao ra bắt dính banh" thì lại nói rất chữ nghĩa
"thủ môn có cuộc lao ra để có cuộc xử lý bóng chính
xác". Chỉ cần nói "phải chi anh đá nhanh hơn may ra
thắng bàn" thì nói "anh không thể có được cú đá nhanh
hơn để xử lý tốt tình huống". Thay vì nói "đội chủ nhà
không thể phản công" thì bảo "không có giải pháp phản
công cho đội chủ nhà". Câu này nữa, mới khổ: "Đội X
với tình trạng hiện nay là rất là khó khăn". Sao không
nói "đội X đang gặp khó khăn lớn", từ chỉ hơn phân
nửa, câu dễ nói, ý rõ hơn. Thay đổi cách nói thì cũng
được nhưng sao thay đổi một trăm kiểu câu phong phú
của Việt ngữ bằng mỗi kiểu từ LÀ làm trung gian? Mà
đâu phải một anh nói, anh nào cũng nói một kiểu như
thế, lúc đầu là cái nôi "văn hóa" VTV, nay thì mọi TV,
HTV còn bắt chước kỹ hơn. Thường vẫn vậy, học trò
luôn thực hành nghiêm hơn thầy! Xin hỏi quí ông bà
anh chị một lần, nói thế thì được cái dài hơn, chữ Hán
cầu kỳ hơn, nhĩa tối hơn, còn hay hơn là hay chỗ nào
xin "chỉ đạo" một lần cho kẻ kém cỏi như tôi được quán
triệt! Nghe mãi kiểu tường thuật dài dòng, cầu kỳ và lạt
nhách như vậy tự nhiên nhớ tới se lòng chuyên gia
tường thuật túc cầu Huyền Vũ của đài phát thanh Sài
Gòn thuở trước. Ông này không biết học ở đâu hay thiên
tài tự phát mà làm mê mẩn hàng triệu con tim tín đồ túc
cầu giáo của miền Nam một thời đá banh hân hoan vui
vẻ. Không cần đến sân Cộng Hòa xa xôi tốn tiền, nằm

nhà ôm cái radio transistor cũng đủ "thấy" quả da lăn tưng bừng trên sân cỏ. Thậm chí thiên hạ mê ông tới nỗi đến sân trực diện trái banh rồi vẫn phải mang theo radio để được nghe ông nói. Thỉnh thoảng ông nhắc oang oang trên máy:

- Xin quí vị ngồi gần chỗ chúng tôi vặn radio nhỏ lại hầu đỡ trở ngại cho chúng tôi trong việc tường thuật, xin đa tạ.

Nói tường thuật nhưng thật ra ông miêu tả cụ thể, lời tường thuật phong phú, diễn tả sự việc hết sức sống động, hoạt cảnh như hiện ra trước mắt, đôi khi đưa ra những nhận xét riêng độc đáo với ngôn ngữ văn vẻ rất thú vị. Chẳng hạn:

anh dùng mũi giày hãm đà banh, lắt léo thần tình thoát ra sự truy cản của hai chiếc áo đỏ, đem banh xuống, xuống nữa... anh trả ngược lại sát mép cột dọc lọt qua cả rừng chân... Thưa quí vị, Ngôn chân trái vừa dứt tung lưới đội Quan Thuế, đóng thêm cái đinh trên thảm bại của đội nầy. Bóng chiều đã ngã dài trên sân cỏ Cộng Hòa, trận cầu chỉ còn 5 phút phù du, khán giả quanh chúng tôi đã lục tục ra về...

Tôi ghi lại theo ký ức hao mòn, không đủ tài diễn được sự hào hứng không cùng khi nghe Huyền Vũ tường thuật đá banh. Tôi tin những cái tape tài liệu đó vẫn còn lưu ở đài phát thanh Sài Gòn, ước gì các biên tập viên thể thao của "bên thắng cuộc" chịu khó nghe, may ra họ nghĩ lại cách nói của mình sao cho đỡ phần nào hư hao Việt ngữ.

Nhớ hồi Thanh Tâm Tuyền còn sống, ảnh cứ cười kiểu nói "trời có khả năng mưa", anh không ngờ ngày nay người ta không còn nói... giản dị(!) vậy nữa mà phát triển thành "Khả năng trời mưa là rất lớn". Câu nào cũng phải LÀ, hình như không là... là sai pháp lệnh. Từ thuở hình thành đất nước, tổ tiên ta vẫn dạy tiếng Việt không bao giờ cần đặt LÀ trước tính từ làm vị ngữ câu. Đóa hoa rất đẹp, bài hát quá hay, anh chị tử tế lắm chứ chẳng ai nói cái hoa rất là đẹp, bài hát rất là hay, anh chị rất là tốt... nó thừa và dở tệ. Nay thì văn nói và viết như nhau, không trực tiếp dùng động từ, tính từ nữa mà gần như tuyệt đối nói, viết theo cách biến động từ tính từ thành danh từ, đặt lên đầu câu làm chủ ngữ, thế rồi phải có LÀ tiếp theo... tỉ như *khả năng thất bại của công ty là rất lớn, khả năng được hỗ trợ của đơn vị là rất nhỏ, khả năng giải thể công ty là rất lớn, khó khăn của làng nghề là rất nghiêm trọng...* Sao không nói dễ nghe hơn: *công ty rất có thể thất bại, đơn vị khó tìm được nguồn tài trợ, công ty có nguy cơ bị giải tán, tình cảnh làng nghề quả thật khó khăn...*

Ngôn ngữ nào cũng vậy, tệ nhất cũng phải đủ lời đủ ý rồi làm sao ít lời đủ ý, cuối cùng ít lời nhiều ý là các văn bản nghệ thuật, thơ chẳng hạn. Hồi nhỏ có lần tôi nghe ông bác họ tuy ít học nói với một anh chàng người làng có tật ba hoa: «Mi nói cả buổi mà tau cô lại không được chén nhỏ». Bác mà còn sống chắc ông không khỏi ngạc nhiên nghe nhiều vị tiến sĩ, nhiều ông quan lớn phát biểu chỉ đạo trên TV hoặc qua phỏng vấn các thứ khiến thính giả phát bịnh: dài, dai, tránh trớ, câu hỏi và câu trả lời không ăn nhậu gì tới nhau và có vẻ chính họ đôi khi chắc cũng không biết mình muốn nói gì. Sao lại có một thời thổ tả lạ lùng cùng những loại tiến sĩ dỏm và giả ngập tràn trên đất nước khốn cùng về văn hóa quá mức chịu đựng như vậy.

Vào được fb, thấy thiên hạ đôi lần nhận xét về âm nhạc, ca khúc Việt Nam, tôi cũng muốn xía vào đôi chút lãnh vực mình không đủ thẩm quyền, nhưng thây kệ, chẳng hạn mình đâu có làm thơ hoặc có làm thơ... dở nhưng vẫn chõ miệng nói chuyện thơ, có hề gì đâu!

Nói chuyện ca hát thế này chắc làm mất lòng nhiều người, không những rất dễ bị chửi mà còn bị phun nước bọt vào mặt (kẻ ngoại đạo dám hỗn hào chạm vào các đấng làm nghệ thuật nhạc ca cao quí). Có điều cũng liều, mình phải đâu kẻ nổi tiếng nổi tăm gì, viết cho bạn bè đọc chơi, nói thiệt lòng mình về chuyện nhỏ hát ca mà cũng không dám thì mong gì nói tới những trái ngang tày trời khác ! Tôi cũng nghĩ như mấy ông nọ, chưa từng có hiện tượng "văn hóa" nào quái đản bằng cái gọi là âm nhạc, ca khúc Việt Nam hiện nay. Phần nhiều những bài hát đó đích thị chẳng dây dưa gì tới thứ xưa nay nhân loại vẫn gọi là âm nhạc, còn lời ca thì thô lậu, ngô nghê thua hẳn lời nói bình thường và tầm thường nhất. Nhưng, lạ lùng thay, mấy người viết ra thứ ca nhạc đó vẫn được gọi nhạc sĩ một cách trang trọng, người la hét mấy bài đó vẫn là ca sĩ. (có người nói lái kiểu Bùi Giáng, họ là "ca sĩ của đảng" tức ca sảng... Đặc biệt hơn hết, họ giàu chưa từng thấy, nhất là đám ca hét, uốn éo trong ánh đèn màu chớp nháng. Đã đành, Việt Nam bây giờ là xứ sở của nghịch lý. Nghịch lý gần như tất cả mọi lãnh vực khác, tuy phải tìm nguyên nhân xa gần mệt mỏi, nhưng vẫn có thể hiểu ra. Riêng cái kiểu đờn ca đang thịnh hành là một sản phẩm tinh thần quái dị, không cách gì hiểu được vì sao nó phát triển và được đông đảo người trẻ hưởng ứng, do đó đem đến giàu có khiếp đảm cho bao nhiêu người làm thứ "nghệ thuật" kinh hoảng đó.

Nhận xét về lời ca, sau khi bỏ qua phần nhạc điệu, Nguyễn Hưng Quốc cho rằng nghe những ca khúc Việt Nam khiến ông phát bịnh vì lời ca dễ dãi, sáo mòn và cũ mèm. Đây có thể ông chỉ nói tới nhạc Việt Nam tiền chiến và miền nam thời nội chiến. Ông trích mấy đoản ngữ như «dòng suối lững lờ», "mối sầu vạn cổ", "tim rạn vỡ"... để mà ớn. Theo tôi, nếu ông công bình hơn thì hẳn thông cảm các nhạc sĩ tiền chiến. Họ viết các ca khúc đó cùng thời với sự phát triển của thơ mới. Ca từ của họ mang hơi hám của thơ mới mà nay ai cũng biết không còn mới và những mỹ cảm lãng mạn kiểu đó nay đã lạc hậu. Thật ra, không hẳn tất cả chúng đều quá tệ.

Lời trong nhạc Văn Cao cũng rực rỡ, sang cả:

Thiên Thai, ánh trăng xanh mơ
tan thành suối trần gian
Ái ân tiên thiên, em ngờ phút
mê cuồng có một lần.
Thiên Thai, chốn đây hoa xuân
 chưa gặp bướm trần gian
Có một mùa đào dòng ngày tháng
chưa tàn qua một lần...
Sông Lô, sóng ngàn Việt bắc bãi dài
ngô lau, núi rừng âm u
Thu ru bến sóng vàng từng nhà
mờ biếc chìm một màu khói thu
Ai qua bến nắng hồng lặng nhìn
màu nước sông Lô xưa...

Rồi dặt dìu mùa xuân theo én về...
Với khói bạy trên sông, gà đang gáy trưa bên sông
Một trưa nắng thôi hôm nay mênh mông...

Lê Thương cũng viết nên những lời ca lộng lẫy, đầy hình tượng:

Bên Man Khê còn tung gió bụi mịt mùng,
Bên Tiêu Tương còn thương tiếc nơi ngàn trùng
Vui ra đi rồi không ước hẹn ngày về
Ai quên ghi vào gan đã bao nguyện thề
Nhìn chân trời xanh biếc bao la
Người mong chờ vẫn nhớ nơi xa

Đường chiều mịt mù cát bay tỏa bước ngựa phi
Đường trường nếp tàn y hùng cường
vẫn còn bay trong gió
Bóng từ xa sắp dần qua bóng chàng chập chùng
vượt núi qua khe
Với hành lương độ đường, chiếc hùng
gươm danh tướng
Dưới tà huy đếm nhịp đi vó ngựa phi
Dấn bước tang bồng giữa nơi núi rừng
Bên nợ tình thâm, bên nợ giang san
Bên đồi ai oán, bên rừng đa đoan, tiễn đưa
bóng chàng...

Tứ thơ dồi dào, chữ nghĩa có vẻ sáo nhưng vô cùng thích nghi với nội dung chuyện kể. Thậm chí nếu không có mấy từ ngữ "dưới tà huy", "nếp tàn y", "bước tang bồng", "hành lương độ đường", "hùng gươm danh tướng"... thì... hết hay. Và tuyệt vời biết bao: "đồi ai oán, rừng đa đoan tiễn đưa bóng chàng"

Khi nhạc cần đến thơ thì hầu như phải thơ... dễ một chút. Hình như Phan Xuân Sinh có lần hỏi Phạm Duy sao không phổ nhạc thơ Tô Thùy Yên, ông bảo thơ đó "trí tuệ" quá, khó lắm!

Không tưởng tượng được đem thơ vắt dòng đi phổ nhạc. Chẳng lẽ:

Nàng có ba người anh đi bộ
đội những đứa em nàng...

Còn thơ "hậu hiện đại" các thứ thì... vô phương, phải không? Muốn thoát ra khỏi không khí thơ mới cũng như các ca khúc ướt át miền nam, Trịnh Công Sơn có vẻ là người nỗ lực cách tân lời ca nhất. Tuy vậy, nhờ giai điệu dịu dàng nâng đỡ ta lướt qua chớ chữ nghĩa của ông cũng nhiều chỗ... làm khó người nghe không ít. Ví như: *vết lăn, vết lăn trầm, hằn lên phiến đá nâu thêm ưu phiền, như có lần chim muông... hằn dấu chân người đi phiêu du từ đó...* Rõ ràng tìm liên kết các ý với nhau... mệt nghỉ! Câu này nữa: *em đi về cầu mưa ướt áo* phải nói lại em đi cầu về mưa ướt áo thì mới đúng... ngữ pháp! (Xin lỗi nhạc sĩ nơi vĩnh hằng, tôi đùa giỡn chút, đời buồn quá!).

Nhạc Phạm Duy có vẻ cần đến thơ lung lắm. Có người nói rằng nhiều thi sĩ nhờ Phạm Duy mà đời biết đến. Nếu quả thế thì mấy nhà thơ đó không phải thứ thiệt hoặc quần chúng đợi phổ nhạc rồi mới đọc tới thơ họ thì cũng chẳng biết phải nói gì. Ở đây quả thật không biết ông thần cậy cây đa hay cây đa cậy ông thần. Cung Trầm Tưởng có lần nói đúng, thơ, tự nó đã có nhạc nên phổ nhạc thêm cho nó chỉ là chuyện vẽ rắn thêm chân, (mặc dù Phạm Duy đã viết nhạc cho thơ của ông). Thật ra, nhạc cổ điển tây phương đâu cần tới thơ. Beethoven viết nhạc cho thơ Schiller trong Huynh Đệ Giao Hưởng Khúc là một chuyện hiếm. Nhân đây cũng nói luôn chuyện ngâm thơ. Tôi vô cùng ngại nghe ngâm thơ theo tiếng sáo tiếng đàn uốn éo dặt dìu. (cũng như hồi còn đi dạy sợ xem giáo viên trường này trường kia múa, lạnh lạnh sống lưng, về bịnh). Những ngân nga kéo dài lời thơ ê a ư ử làm khổ đôi tai phải kỳ khu nhận ra từ để hiểu nghĩa. Mấy điệu ngâm ẻo lả đó phải hay ho gì cho cam mà làm khổ thiên hạ như tra tấn không bằng. Thơ phải chăng chỉ nên đọc lên theo cảm xúc của mình mà sách vở gọi đọc diễn cảm (xin khẳng định không phải đọc diễn cảm bằng cách nhấn giọng tùy tiện rất nhảm nhí của phần lớn giáo viên tiểu học và mẫu giáo dạy cho trẻ nhỏ hiện nay, nghe các em thiếu nhi kể chuyện trên TV, tôi ngượng ngùng vì thấy rằng kiểu diễn cảm đó không dây dưa gì tới tiếng Việt. Chẳng hiểu ai bày đặt thứ ngữ điệu bằng cách nhấn mạnh từ, đụng đâu nhấn đó theo chủ quan người dạy, chướng tai kỳ quặc bao nhiêu năm rồi, Việt ngữ thật ra rất ít trường hợp nhấn từ, Cao Xuân Hạo không nói sai. Không hiểu do đâu mà xứ ta, chỗ nào cũng thấy sai, tại người có quyền chỉ đạo ngồi không đúng ghế chăng? (tự nhiên nhớ tiếng Việt vui của Phan Khôi: sai thì sửa, sai đâu sửa đó, sửa đâu sai đó, sai đó sửa đâu? Tiếng Việt thú vị, có lần mấy đứa nhỏ trong nhà nói chuyện. Một đứa bảo: "Cô nớ đàng hoàng lắm, cái nào ra cái đó". Đứa khác nói: "Làm gì cái nào ra… cái đó được, cái nào ra cái nào, cái đó là cái đó, "ngữ điệu" của nó khiến ai cũng cảm được cái đó là cái gì!).

Phạm Duy còn nương vào dân ca để xây dựng sự nghiệp. Tôi không dám nói ca khúc ông không hay, không nghệ thuật, chỉ nói ông nương nhờ nhiều mấy điệu dân ca thôi. Hình như có lần Cung Tiến nói rằng tân nhạc là tân nhạc, pha trộn dân ca này nọ là không ổn hay không xứng đáng gì đó, tôi không chắc. Lúc đó Phạm Duy nổi tiếng quá, tôi nghĩ Cung Tiến hơi tị hiềm. Về già, tôi cho rằng Cung Tiến khách quan chứ không phải hiềm khích. Nghe mấy bài hát Hương Xưa, Hoài Cảm… với giai điệu đẹp đẽ sang trọng bàng bạc air nhạc cổ điển, mênh mang một nỗi u hoài của ông thì nghĩ không phải ông nhiều chuyện. Ông chỉ khen Phạm Duy vài bài, hình như Bên Cầu Biên Giới, Thuyền Viễn xứ… Theo tôi, Phạm Duy xuất sắc nhất khi viết lời Việt các ca khúc nổi tiếng phương Tây, trong đó có nhạc cổ điển. Dù sao thì tôi cũng, xin nói thật, ít thích thơ phổ nhạc. Muốn thơ thì đọc thơ, muốn nhạc thì nghe nhạc cổ điển.

Không ai hơn ai trong chuyện này, tất cả do thói quen và sở thích. Một phần cũng do may mắn có điều kiện tiếp xúc từ nhỏ thánh ca Tin Lành, air cổ điển thấm dần, riết thành quen rồi không thể thiếu. Cũng không thể phủ nhận sự liên tưởng và mối liên lạc thơ nhạc. Trong tập "Thơ Ở Đâu Xa" Thanh Tâm Tuyền dặn con gái: "Để đọc bài thơ trên, cô Th nên nghe đoạn Presto trong Concerto Mùa Hạ của Vivaldi". Ông tinh tế thật!

Tôi không tin phải thấu đáo nhạc lý thì mới nghe được nhạc cổ điển. Tôi cũng không tin lắm chuyện phân tích giai điệu, nhịp điệu tường minh thì mới hiểu và cảm được thứ âm nhạc đó. Như vậy, phải rành phân tích thơ thì mới hiểu và cảm được thơ sao? Thật ra, chỉ bọn nhà giáo mắc chứng nghề nghiệp lọ mọ phân tích thơ cho học trò tạm hiểu các thứ để thi cử nhảm nhí chứ thơ, chỉ nên làm thinh mà đọc một mình. Cũng như âm nhạc, chỉ nên lặng lẽ nghe mà cảm nhận.

Rõ ràng rằng cõi đời không mấy gì vui, người lương thiện miên viễn bị các thế lực tôn giáo, phong kiến ngày xưa đàn áp nên âm nhạc của họ buồn quá thể. (ngày nay quan lại còn đàn áp man dã vạn lần hơn - nhưng cứ bảo dân chủ triệu lần hơn-mà âm nhạc thì chỉ có hát tôn vinh và tụng ca, hiểu sao cho thấu!)

Theo cảm nhận chủ quan, ví dụ mấy bài concerto cho đàn violin hay nhất của Beethoven, Chopin,

Tchaikovsky, Bruch, Brahms, Sibelius, Mendelssohn... hầu như tất cả phần nhiều đều diễn tả nỗi sầu nhân thế, khi thì u hoài man mác, lúc thê thiết não lòng. Nhất là mấy dòng đầu violin solo sau lúc dàn nhạc khai từ của mấy bản concerto đó, nghe mà muốn chết. Tiết điệu nhanh đòi hỏi kỹ thuật cao của các danh cầm như Paganini vẫn thấy buồn, mới lạ.

Tạ ơn các bậc thiên tài cho chúng sinh mọn hèn như tôi nghe những thanh âm tuyệt vời, nhận ra tâm hồn vĩ đại của những người văn minh thuở trước. Nhưng ngạc nhiên và đau lòng bao xiết kể khi vào youtube xem thử thì thấy Leonid Kogan chơi violin Concerto của Mendelssohn được cả thảy 26, 051 người nghe, Akiko Suwanai trình tấu violin concerto n. 1 của Max Bruch chỉ được 184, 836 trong khi Gangnam Style tới một tỷ bảy trăm triệu lượt người nghe!

Nhờ vậy đâm ra bớt buồn bực cho văn hóa, ca nhạc xứ mình. Có lẽ "cái thời nó vậy"!

23

Túp nhà nhỏ của tôi ở Phú Nhuận còn chừa khoảng sân con phía trước, đáng lẽ xây thêm được vài phòng nhưng giống như cư dân Hội An ngày còn chinh chiến, không mấy ai đủ tiền sửa nhà nên sau này, may vẫn còn phố cổ. Tôi thì có khác, chẳng có cái may nhà cổ mà mãi chỉ là nhà cũ. (mỗi lúc xem TV Đà Nẵng, thiệt mệt nghe mấy cô nhà đài phát âm uốn éo phố cổ thành phố cổ) Chiều ngang hẹp tré, bề cao thấp chủn, phía trong mới có cái gác xây thêm giữa những năm 80 là nột nỗ lực phi thường. Gần nửa thế kỷ lãnh lương giáo viên, lại giáo viên văn - chao ôi, văn với vẻ - có cơm ăn áo mặc sống tới giờ, tôi hằng liên miên cám ơn đấng bề trên thiêng liêng. Nhất là chuyện sống sót sau cuộc chiến điên cuồng bạo liệt, xuẩn ngốc và tận cùng vô ích. Tuổi lính tráng của tôi rơi đúng vào độ cuộc phân tranh nam bắc khốc liệt, ngập tràn máu xương; thanh niên cùng lứa trong làng độ vài chục mạng, chết cho XHCN miền bắc hơn phân nửa, cho miền nam tự do ít hơn, tính lại chỉ còn vài ba người và tôi sống sót. Vậy nên tôi ít cầu ước gì thêm, nhân loại lúc nhúc sinh sôi như chuột, riêng biệt xứ ta, phải kể thêm, chắc nhờ kiếp trước khéo tu hay khéo che mắt thần linh, đội ngũ chuột hùng cường đục khoét của dân hết cả, mình chỉ chuyên làm thuê, được thế này quý lắm rồi; lại còn bao nhiêu sinh linh đau khổ thấu trời tận chốn sơn cùng thủy tận, làm sao các ngài nhớ xét tới mình được. Tôi cũng ít khi van xin tổ tiên ông bà vì ngờ có thương, các cụ cũng không giúp gì được, họ qua đời hết rồi, lấy quyền gì, đâu ra mà giúp. Nói theo ngôn ngữ CS hiện đại, *khả năng được hỗ trợ là rất không nhiều* đành làm thinh cắn răng mà sống.

Dạy Việt văn ở trường cao đẳng huấn luyện giáo viên tiểu học trên 20 năm, nhìn lại, công đó chỉ là dã tràng xe cát. Phải chăng chính tôi cũng phải chịu trách nhiệm phần nào đó khi thế hệ trẻ ngày nay, không hiếm người viết không nổi mẫu đơn trình bày cho rõ ràng ý tưởng. Không mấy ai tôn trọng quy cách tiếng Việt nên nói càng bừa, lạm dụng từ LÀ cách điên loạn, nói vài câu ngắn phải lặp cả chục lần RẤT LÀ, vô ích và chướng tai. (Phương Uyên là trang anh thư lẫm liệt, gan dạ siêu phàm nhưng tôi thiệt tình buồn bực khi nghe cô nói tiếng Việt chẳng chút gọn nhẹ trên đài ngoại quốc, ngược lại, cô Lê thị Công Nhân, ông Nguyễn Bắc Truyển là những tài năng hùng biện hiếm hoi). Tôi chán ngán nghe cô gái dự báo thời tiết "nói chữ" "mưa cục bộ, nắng cục bộ... nhiệt độ từ 30 lên đến mức LÀ 35 độ". Phát ngôn chính thức của TH quốc gia đó nghe. (tôi cũng rầu rĩ nghe – đã bao năm rồi – cô BTV đài HTV đọc thường trực rất điệu nghệ mấy từ Iran, Iraq thành Ijan, Ijaq, TV Đồng Nai, Bình Dương... khoái quá cũng Ijan, Ijaq!)

Trở lại chuyện ngôi nhà nhỏ, cháu nội gái của tôi học lớp 5, tả cặp cá cảnh và hòn núi giả trước nhà (tôi có sửa cho cháu vài chỗ chấm câu, vài từ ngữ):

Sân nhà không mấy rộng nhưng ông tôi vẫn rán chừa chỗ dựng hòn non bộ để ngắm nhìn cho vui tuổi già. Cũng trên núi dưới nước, núi có cây, tuy ít, nước có cá, nhằm bắt chước thiên nhiên.

Hồ nhỏ nuôi năm bảy giống cá nhiều màu sắc, lộng lẫy nhất vẫn là cặp cá tàu màu vàng cam. Thân hình chúng độc đáo lắm vì chẳng giống ai. Bụng căng tròn như trái bóng bàn, mắt ốc nhồi lồi hẳn ra như hai viên ngọc trai đính tạm vào đầu. Con người hay vật được kể đẹp thì phải bụng thon ngực nở, chỉ riêng cá tàu bụng càng phình to, mắt càng lồi thì càng đẹp. Tôi hỏi ông sao kỳ vậy, ông bảo cái đẹp vô chừng lắm con, chẳng hạn phụ nữ đẹp mấy thế kỷ trước phải tròn trịa, có da có thịt đầy đặn chứ không như "người mẫu" khô như xác mắm mới đẹp như ngày nay đâu.

Riêng tôi, cá vàng đẹp còn nhờ bộ vảy li ti óng ánh vàng đỏ, vậy và đuôi như trôi lững lờ trong làn nước xanh khiến liên tưởng tới tà áo lụa mềm thướt tha trong gió. Cá vàng rất ưa nhìn còn nhờ cách chúng bơi lội. Bao giờ chúng cũng bơi lượn lờ, nhởn nhơ. Ngay cả khi đuổi nhau chúng cũng không để lộ sự vội vàng nên trông chúng hết sức sang trọng đài các. Ngay cả chuyện ăn mồi chúng cũng thong thả như không thiết gì ăn. Lạ một điều, chúng ít ăn mà bụng vẫn cứ phình tròn vo. Suốt ngày, cặp cá đùa giỡn, đuổi nhau. Một con lội bên ngoài, con kia ẩn trong hốc đá. Con bên ngoài bơi vào tìm thì con kia liền thoát ra. Có lúc chúng đuổi nhau cận kề như con này cắn vào đuôi con kia. Thỉnh thoảng không biết vì đói hay đùa, chúng mải cạp vào mảng rêu xanh bám trên đá.

Cảnh giả sơn rõ ràng ít tự nhiên. Ví như lão tiều phu cao bằng mái chùa, ngư ông lớn như nhà tranh, con cọp to như voi... vậy mà ông tôi ngày nào cũng ra ngắm nghía, chắc để nhớ núi non quê kiểng ngày tuổi nhỏ. Tôi chỉ thấy bầy cá tung tăng giỡn chơi dưới hồ là thật và linh động thôi.

Căn nhà kế bên diện tích hệt nhà tôi nhưng ông cụ người Quảng vốn ham cây cối, trồng tới hai cây mận, một cây vú sữa và bụi bông giấy um tùm trước cổng. Hai cây mận xúm xít quá đáng nên ốm tong ốm teo, chẳng chút gì poésie này nọ để mà làm thơ như cây mận nổi danh của thi sĩ Quách Tấn. Giống bông giấy khá ngược ngạo, càng xanh tốt càng ít trổ bông, chỉ toàn gai và rậm lá vô duyên; lại tận dụng thân cây vú sữa, đeo bám, leo trèo tận ngọn. Mùa hè nóng lửa, bông giấy nở lác đác trên... cây vú sữa, trông cũng độc đáo chút chút. Mấy chục năm, tôi chỉ thấy vú sữa ra trái một vài lần, mỗi lần vài trái tim tím, chưa kịp chín đã rụng lăn vì bị sâu đục. Cây cối chen nhau chật ních nên nghiêng đổ về phía sân nhà tôi giành nhau ánh nắng khiến mấy chậu cây bên dưới èo là tái nhợt, không trổ nổi cánh hoa. Tôi hay cằu nhằu, hiền thê bảo anh dư biết người ta không thể có tất cả một lúc, muốn bóng cây che mát còn mong chậu kiểng sởn sơ, khó hết sức, đừng phàn nàn mất lòng láng giềng thân cận.

Thế rồi, mấy tháng nay, xảy ra hiện tượng lạ lùng, dân thành phố nằm mơ cũng không thấy trước đây. Đọc tùy bút (hay chuyện ngắn?) Võ Phiến, nhiều lần, ông hào hứng kể chuyện tỉ mỉ chim chóc xóm quê. Chiến tranh xô giạt ông ra thành phố, lâu ngày bồi hồi nhớ chim muông vườn cũ, một sáng thức dậy, thấy mấy chỗ phân chim trước sân, ông mừng rơn, ngẩn ngơ sống lại tuổi thơ diễm tuyệt. Tối khuya, ông rình xem thử con chim gì đậu ngủ trên nhánh cây và bẽ bàng nhận biết, đó chỉ là cứt thằn lằn! Võ Phiến giạt ra đô thành vì chiến tranh, nay thanh bình, chim chóc bị con người rượt đuổi, tận diệt bằng mọi cách cũng đành lần lần di cư ra phố. Trên khóm cây nhà tôi, nửa năm rồi, cả bầy chim cu cườm về đậu nghỉ mỗi chiều, lót tổ đẻ trứng, ca hát tưng bừng từ lúc trời chưa sáng hẳn. Sau cơn mưa chiều Sài Gòn, tôi lại tha hồ nghe tiếng gáy yên bình như từng nghe tiếng gáy đổ hồi thong thả trên đọt tre trong nắng vàng nhạt sau mưa chiều trên bờ khe quê cũ: cặp cu cu, cu, cặp cu cu, cu... cu... cu... Ông ngoại tôi nói gáy kiểu đó là chim gù ba. Chúng về đông vui, nhiều nhà rải thóc trên sân thượng giúp chúng đỡ vất vả kiếm sống. Một hôm, anh chim gáy quá tự tin đi vào phòng cửa kính trên lầu nhà tôi kiếm ăn rồi không biết đường ra. Nghe tiếng cánh chim đập phành phạch, tôi lên xem, một chàng cu cườm đứng trên nóc tủ, mặt thất thần lo lắng. Bắt chước chiến dịch đuổi chim sẻ của Mao quân, tôi khép cửa nhẹ nhàng, đuổi chàng bay lòng vòng chỉ vài phút phải đậu xuống, tôi tóm ngon ơ. Tôi không ngờ mình làm dễ dàng chuyện kỳ diệu tuổi thơ hằng vọng ước. Giữ lại một lúc lâu, tôi đem ra "giải phóng" nó ngoài hiên lầu. Chàng bay tót lên cây vú sữa, tôi bỗng nghe rộn tiếng gáy mấy con khác quanh quẩn trong lùm cây, rõ ràng chúng đợi chờ căng thẳng và reo mừng người thân thoát nạn trở về đoàn tụ, le retour triomphal. Quả thật lần đầu trong đời tôi chứng kiến chuyện tình nghĩa thú vị khó tin của một giống chim vốn gần gũi nhưng ta chẳng hiểu gì chúng. Hóa ra tôi may mắn hơn Võ Phiến, ông "quê xệ" vì lầm phân thằn lằn với phân chim, tôi dễ dàng bắt được chim trời ngay tại nhà mình, đáng "tự hào" chưa?

Ai cũng biết từ ngày CS công nghiệp hóa, hiện đại hóa quê xứ nông nghiệp đời đời đẫm mồ hôi và máu lệ tổ tiên, bỗng dưng cả nước lâm nguy, chim muông tan tác, phân độc thuốc độc hủy diệt ruộng nương cùng lúc xuất hiện nhan nhãn như nấm rừng những tay chúa đất kiểu mới cùng tư sản đỏ các thứ. Hiện đại hóa nên dân quê bị bần cùng hóa, túng quẫn làm càng, cũng bắt chước hiện đại hóa phương pháp bắt chim bằng cách thu âm tiếng hót tiếng gáy đặt vào bẫy, hủy diệt cá bằng bình tích điện "hiện đại". Gà nước, mỏ nhác, le le, tích mồng, quắc... gần như muốn tiệt chủng. Về quê vợ ở Gò Công, đêm ngủ, bất ngờ cảnh lặng trang, không còn tiếng ếch nhái râm ran, không có chuyện "bìm bịp chiều kêu nước lớn anh ơi, buôn bán không lời chèo chống mỏi mê".

Nhớ một bữa thăm quê Đại Lộc, chẳng thấy bóng chim tăm cá, tôi ngạc nhiên, ông anh họ giải thích:

- Không còn chi đâu chú ơi. Cồn đất cát pha ông bà trồng đậu trồng bắp hồi trước nay người ta thuê bọn tôi trồng thuốc lá, trả được giá nên ham. Họ giao phân, thuốc trừ sâu mạnh đến nỗi mỗi lần xịt tôi xây xẩm muốn xỉu, nằm như mê cả ngày. Trời mưa, thuốc độc chảy lan ra bãi cỏ rồi trôi xuống sông. Chim ăn hột cỏ chết sạch, chim sẻ cũng tiêu tùng, sâu càng phát triển, lại xịt kỹ, lòng vòng rứa đó. Không còn con cá nhỏ dưới sông. Mà cũng không cần thuốc trừ sâu đâu. Bọn đãi vàng trên nguồn, không biết họ làm trò chi mà nước đục ngầu như mũ mít, cá chết hết trơn, khỏi đợi thuốc trừ sâu. Đừng nói chuyện tắm sông, dại mà ngâm mình xuống, ngứa ngáy ghẻ chốc phát điên. Còn con cá nào trong ao hồ, dân đánh bắt bằng mìn và que điện, chừ chỉ còn ăn cá biển ướp tươi bằng phân u rê đắng họng!

Ông anh họ tôi tổng kết tình hình gọn mà tạm đủ bằng thứ tiếng Việt "trong sáng" hơn mấy vị tiến sĩ ưa nói lộn xộn rất đáng hổ thẹn trên TV khiến tôi càng hiểu vì sao khóm cây èo uột nhà mình được bầy chim gáy về cư ngụ! Tôi tỏ ý khen con đường đất đỏ rộng rãi mới mở ven làng, thuận lợi cho dân nghèo, ông cười:

- Ờ, thuận lợi cho lâm tặc vận chuyển gỗ lậu đó chú ơi. Mình là dân núi mà không rờ được tới gỗ, chỉ đi rừng chở thuê cho họ, chuyển từ bến sông vô đường đất, bọn tôi cũng là lâm tặc được thuê mướn đó chú! Làm vậy biết chính mình bậy bạ, góp sức khiến nước lụt mỗi năm mỗi lớn hỗn hơn, hung dữ hơn xưa nhiều lắm, nhưng đói quá biết răng chừ! Nói chuyện lụt lội, có người chỗ khác tới ở mừng phù sa tràn ruộng, tui tức cười, trầm sa thì có. Thứ bùn đỏ đó ngập vườn, chuối chết khô thảm lắm!

Trên đường về, ngang qua Hà Thanh, (bao giờ tôi cũng nhớ lại tuổi nhỏ một lần chạy xe đạp hoang đàng, xổ dốc động Hà Sống té lăn chiêng, mẻ răng cửa buồn muốn khóc), nhìn xuống dòng Vu Gia đỏ ngầu dưới chân núi, tôi xót nghĩ phần số nó vậy là xong. Cô thôn nữ xưa nhớ bạn lòng ngẩn ngơ, hái dâu quên giỏ, ra sông gánh nước hũ chìm gióng trôi, nay sông đâu phải sông, nước đâu mà gánh. Giếng đào bên sông cũng chắc gì sạch được. Thôn làng còn quẫn bách bi thương trăm bề hơn chốn thị thành.

Không gian cư ngụ bẩn chật khiến tự nhiên tôi nhớ tới ngôi nhà trên cây của cha con ông cụ người rừng. Phải chăng người rừng chính là nhà môi trường chạy trốn sớm. Tôi vốn không mấy thiện cảm với đất Quảng Ngãi, nơi đó đời nào cũng có quan đại thần gian ác khét tiếng. Nói vầy buồn lòng bạn bè xứ cũng lắm hiền tài cùng văn nhân thi sĩ và họ cũng đâu thiếu quan lại nho học thanh liêm, nhưng ngặt nỗi các vị kia tai tiếng vượt trần ai ai cũng tỏ, thiệt lòng rất khó bỏ qua. Có điều nay người rừng siêu việt quá khiến tôi bắt đầu nghĩ khác. Ông là chiến sĩ hòa bình, chống chiến tranh "tiêu cực" bằng cách trốn chạy, xa lánh cõi đời bẩn tục gian ác.

Nói ông tâm thần là vu cáo "chính trị" điêu ngoa. Nói ông bị ám ảnh cái chết đau thương của người thân rồi khiếp đảm bỏ trốn, chỉ đúng phần nào. Đau thương, khiếp sợ thì cần thông cảm, xẻ chia chứ sao ôm nỗi đau trốn chạy? Phải có điều gì sâu xa trong tâm hồn lạ thường đó. Tôi nghĩ ông là con người tự do, ông đã chọn tự do tuyệt đối, đã tự lực cánh sinh với tay trần chân đất, khó như dời núi lấp biển để trả giá cho tự do của mình. Kinh thánh nói tiền công của tội lỗi là sự chết, tôi liên tưởng tiền công cho tự do của cụ Tri là cuộc phiêu lưu mà phần chắc sẽ trả bằng mạng sống của hai cha con. Không ai biết ông bỏ đi lúc nào nhưng rõ ràng có chuẩn bị tối thiểu phương tiện để tồn tại chốn rừng sâu. Ông tính toán và cân nhắc chứ không đi trong mê sảng. Ông nhẫn nại còn hơn Sisyphe vì Sisyphe bị thần linh bắt buộc lăn hòn đá nặng lên núi, ông thì tự chọn mài sắt thành dao, đan áo bằng vỏ cây để lao tác gần nửa thế kỷ. Lạ lùng nghe nói vẫn có người biết và tìm cách giúp nhưng hai người luôn trốn chạy. Ông nuôi con với bàn tay trắng giữa rừng sâu từ ngày một tuổi, thời núi rừng còn đầy thú hoang rắn độc, muỗi mòng sốt rét mịt trời rừng già, quả thật chuyện hoang đường còn dễ tin hơn, (cháu tôi một tuổi mỗi tháng ẩm đi bác sĩ 20 ngày, ăn cháo tính từng muỗng). Và cảm động biết chừng nào được biết đồ mặc của ông và tấm áo mỏng của con trai được giữ gìn, gói kỹ, nay vẫn còn. Tôi muốn hỏi ông, như vậy để làm gì, phải chăng lưu chút kỷ niệm nào đó, hỡi người rừng vĩ đại, vĩ đại nhất nhân quần đông tây kim cổ. So với ông, Robinson Crusoe chỉ là chuyện vặt. Mọi điều diễn tiến còn tỏ rõ ông cũng là con người cô đơn. Thượng đế cũng cô đơn nhưng đầy quyền năng, chắc muốn thôi cô đơn lúc nào cũng được. Ông phận người yếu đuối mọn hèn nhưng cách chọn lựa kiểu sống siêu phàm, vĩ đại của ôngrõ ra tâm hồn ông cô đơn và bí mật muôn trùng, như vũ trụ đời đời lặng câm không bày tỏ. Bỗng nhớ thơ Tô thi hào:

Hoàng hôn xô bóng ta trên cát
Ta lớn lao và ta cô đơn
Ngưỡng mộ cây xương rồng gắn gượng
Thân trần đứng lẻ giữa đồng trơn.

24

Tôi về Hội An cuối thu. Không biết mùa thu đất bắc nó ra sao, chỉ thấy người ta làm thơ, hát hổng nghe ra thơ mộng lắm. Tôi hơi ngờ họ thêm mắm dặm muối vì hồi trung học, đọc Trường Ca thấy Xuân Diệu dường như thành thật – thành thật lúc này thôi chứ cả quãng đời dài của ông sau 54 không mấy khi thật nữa:

Lá không vàng, lá không rụng, lá lại thêm xanh, ấy là mùa thu đã về. Mùa thu mới về yểu điệu thục nữ, trời bớt nóng và thêm mát, có ai thổi cơm mà khói nhẹ mơ hồ đâu đây. Chưa có sương mù, chưa hẳn có sương mờ, chỉ là đôi thoáng sương mơ mỏng như chiêm bao. Mặt trời nhạt vừa khuất mây thì khối lá biếc hơi nhòa, mặt trời vừa ló lại ánh vàng thì khối lá lại hiện nguyên sắc biếc. Không biết có phải sương thu mới nhóm hay đó chỉ là sự huyền ảo của chính hồn tôi.

Hội An, theo tôi, vào lúc này, thời tiết không khác miền nam bao nhiêu. Đám bông bươm bướm trước sân, buổi sáng mới trông tươi tắn sởn sơ, trưa đã đứng rũ trong nắng hanh khiến nhớ lại mùa nóng dữ dội hằng năm ở đây còn vương vất lại. Chỉ khi trời chiều, để ý ta mới nhận ra trong gió thoảng hơi lạnh khô se da thịt. Đầm nước miệt Cẩm Hà, Lai Nghi la liệt những cọng sen bị vặt đài để hái hạt, bày trơ ra những cọng khẳng khiu già héo. Cạnh đám lá úa vàng rũ rượi một nỗi tàn phai, vẫn còn sót rải rác xa kia những đóa sen muộn hồng nhạt, lẻ loi trên mặt nước im ru. Con cò trắng lom khom cần mẫn mò tôm cá, thỉnh thoảng ngẩng nhìn quanh quẩn rồi như nghi ngại điều gì bỗng nhẹ nhàng cất bay, đôi cánh trắng phau loang loáng dưới ánh chiều.

Không gian tĩnh lặng quá khiến tôi không tin, không hình dung được sẽ có bão bùng, nghe nói mấy bữa nay. Chúng tôi đang đợi cơn bão nhiệt đới rất mạnh Nari, mặt mày dân chúng chưa gì đã hớt hơ hớt hãi. Xem hình mô tả trên TV, cứ mong nó không nhắm vào Hội An Đà Nẵng. Thật xấu xa bỉ ổi, chỗ nào cũng "đồng bào" cả nhưng tự thâm tâm, ai cũng mong thoát nạn, miễn mình thoát, miệt nào hứng chịu thì cứ để... tính sau! Một ngày trước khi tràn vào đất liền mà truyền thông CS gọi là đổ bộ, ngồi lê đôi mách café mái hiên, nghe thiên hạ mừng rơn nói mới có tin bão (phức tạp) đang lệch hướng tây bắc! Từ ngày ông N. B. TH cho xây tượng Phật Bà chỗ vịnh Sơn Trà, bão nào cũng né Đà Nẵng. Hội An kế bên nhờ vậy được hưởng sái! Nhưng tối về mới biết nó không còn né nữa mà nó... ghé. Tôi độ chừng Phật Bà nay cũng chỉ còn cách đứng ngó, riêng "bản thân" tượng không bị gió mạnh... đổi tư thế là giỏi rồi, vì con tôi (làm kiểm soát không lưu) từ SG gọi, nói trung tâm mắt bão chắc chắn ngay chóc Đà Nẵng – Hội An, nó biểu chuẩn bị đối phó. Tôi hỏi đối phó kiểu gì.

- Thì ba chèn cửa nẻo lại, mua mì gói, bình nước uống, coi lại bình gaz...

Nếu vậy thì dễ, 30 giây! Chống bão rứa thiệt khỏe không thua gì ủy ban chống bão lụt trung ương với vị đại thần mặt mày oai phong lẫm liệt cùng toán quan lại đô con bụng bự họp bàn chỉ đạo bằng công điện cho thuyền vào bến, neo thuyền vào trụ, khiêng ghe lên bờ, hướng dẫn đàn bà con nít lên chỗ khô ráo an toàn... Làm như các ông không chỉ đạo thì mấy tay tài công không biết cột ghe cho chắc. Đàn bà con nít không thích chỗ khô ráo an toàn. Mỗi năm mấy đợt bão, mấy cây lụt thì bấy nhiêu cuộc họp chỉ đạo trực tiếp truyền hình, rồi đến họp tổng kết rút kinh nghiệm, mai mốt lại họp triển khai chống cơn mới, ra văn bản mới (mới ngày tháng thôi chớ nôi dung xem ra y chang lần trước). Họp xong... ăn lấy sức, họp nữa, họp mãi. Quan lại cấp tỉnh thì truyền hình "trực tuyến", không chịu đứng nơi khô ráo mà phải cứ đội nón cối ra đứng ngoài gió báo cáo tình hình. Mưa thì đã đành, không mưa cũng bận áo mưa (chưa qua sử dụng!) cho nó có cảnh!Ông thần thủy lợi của giai cấp vô sản thì trốn biệt, chẳng thấy đứng lên làm trời như từng tự xưng cho thiên hạ nhờ.

Viết vậy tôi không khỏi thấy mình soi mói quá. May mình không được làm quan cho chế độ toàn trị, nếu làm chắc gì mình khác. Đọc thánh kinh, Chúa phán người chớ chỉ trích, xét đoán kẻ khác hầu khỏi bị xét đoán. Nhưng chỉ mỗi mình Chúa mới có quyền xét đoán thì con người cũng chỉ con vật người sao? Họa có thánh nhân mới thực hành được kinh thánh.

Mới đầu hôm mọi người đã thấp thỏm đợi bão, có cái đợi chờ chẳng mong muốn vẫn cứ bồn chồn, kỳ cục. Đêm phố Hội gió như vẫn mát lành khiến nghĩ tới mấy câu thơ gió vui phơi phới hiếm hoi của Tô Thùy Yên: *Còn ở đâu ngọn gió thênh thang/Thổi mới trần gian mùa rộn ràng/Tiếng biển lời rừng nao nức giục/Ta về cho kịp độ xuân sang.* Mưa rải nhẹ trên ngói những tiếng thanh bình gợi nhớ xa xôi chốn cô thôn ngày cũ. Về Hội An như kẻ lạ đi giữa phố Tây đêm khuya tĩnh mịch bỗng nhớ bạn bè một thuở. Căn gác xếp ngó ra bụi tre chờ trăng lên với Phùng Tiến, hình như Phùng Tiến suốt đời đợi một vầng trăng. Ngang qua nhà buôn Phi Yến cửa đóng then cài im ỉm, sống dậy những ngày học thi với Mạc Phi Hoàng trên lầu cửa hậu nhìn ra sông Hoài. Nhớ Hoàng là nhớ thầy Phan Khôi khả kính (nay đã là người thiên cổ), giờ littérature Francaise, mỗi lúc điểm danh, thầy nhìn chỗ ngồi hay bỏ trống của Hoàng, giọng nói không chút ác cảm, lại như có vẻ khôi hài: il est toujours absent, (chắc cũng tại Hoàng học giỏi). Một bữa tối bốn năm đứa hái trộm dừa trên đường bảy cây dừa gần chùa tỉnh hội, quả dừa bự rớt trúng đầu Trần Văn Căn, hắn đứng im như trời trồng có vẻ chuẩn bị ngả xuống, bắt kinh. Cả bọn xúm lại hỏi, hắn ta nói mất tau nháng lửa, tau tập trung nhớ lại đề toán hồi sáng coi mất trí chưa! Căn mắt to bảnh trai, sau làm quan lớn hải quân. Mọi chuyện suôn sẻ, hắn lên tới đô đốc không chừng, nay ở Mỹ chắc chưa quên trái dừa của tuổi thơ nghịch ngợm. Hội An vẫn vậy gần nửa thế kỷ sau cơn loạn ly ngả nghiêng sông núi. Điều kỳ diệu thần thánh không tin nổi là chẳng ngôi nhà cũ nào bị bom đạn gì trong cuộc phân tranh ác nghiệt. Có lẽ đây là thành phố duy nhất ở Việt Nam không một nét khác đi sau cơn phong ba dai dẳng khùng điên trên dải đất đầy tai ương của tộc Việt. Những con hẻm gạch tàu vắng hoe quen thuộc, những dãy phố cổ khuất tối trầm mặc dưới ánh trăng lưỡi liềm hằng mấy trăm năm trước, nay vẫn y nguyên. Dường như thời gian nơi đây chưa hề nhích tới, trôi đi, chỉ có cố nhân biệt mù tăm tích mà thôi.

Gần nửa đêm, gió bắt đầu gầm hú rợn người. Điện đóm tắt câm. Cây cối ngả chúi trong mờ ảo. Miếng fibrociment đậy cái chateau d'eau nhỏ trên nóc nhà cứ nhổm lên đập xuống ầm ầm, sớm muộn sẽ bay xuống vườn. Gió lồng vào mái ngói vù vù như muốn bứng căn nhà nhỏ khỏi mặt đất. Tôi hết nằm lại ngồi bên cửa kiếng chờ sáng, cũng không biết chờ sáng để làm gì. Bão dường như cứ vào đất liền ban đêm hầu dễ dọa người ta hơn. Điện mất, đêm tối như trở lại hoang sơ bí mật khiến mọi sự có vẻ nguy hiểm hơn bội phần. Mấy nhánh mãng cầu cứ chờn vờn đập vào cửa sổ rắc rắc. Cây mít ốm o mới ra trái lần đầu - được tới mười mấy trái - dựa vào tường còng lưng chịu trận. Mắt đã cay xè mà không dám nhắm, mặc dù có mở thao láo dòm trân trân cây cối cũng chẳng làm gì được gió. Giữa cơn vật vã ầm ĩ cũng có khoảng lặng gây ngạc nhiên chừng năm mười giây khiến liên tưởng tới dàn nhạc đại giao hưởng lúc kèn đồng và trống ngưng nghỉ. Liền sau đó lại khởi sự đợt mới nhưng chừng như không tăng mạnh hơn. Nếu chỉ thế này thì cũng không đến nỗi.

Bình minh lên, gió bất ngờ nín bặt, cây nghiêng, cây ngả đều nằm yên theo hướng tây bắc. Cảnh vật lặng thinh cách dị thường, đến chiếc lá cũng không chút lay động. Một mảng trời xanh thấp thoáng lộ ra trên cao. Mưa cũng chỉ rắc bụi nhẹ nhàng trên đám hoa bươm bướm đã rách bươm tơi tả. Ngạc nhiên quá, chẳng lẽ bão qua dễ và lẹ vậy sao, ít ra cũng phải để lại ngọn gió hậu kỳ nào chứ? Hay trời đất chơi trò gài bẫy chi đây!

Và quả đúng vậy. Tĩnh lặng được đâu vài mươi phút, nửa tiếng, gió lại rít lên từng chặp. Giờ thì ai cũng thấy rõ mặt thật hung tàn của bão. Nó xoay tròn khốc liệt như con trốt khổng lồ đang say máu. Nó lay chuyển cây cối nhà cửa đủ bốn phương tám hướng một cách hoàn hảo. Rõ ràng nó chủ tâm lay cho nhão gốc với phương pháp "khoa học" tối ưu rồi chọn thời cơ thuận tiện mà bứng đi, cho thỏa "bản năng" tàn phá chứ đâu có mục đích gì khác. Cuối cùng nó thu hoạch mớ cây cối nhà cửa đổ nát cùng bao đau thương của người dân để làm gì, đố ai hiểu được!

Mấy mẹ con tôi ngồi co ro nhìn mưa gió qua cửa kính, bỗng nước ở đâu chảy thành vòi từ khe hở sàn gác gỗ đổ xuống đầu, tôi vội trèo cầu thang lên xem sao. Một mảng lớn plafond oằn xuống, nước từ đó tuôn ra. Tôi định kiếm cây gì chống đỡ nhưng đã trễ, mấy miếng nhựa dài bung văng, đổ ập xuống nền nhà một tiếng ầm. Mái nhà bày ra một khoảng trống hoang vì bị gió dữ vừa tốc ngói đi. Tôi may mắn chỉ bị miếng gỗ xẹt ngang trước trán, chỉ phải ướt như chuột lột, lạnh run như cầy sấy. Nếu thanh gỗ chọn điểm rơi chính xác hơn, tôi đã được ghi vào danh sách thiệt hại nhân mạng tính cho thành tích bất hảo của cơn bão rồi. Đây là lúc

chúng tôi thực sự màn trời chiếu đất. Không còn cách
nào khác là tìm chỗ khô ráo còn lại để trú mưa. Ông bà
nói bão đi té đái bão lại té cứt quả đúng. Cũng may, mọi
năm, bão thường mang theo mưa tầm tã rồi hậu kỳ là
nước dâng để đẩy tấn kịch tới tận cùng bi đát, nhưng
lần này giống như bão khô, vì mưa không nặng hạt lắm
và gần như nhẹ hẳn ngay lúc gió bớt mạnh nên thảm
cảnh của chúng tôi cũng chỉ kéo dài chốc lát. Nhà cửa
trong tình cảnh này mà gió vẫn sung sức như lúc sáng
sớm thì coi như... xong, huề trớt! Nhiều tín đồ Công
Giáo, Tin Lành cho rằng Chúa gây bão nhưng không để
chết chóc xảy ra chỉ là thử thách nhẹ, luôn cảm ơn ngài
trong mọi tình huống. Chuyện này nó hơi giống dân Việt
Nam định hướng XHCN, bất cứ ai, trong mọi hoàn cảnh,
có dịp được phỏng vấn trên TV các thứ cũng luôn tươi
cười, miệng không quên thì thào cảm ơn Đảng. Đảng
tạm không nhốt là cười toe. Hèn chi chỉ số hạnh phúc
của dân Việt Nam cao nhất nhì thế giới là điều khả tín!

Ngày hôm sau trời cũng chỉ mưa bụi gây gây lạnh,
nắng ấm hửng lên từng chặp giống như tháng chạp gần
tết, lò mò ra quán café bờ sông, (tôi ngưỡng mộ ngôi
quán với hàng ghế kê dưới bóng tre La Ngà vàng óng,
chỉ cần ba bước là đụng mép nước sông Thu Bồn), tình
cờ gặp lại ông bạn quen làm ở tòa hành chánh Quảng
Nam hồi đó, hụt đi HO vì lý do lãng xẹt. Nghe quê tôi

thuộc miền núi Đại Lộc, ổng hỏi có gần An Điềm không. Tôi nói:

- Cách An Điềm bốn năm cây, An Điềm toàn núi, có chi lạ mà hỏi?

- Tôi đi tù ở đó mà.

Tôi hỏi cay có gì vui không, bất ngờ ổng nói cũng vui, đáng nhớ lắm. Rồi ổng kể chuyện vui. Nghe ra cũng oái oăm cười ra nước mắt nhưng không chắc vui bằng bánh xe lịch sử của Ng Thế Cường. Ổng nói:

- Hồi đó cực thiệt nhưng nay tự nhiên quên bớt cái cực, chỉ còn nhớ mấy chuyện vui. Anh có "tham gia" trực tiếp mới thấy vui, nay tôi kể lại nguội quá, nhạt nhẽo nữa. Rồi ổng kể thêm. Một bữa, trước giờ đi lao động gánh phân bắc, thấy tay nguyên quận phó, vốn tốt nghiệp cao học quốc gia hành chánh, mặt mày như bánh bao chiều, mắt đỏ hoe, tôi hỏi:

- Chuyện chi ngồi buồn rứa anh? Anh ta đớp tôi ngay:

- Anh thì vui hỉ? Tôi nói:

- Anh em hỏi thăm an ủi nhau chút, anh cay tôi làm chi. Anh ta dịu giọng:

- Bộ anh không thấy bọn họ bắt mình gánh cứt (phân bắc) là cố tình làm nhục mình sao. Mình quá tệ, không giữ được tư cách như bọn tù binh trong phim Cầu Sông Kwai. Tôi nói mình đâu phải tù binh, là... học viên mà. Còn tay sĩ quan người Nhựt Bổn, tuy mắng mỏ đại tá Anh Nicholson, đại khái nói chiến tranh chớ đâu phải đá banh mà mày đòi luật lệ hoài, nhưng dù sao y cũng thuộc loại văn minh, biết rõ công ước quốc tế về đối xử với tù binh chiến tranh chính phủ nó đã thò bút ký nên không dám làm càn. Còn ở đây, anh biết quá mà, công ước chi họ cũng ký, xin ký trước nhất, không cần biết dấu chấm dấu phẩy... Tôi còn nói anh ơi, chuyện phân, anh nghĩ coi, người ta không nói phân Huế, phân Quảng Nam... mà nói phân Bắc, tức "đặc sản" ngoài bắc tổ tiên họ cũng từng gánh, nay "lịch sử" khiến mình phải gánh, đáng chi mà buồn. Cũng may, ông bà mình theo chúa Nguyễn chạy dài khá sớm nên bao nhiêu đời con cháu... ngưng gánh cũng khá lâu phải hông.

Chiều ngày thứ hai sau bão, không rõ trên nguồn thế nào chứ ở đây cũng chỉ rơi mưa nhẹ, may ra thoát lụt lội chăng? Nhưng chính quyền không nghĩ vậy. Xe phóng thanh chạy khắp phố cảnh báo lũ về cùng lúc xả bốn đập thượng nguồn nên mức nước báo động trên cấp 3. Lần này không hiểu sao họ nói thật chứ không che giấu như mấy lần trước. Chúng tôi thấy lạ, gọi hỏi bà con trên núi thì biết ít mưa nhưng nước cũng lớn rất nhanh, chắc là nước của đập thủy điện. Một phần ba thành phố Hội An thấp lụt, chuyện dọn đồ đạc lên gác xuống lầu nhiều lần hằng năm là công việc vô ích trời hành. Phải chi được ở bờ sông đẹp đẽ thơ mộng hoặc phố cổ được Tây Tàu... dòm ngó thì dọn lụt cũng đành. Nhà má tôi vốn chạy giặc từ làng quê xuống ở chỗ khuất vắng ít ai biết tới, chỉ được mỗi cái thấp lụt chẳng thua ai nên chuyện dọn dẹp hóa ra nặng nề bất tận. Tôi ngán khiêng đồ nặng quá nên nghĩ bụng họ chỉ xả nước đập chớ lụt thì đâu có mưa mà lụt. Họ cứ nói đại nước lụt nhỡ có thiệt hại cũng bớt đi tội lỗi. Nghĩ vậy mà không dám nói, ngộ lỡ mình vì lười mà nhận định trật thì tai hại lắm. Hơn nữa nếu họ thông báo ẩu vậy lần sau nói thật ai tin. Mọi chuyện về sau chứng tỏ tôi vẫn còn lạc quan quá. Nước chỉ dâng hơi cao trên phố bờ sông, hình chụp nước ngập phố xá trên báo chí hôm sau có người nhìn ra hình cũ. Hóa ra họ không nói dối mà chỉ một nửa sự thật như thiên hạ vẫn thường bảo. Thôi cũng mừng, họ ăn xổi ở thì, phỉnh dân chút cũng không sao, nước không ngập nhà là... hạnh phúc lắm rồi. Tự nhiên nhớ một câu trong truyện Huckleberry Finn: Họ mở miệng ra mà chưa nói phỉnh ai điều gì thì không thể ngậm miệng lại được.

25

Mấy trang tùy bút kỳ rồi được khen chê lẫn lộn. Ông bạn Chân Diện Mục bảo tôi phân Bắc vốn không phải phân của Bắc Kỳ mà gốc là của Tàu tức Bắc xa hơn. Đọc ông tôi nhận ra mình phần nào nông nổi. Lâu lâu viết vài trang tùy bút chẳng qua là chuyện giải khuây trong một xã hội tan rã. Dẫn chứng của ông khó mà cãi. Nhớ quá những ngày trẻ trung dạy học cùng nhau nơi ngôi trường Nguyễn Trung Trực trên bãi hoang bờ biển ghe chài Rạch Giá. Chẳng bao giờ quên những buổi chiều chơi bóng chuyền cùng mấy em học sinh gốc Miên trên sân trường vắng, mặt mày mấy em lúc nào cũng có vẻ buồn buồn, được cái thiệt thà chơn chất. Chưa hết. Cô em tôi, còn trách tôi nỡ cay nghiệt chuyện gánh gồng phân cứt này nọ, người ta nghèo quá mới phải làm chớ có sướng ích chi, nói cay là chọc vào nỗi đau của kẻ nghèo. Cô còn trách tôi dè bĩu đức tin tôn giáo trong đoạn so sánh chuyện tin Chúa cũng tương tự tin Đảng. Cách viết của tôi khiến người đọc nghĩ đức tin của cô cũng không khác chi thứ người cực đoan mê tín nhảm nhí. Thật ra, lòng tin của cô phần lớn hình thành và bền chặt chính do kinh nghiệm bản thân. Qua những tai ương, bệnh hoạn, thấy rõ ràng Chúa đã cứu vớt, nâng đỡ hiển hiện chớ không phải chỉ thuần vì đọc kinh thánh, nghe giảng mà tin. Cô bảo:

- Ưu điểm của anh hồi nào tới giờ vốn ít xét đoán, chỉ trích người khác. Bây giờ già bắt đầu sinh tật. Anh nên coi lại, suốt tuổi thanh niên anh là người khuynh tả, đừng đổ thừa hết do cái bóng của ba, phải biết chịu trách nhiệm tư tưởng của mình, nhiều ít anh cũng tin cái thuyết lạ lùng "làm theo khả năng hưởng theo nhu cầu". Không có đức tin tôn giáo nào huyễn hoặc bằng đức tin đó của mấy anh, nay nên bớt nói ra nói vào chuyện tin kính của người khác. Câu nói của cô khiến tôi có dịp "Nhìn lại mình như kẻ đáng ngờ"(TÔ THÙY YÊN). Thật khó biết chuyện đúng chuyện sai diễn ra trước mắt mình. Cuộc chiến tương tàn đã qua nay nhìn lại phần mình, mắc cỡ nhận ra bao nhiêu điều hối tiếc. Người bạn cùng lớp thấy nhóm chúng tôi ngược xuôi rầm rộ biểu tình chống chiến tranh, nói mấy ông có lý tưởng thiệt, nhưng lý tưởng chỉ là tưởng mình có lý đó thôi.

Nói vậy cũng có lý nhưng phần ông vào học Sư Phạm cũng chỉ là trốn lính. Tình hình hiểm nghèo như vậy, nếu ông tin mình "có lý" sao không xin vào quân ngũ cầm súng chiến đấu, trong khi hầu như chuyện này chỉ giao cho đám thanh niên ít học nông thôn, những bạn trẻ thi rớt tú tài. Vì sao mà cảnh bắt lính vụng về, đáng hổ thẹn cứ diễn ra ngày ngày trên phố không khỏi khiến mọi người nghĩ tới một thứ lính nô lệ đánh thuê.

Dường như sự đời cứ chậm rãi quay theo cái vòng qui luật nào đó mình không thấy ngay được. Lịch sử cứ từ từ phát ghét chứ không "dường như rất vội vã" như câu thơ trong bài Tàu Đêm của Tô quân. Cái gì mà phải đợi tới mấy chục năm sau, bao nhiêu nhà thông thái của nhân loại, bao nhiêu kẻ gọi là lương tâm của thời đại mới té ngửa ra rụt rè nhận mình lầm lạc ủng hộ bạo quyền, gây tai ương cho cả một dân tộc khiến ngày ra thoát chỉ là mơ mộng dông dài. Không hiểu nổi cái thời chi lạ, vì cớ gì mà không một nhà báo quốc tế nào có thiện cảm với miền Nam, các nhiếp ảnh gia chỉ chực chờ công bố những hình ảnh đau thương, đổ lỗi cho quân lực Hoa Kỳ và VNCH. Những phụ nữ văn nghệ sĩ trí thức, minh tinh màn bạc, ca sĩ lừng danh như Falaci, Sontag, Fonda, Baez... một mực chỉ lên án cay nghiệt phía chống cộng, tôi nhớ như bà Susan Sontag có viết rằng dân tộc Việt Nam có cảm hứng đặc biệt với chủ nghĩa Marx, nước Mỹ lấy quyền gì mà ngăn chặn, không cho họ thực hành khát vọng(?!) chính đáng của họ. Rõ ràng chuyện này ảnh hưởng vô cùng trên đám sinh viên tả khuynh non kém chúng tôi thời đó. Nay thì chỉ còn cách nghĩ cho đỡ xấu hổ rằng vận nước lâm vào hồi đen bạc, cả thiên hạ mù lòa chứ riêng gì đám trẻ chúng tôi. Ngay cả ông bạn tốt nghiệp cao học Quốc Gia Hành Chánh làm tới trưởng ty thuế vụ một thành phố lớn nay cũng bên lên tiết lộ đã từng nuôi cháu bên vợ ông biết chắc là VC vì nghĩ ít ra "hắn cũng có lý tưởng của hắn". Tôi chưa quên chuyện hồi cuối thập niên 1960, nhà văn J. Steinbeck qua Sài Gòn bày tỏ ý kiến ủng hộ cuộc chiến chống cộng, báo chí miền nam không chút mặn mà với ông, kể cả các tờ nổi tiếng thân chính quyền. Tờ Văn của Trần Phong Giao viết mấy dòng ở trang tin Vắn rằng họ định viết bài về Steinbeck hoặc phỏng vấn ông này nọ nhưng thấy không cần thiết nữa. Dường như họ có mặc cảm phạm tội gì đó, nếu tỏ ra đồng tình với nhà văn được giải Nobel.

Cuối cùng rồi cũng có lẽ phải tin vào ý kiến một ông bạn già nói mọi chuyện lớn nhỏ xảy ra trên đời này đều nằm trong tay đám thượng đế quý tộc tài phiệt người... Anh. Bọn chủ ngân hàng đó, cách nay mấy trăm năm đã sở hữu cả ngàn tỉ đô la. Một bọn làm chủ ngàn tỉ phải tính xa và trí khôn hơn xa thằng chỉ có vài tỉ. Phải chăng thế lực tài chính vĩ đại đó chi phối tất cả. Chiến tranh hòa bình ở đâu đều do họ ấn định. Làm sao hiểu được chuyện Mỹ giúp Lenine chứ không giúp Sa hoàng, giúp Mao và bỏ mặc Tưởng, cũng như nếu thật lòng giúp Pháp chứ không ngầm giúp Hồ, họ ném bom chung quanh lòng chảo Điện Biên Phủ là xong. Triều Tiên nữa, họ cách chức MacArthur vì ông muốn "thừa thắng xông lên" mà không vâng lệnh dừng lại... Toàn những chuyện không thể không nghi ngờ đám tài phiệt nào đó luôn muốn mọi sự cứ dở dang vì một mối lợi lâu dài. Phải chăng đầu tư vào chiến tranh một vốn bốn chục ngàn lời, chỉ giữ xung đột ở mức vừa phải? Rồi chuyện biển Đông nay quá rõ mình cũng chỉ con chốt trên bàn cờ đại cuộc.

Có người nhắc lại trên mạng xã hội ý kiến hóm hỉnh của W. Churchill rằng chế độ dân chủ cũng chỉ là thứ tồi tệ nếu ta đừng so sánh với tất cả chế độ từng có khác trong lịch sử, khiến không khỏi nghĩ tới chuyện so sánh văn hóa văn nghệ các thời đại. Chẳng hạn chế độ toàn trị ở xứ ta có tới tám mươi tờ báo trưng ra để tỏ rõ có tự do báo chí (ai biết được tám chục tờ báo đó chỉ có một chủ bút – tổng biên tập). Không khỏi không nhớ lại thời trước, lúc ông tổng trưởng kinh tế Phạm Kim Ngọc cho lên giá gạo mỗi ký mấy đồng gì đó, bị tất cả báo chí tư nhân, kể cả báo thân chính quyền đồng loạt phản đối dữ dội, nhớ đâu tờ Sóng Thần vốn là tờ chống cộng hạng nhất cho đăng chân dung Phạm Kim Ngọc với lời chú: "Đồng bào ghi nhớ mà tẩy chay gương mặt này". Từ miền trung vào Sài Gòn đi học, tôi không hết ngạc nhiên kiểu đọc nhật báo khắp hang cùng ngõ hẻm thành phố, như một truyền thống văn hóa từ thời thuộc địa. Từ sang tới hèn, ly café đen nóng (thường gọi ly xây chừng) chấm giò chéo quảy (hoách hơn thì tô mì tàu 2 vắt) cùng tờ báo phát hành buổi sáng là đủ bộ cho một ngày mới hân hoan. Báo chí mà nhạt nhẽo, toàn chuyện không ai cần biết hoặc dư biết rồi thì bỏ tiền mua làm gì và dễ gì được chào đón tưng bừng cỡ đó. Dân Nam kỳ luôn nhắc tới vai trò tiên phong của báo chí tư nhân thời Tây thuộc trong vụ đấu tranh vang dội, bênh vực hết sức thành công người tá điền cô thế trong vụ Nọc Nạn. Câu chuyện bi thương lẫm liệt đẫm máu và nước mắt này có thể dựng thành một phim căng thẳng đầy kịch tính khiến bọn chuyên cướp đất dân nghèo nay phải dè chừng. Tuy bị trị nhưng là thứ cai trị trong luật pháp và tuân thủ luật pháp, dễ chịu nhiều lần hơn... cái thời gọi là dân chủ ta đang sống. Có người nhắc lại trên mạng xã hội câu văn của cụ Huỳnh Thúc Kháng, chủ bút báo Sông Hương viết trong số phát hành đầu tiên, đại khái, báo chí, nếu không được viết điều lương tâm nhà báo buộc phải viết thì ít nhất, quyết không viết điều chính quyền bắt phải viết. Đó là thời Pháp. Miền nam trước 75 báo chí càng tưng bừng gấp bội, có đủ thứ báo tùy tạng mỗi người, tha hồ thụ hưởng "chất lượng" cuộc sống như kiểu nói ngày nay. Không bao giờ còn nữa cảnh đọc báo mà sợ hết, thấp thỏm trông chờ và mừng rơn thấy báo văn học, văn nghệ phát hành bày bán nhan nhản trên mấy chục quán sách hai bên lề đường

Lê Lợi. Lạ thật, chiến tranh thì vẫn ngày càng dữ dội, văn nghệ thời này vẫn phát triển không ngừng. Có tin được chăng, mấy câu thơ này của một thi sĩ vốn là thiếu tá chiến tranh chính trị - có lẽ tương tự chính trị viên của một đơn vị lớn bộ đội CS, đọc mà hình dung không khí văn hóa văn nghệ miền Nam bấy giờ:

Ta thương ta yếu hèn
Ta thương ngươi* khờ khạo
Nên cả hai cùng cam phận quay cuồng
Nên cả hai cùng mắc đường lịch sử
Cùng mê sa một con đĩ thập thành.
(Tô Thùy Yên)

---

* Bắc quân

26

Bà con ở Hội An báo tin đang dời phần mộ ông bà
ngoại tôi từ nghĩa địa Tin Lành về làng Non Tiên
vì chính quyền ra lệnh "giải tỏa" để phân lô bán
đất, kiểu "nhân dân làm chủ, nhà nước quản lý" thường
thấy như cơm bữa trên đất nước dân chủ tự do mấy
chục năm nay.

Tôi được biết mộ sẽ được cải táng ở Hóc Làm, địa
danh nghe từ nhỏ, mọi người nói Hóc Lòm nhưng tôi
ngờ từ này vô nghĩa do phát âm sai, chắc phải là Hóc
Làm, nghe đỡ hơn, mặc dù vẫn kỳ kỳ. Làng tôi là một cô
thôn ven rừng, giữa làng và chân núi uốn khúc một
cánh đồng, chỗ hẹp chỗ rộng; men theo chân núi, chạy
bao bọc một dải đất hoang mọc đầy sim, dủ dẻ, rau
sưng và đủ thứ cây dại phần lớn có tên gọi, kể ra thì dài
dòng. Những cánh rừng thấp đó cứ nhô ra thụt vào tạo
thành năm bảy cái hóc, có tên gọi hẳn hoi: Hóc Làm,

Hóc Cát, Hóc Ngay, Hóc Xiểm, Hóc Chiêu… Chẳng ai giải thích nổi vì sao chúng có tên như vậy. Suốt tuổi thơ, tôi theo ông đi săn bắn thú hoang, công, gà rừng… trên mấy cánh rừng thưa lúp xúp đó, không có ông thì đi thơ thẩn một mình hoặc với bọn trẻ nít trong làng, gài bẫy chụp, bắn dàn thun, hái sim, tắm khe… đủ trò hào hứng những ngày hoang dại. Ông tôi vẫn kể trước năm 45 không lâu, buổi chiều còn nắng trên núi, bầy cọp năm bảy con kéo nhau ra đùa nghịch, chờ tối khuya lén ra làng bắt heo bò.

Tất cả chuyện này đã lờ mờ lùi xa, sâu đậm nhất còn lại trong tôi là những tiếng chim kêu trong buổi chiều buồn bã trên những khoảnh rừng hoang nọ. Tôi đã đọc đâu đó, mấy nhà văn, thơ hậu hiện đại dè bĩu thứ văn chương nhà quê chỉ nặng chất ruộng đồng. Tôi không đủ trình độ thưởng thức văn chương, thi ca… hậu hiện đại văn minh chỗ đô hội, chỉ nhớ năm xưa vài câu thơ thành phố, đã quên tên tác giả:

"… Thùng rác, cột đèn, chó đói và anh
Người bơ vơ làm một chuyến viễn hành. Trong cuộc
sống toàn chuyện buồn ga nhỏ

Ông này còn thói gieo vần, tả thành phố (hơi thảm), có khi là nhà thơ tiền hậu hiện đại chăng? Tôi thì muôn đời nhận mình chỉ là người chốn quê, một tên quê mùa chính gốc và đọc thơ một phần cũng chỉ để nhớ tưởng quê xứ, thực tế chỉ còn trong chiêm bao.

Dưới lũng, trên triền nắng xếp nhỏ
Nước ròng sâu, sông lảng lảng xa.

Đây là hai câu làm đoạn mở đầu bài thơ "Chim Kêu Bãi Quạnh" của Tô Thùy Yên. Ông viết bài này từ đất trích xứ Hoa Kỳ mà có lần, trong thư riêng, lúc còn ở Minnesota, ông bảo "nhiều hồi tưởng chiêm bao phiêu bồng kiếp lạ". Nhưng thiên nhiên xứ Mỹ, cũng nắng chiều, cũng nước ròng sông cạn, núi xa và tiếng chim kêu chiều trong đoạn chính kế tiếp; *chiều chiều chim vịt kêu chiều...* như cố xứ?

Rất nhiều tiếng chim kêu trong thơ Tô quân. Gào thét trong cô đơn: *con chim động giấc gào cô đơn*; Và buồn thảm: *nửa khuya có tiếng chim ai oán*; Và nỗi tình: *con chim lạc bạn kêu trời rộng...* Tôi còn nhớ nằm lòng khổ thơ về con chim khách:

Đêm ta để cửa chong đèn đợi
Người khách xa nào sẽ đến đây
Ta đợi vì nghe ngoài ngõ trúc
Có con chim khách kêu chiều nay (Mùa Hạn)

Ai ở quê cũng đều có kinh nghiệm về con chim khách. Kỳ diệu lắm. Nó hiếm khi báo có khách lầm lẫn, thậm chí 'qui định' chỉ kêu xa xa ngoài vườn là khách lạ, đậu trước sân kêu như gọi dồn dập là khách thân, xa lâu mới trở về. Ôi, hai chữ *'chiều nay'* buông lơi khiến câu thơ hay cách xuất thần, Tại sao?

Ở đây, tiếng chim lạ gieo niềm khắc khoải vào tâm hồn thi sĩ trong chiều muộn. Chiều trong thơ Tô Thùy Yên và đêm trong thơ Thanh Tâm Tuyền dường như lắng đọng hết nỗi buồn của cõi nhân sinh. *Nắng xếp nhỏ* là cách nói mới lần đầu trong thơ Việt, *sông lảng lảng xa* cũng vậy, người ta bảo đừng nói lảng qua chuyện khác, có ai nói sông lảng lảng xa. Lạ. Và tất cả cái hay cô đọng ở câu cuối. *Ai* là một phiếm chỉ đại từ nhưng ở đây còn ai khác ngoài tác giả? Ta bỗng nghĩ tới một hành nhân thất thểu, một kiếp lưu lạc, nổi trôi, vô định trong phong ba của lịch sử. Dường như đọc thơ, ta đọc với tất cả kinh nghiệm, với hình ảnh, sự việc đã trải qua. Tuổi thơ tôi đã từng thơ thẩn trên khoảnh rừng quê cũ nghe tiếng chim gọi chiều buồn bã, nghe con gà nước xổ hồi trống thong thả cuối ngày trên đồng vắng gió hiu hiu. Cũng không khỏi không liên tưởng tới chuyện sau biến cố 'sông dâng núi đổ', mẹ tôi trở về quê làm ruộng nhưng đất đai bị trưng thu, cụ một mình đi mót củi ven rừng, cũng là một kiếp trầm luân về qua chốn cũ. Không hiểu vì sao ngữ động từ *"về qua"* cuối câu thơ giản dị mà đủ chuyên chở hết nỗi buồn một cõi người lưu lạc. Chữ đơn sơ mà gợi cảm không cùng.

Buổi chiều ở đây khiến nhớ tới mấy câu do Bùi Giáng trích, nói của Đỗ Hữu, từ dạo đó đến nay không thấy ai nhắc tới thơ ông:

Con đường đất đỏ mờ sau bản
Thung lũng vàng lơ, nắng trở chiều
Núi biếc chập chùng vây ải lạnh
Dặm về lá đổ, phấn tàn xiêu

Không hiểu vì đâu *'con cò lặng ngẩng lắng hơi thu'* của Tô Thùy Yên khiến tôi nhớ tới một con cò khác của Đinh Gia Trinh, vô tư, thanh bình, thanh thoát:

Đồng phẳng lặng, lạch nước trong veo quanh co uốn khúc sau một nấm gò. Màu thanh thiên dịu bát ngát, buổi chiều lâng lâng, chim khách nhảy nhót ở đầu bờ... Một con cò trắng dẻo dang bay êm như nhung trong không khí tế nhị như nước suối trong. Nó là hiện thân của sự nhẹ nhàng, của phiêu diểu và tự do. Đầu đuôi thẳng ngang bằng với mình, hai chân duỗi xuôi về nẻo sau, nó bay chậm, bay nhanh, nó vỗ cánh mềm dẻo rồi vào đường chân trời, mượn cái hình dáng của họa sĩ cổ vẽ tranh sơn thủy. (Cảm giác quê).

Quả thật nhà nghệ sĩ tả con cò nhưng không chỉ để nói chuyện cò.

Con cò trong thơ Tô quân là một ảnh tượng của trầm tư, cô lẻ:

Con đường đáo nhậm xa như nhớ,
Chiều mập mờ xiêu lạc dáng cò
(Qua sông).

Ngày nhận nhiệm sở đầu tiên ở Rạch Giá, ngồi xe đò mỏi lưng chạy miết miết trên quốc lộ, giữa ruộng đồng mênh mông mút chân trời man mác, một chiều mưa nhẹ mờ mờ châu thổ, tôi quả thật đã thấy quãng đường đáo nhậm 'xa như nhớ' và chẳng thể quên hình ảnh cánh cò lẻ loi lạc xiêu trong gió.

*Con cò lặng ngẩng **lắng** hơi thu,* lắng nghe hơi thu trong gió hay hơi thu lắng đọng trong tâm hồn? Phải chăn sức miêu tả của câu thơ dồn lại trong chữ **lắng** vô cùng tinh tế và đầy tâm trạng.

Con cò lặng ngẩng lắng hơi thu.
Xác cây gục hổn mang cành rễ

Hai câu này ngữ pháp cân đối hệt nhau, cấu trúc không giống bất cứ câu thơ nào trong cả bài: Danh từ đầu câu và cuối câu là chủ ngữ và bổ ngữ, giữa là tính từ và động từ vị ngữ. (Chuyện phân biệt tính từ và động từ trong tiếng Việt khá phức tạp, tôi thích cách gọi chung chúng là trạng từ của học giả Trương Văn Chình và Nguyễn Hiến Lê, tránh được những tranh cãi bất phân thắng bại). Tôi không có ý dẫn vào chuyện ngữ pháp lôi thôi, chỉ nghĩ rằng cách biến hóa kiểu câu cùng với thanh điệu khéo chọn góp phần tạo nhịp tiết riêng đưa tới nhạc điệu đa dạng khiến phong cách thơ ông lúc nào cũng hiển hiện nét riêng độc đáo.

Những khổ thơ còn lại trong bài cưu mang tư tưởng Phật, Lão, một chút Cơ Đốc giáo nhưng đậm nét nhất là chuyện biển dâu trên quê hương, đã lâu nhưng tác giả vẫn mãi còn 'rêm nhức'.

Thi sĩ xuất sắc tới đâu cũng chẳng bước ra khỏi được những dòng tư tưởng lớn của nhân loại. Người xưa đã nói cả rồi nhưng nay ta cũng còn phải nói, khác chăng chỉ là cách diễn đạt mà thôi. Thi sĩ cũng đã có lần viết:

Ta khóc, chẳng qua là khóc lại.
Lệ nào, ôi chẳng của tiền nhân ?
(Nỗi đợi)

Quả thật không tránh được nhớ tới Nguyễn Gia Thiều, Nguyễn Công Trứ, chẳng hạn: ai bày trò bãi biển nương dâu.

Cảnh nổi trôi giờ đã lặng chưa, ...

và rõ ra:

Nhớ xưa thiên địa rộn dâu biển, (Lão Trượng); cuộc
đời như mây nổi, như gió thổi, như chiêm bao. Còn
Tô quân:
*Đêm nay mây **đậu nghỉ** phương nào...*
Ngàn dặm lìa tan tình cố cựu
Bàng hoàng thân thế cụm mây trôi.

Mây ở đây cũng chỉ ẩn dụ, vì có lần ông nói rõ:
Đêm nay ngươi **ngủ đậu nhà ai**
Liệu có giấc mơ nào khác trước ?
Việc đời, cũ ê chề
(Đại Bình Nguyên)

Như gió thổi thì cũng khác chi *gió thấp thoáng xa xôi hiện ẩn* cùng cả trăm thứ gió trong thơ ông.

Mai nữa, lại đi cùng gió quẩn,
Mịt mờ theo đuổi tiếp mông mênh
(Đêm Quan Ngoại)

Như chiêm bao thì Tô quân nói thẳng ra: *chiêm bao, âu cũng chiêm bao cả.* Cái khác là khác ở thi tính: ảnh tượng phong phú, lời đẹp đẽ và tình cảm cưu mang rất thời đại.

Như đã nói, chủ đề chính của bài thơ nhằm diễn tả cảnh nổi trôi, vô định của kiếp người trong lịch sử hỗn mang. Ai đó đã nói lịch sử đi qua để lại vết thương trên mình thi sĩ. Tô Thùy Yên là chứng nhân, là người viết sử như đã có lần hẹn ước từ thời trai trẻ: *Tôi là Tô Thùy Yên, là thi sĩ, là người chép sử tương lai.* Ông giữ lời. Hai tập thơ đã xuất bản đầy tràn chất sử thi, ông đã viết một thứ sử tận cùng điển hình và chân thật qua những dòng thi ca trác tuyệt, đẹp như châu ngọc để lại cho đời.

Như tên phù thủy già điên loạn,
Lịch sử lên cơn dữ bất thường.

Treo ngược con đen trên lửa đỏ ;
Quật mồ thánh đế phi tang xương.

Thảm kịch cuộc nội chiến cùng những năm hậu chiến 'điên loạn' bàng bạc khắp những trang thơ và đây có lẽ là khổ thơ đúc kết điển hình nhất.

Chim Kêu Bãi Quạnh là bài duy nhất có lối phân đoạn khác hẳn tất cả các bài thơ khác của Tô Thùy Yên. Đoạn mở chỉ hai câu với tầm nhìn bao quát, thân của bài gồm bốn khổ, mỗi khổ tám câu đều bắt đầu bằng tiếng chim kêu khắc khoải gieo vào tâm hồn thi sĩ những liên tưởng, trạng huống khác nhau mà người đọc bình thường ai cũng thấy. Kết bài cũng chỉ hai câu về thiên nhiên giữ cho bố cục bài cân đối, hai câu kết tận cùng gợi tả với dụng ngữ rặt chất Tô Thùy Yên:

Chiều bóc, bóc dần những rớt nắng
Loi ngoi nắm níu *lũng triền xa.*

Câu thơ khiến nhớ Nguyễn Du và Huy Cận: *loi thoi bờ liễu... nắng chia nửa bãi...* nhưng rõ ràng gợi tả hơn và mới hơn. Lần đầu ta thấy *những rớt nắng.* Tô Thùy Yên khai thác tận cùng các từ láy âm đầy ắp hình tượng. Không quên được một câu thơ khác của ông: *Ta xé rứt cái hôn còn **nắm nuối.*** (Hạ Tàn). Lạ một nỗi, các từ láy đó chỉ là bình thường dân dã nhưng chúng len vào thơ ông bỗng trở thành sang cả, gây ấn tượng đậm sâu. *Loi* *ngoi, nắm níu, nắm nuối* cho tới nay hình như chỉ có trong thơ ông.

Bài thơ này viết năm 1998, lúc đã trọng tuổi, lòng ông đã lắng lại, không còn oán giận nhiều như ngày trước lúc nước mất nhà tan, tù đày đằng đẵng rồi biệt xứ:

Không muốn vậy nhưng việc đời phải vậy.
Vòng ngừng quay. Kẻng khựng một mùa chơi.
Ta xé rứt cái hôn còn nắm nuối,
Rồi rời tay như thể gửi mình theo,
Hồn ráo hoảnh muôn nghìn con mắt tượng.
(Hạ Tàn).

Tất cả thảm kịch chẳng qua cũng chỉ chấm hết một mùa chơi ! Nói vậy cho nó nhẹ đi, thật sự không hẳn không còn đau đớn trên những nẻo đường lưu lạc, cảnh trôi giạt vẫn đeo đẳng nơi hồn thơ, trên thân phận bọt bèo. Biến cố cũ long trời lở đất dù nay có xem như chuyện ' trở trời xưa' và nơi cố cựu, gốc gác bản thân ta cũng chỉ là những 'chỉ dấu phù hư' nhưng vì xương cốt vẫn là xương cốt cũ, cốt cách ta, văn hóa ta mang... chẳng thể dứt được nỗi canh cánh bên lòng nên cứ mãi trở trời rêm nhức.

Tứ thơ đoạn này hình thành, ngoài mấy luồng tư tưởng Phật Lão như một niềm an ủi, chuyện đời không có cái có, cũng chẳng có cái không, không còn, cũng không mất, ta còn thấy vây bủa khắp nơi nỗi hư vô của cõi sống:

Chim vút lên như hòn đá ném,
Rồi thôi, cái có chỉ là qua.

Trên bước đường dun rủi, ta còn lại gì chăng, cũng chỉ mường tượng được *'dòng sông trôi tro ta'* và ta là ai, còn vết tích gì trên trái đất?

Một mai, ngoài cõi gió hao đuối
Ai hỏi ai về ai trước kia?

Cõi gió hao đuối là cõi nào? Ba đại từ **ai** phiếm chỉ nên chẳng chỉ ai, hoàn toàn vu vơ, có cũng như không. Ở đây là hư không tuyệt đối, hỏi để mà hỏi, chẳng ai biết ai hỏi ai về ai, tất cả không còn danh, không còn tính, sự nghiệp, thi ca... cũng như *'tro tiền thả gió đưa'*. (Lão Trượng) và thi sĩ, *'một thuở trần gian bay lướt qua'* (Ta Về), lướt qua thì chỉ thoáng chốc trong thời gian rồi mất biệt. Vì vậy có lần ông đòi *'ta đào hư địa mà chôn danh'*. (Nỗi Đợi).

Tiểu đoạn năm của bài thơ bước ra khỏi không khí buồn khổ, dấy lên lòng tha thứ, lóe lên một chút vui vầy, mặc dù chỉ là mộng ước. Ông còn lại gì ngoài tấm lòng quãng đại và tâm tình *'buông xả'?*

Cởi đôi giày vẹt tấm áo tả,
Xót xa như lột một lần da.

Theo tôi, ông đã viết cho dân tộc những câu thơ xót xa như lột một lần da, những từ ngữ ông đã từng đổ máu giành giựt với chính mình như có lần đã thú nhận. Có lẽ với ông, nhà cửa, của cải, đất đai như 'nghe tan ngoài ngõ những phù vân' (Lão Trượng). Cái đáng thao thức là ngày càng ít người biết tới thứ thi ca kiệt xuất, thứ Việt ngữ tinh ròng ông giành giựt được và chỉ mong giữ lại chút chữ nghĩa. Thơ ông bị vùi giập quá lâu, chẳng hẹn một ngày khai mở trên quê hương. Nhìn văn chương, cách 'vận hành' khô cứng, dài dòng tiếng Việt trong truyền thông, kiểu nói năng của giới trẻ... thật khó thấy ra chỗ nào còn là tinh hoa của tiếng Việt của muôn đời. Có người bảo tôi, từ 1975 đến nay, tiếng ta đã tròn trèm nửa thế kỷ thì thay đổi là chuyện tất nhiên. Phải, sẽ thay đổi tốt hơn, hay hơn trong một xã hội tôn trọng nhân phẩm, nhưng hoàn toàn vong thân, rối loạn trong môi trường gian dối. (Bỗng nhớ Võ Phiến kể về nỗi băn khoăn của thi sĩ Minoru Fujita xa quê ¼ thế kỷ trong một bài đoản thi được dịch sang Anh ngữ:

I no longer know
What they are saying
In my native land
But I know the flowers
Smell the same
(Võ Phiến, Giới thiệu thơ Cao Tần, Văn Nghệ, USA xuất bản)

Xã hội Nhật văn minh dân chủ mà thi sĩ chỉ còn biết chắc chỉ hoa xưa vẫn thơm mùi hương cũ chứ ngôn ngữ thì không rõ họ nói thế nào. Còn xã hội ta, lời nói thay đổi theo chiều hướng nào, hầu như ai cũng thấy.

Những cơn mưa trong bài Mùa Hạn như rửa trôi tất cả thổn thức, đau thương tưởng chẳng bao giờ nguôi trong hồn người lưu xứ.

Những câu thơ thật đẹp, đầy hẹn ước về một quê hương mãi còn trong tâm tưởng:

Khắc khoải chim kêu mùa xóa giải.
Hành nhân về bên giếng quê nhà.
Ngõ trúc chiều ngát cơm gạo mới.
Ngọn đèn thắp đợi đã rền hoa.

Những câu thơ thiết tha, tràn cảm xúc ; hình ảnh tiêu biểu của làng quê nông nghiệp trong ký ức của dân tộc, trong hoài niệm của thi nhân: giếng quê nhà, ngõ trúc chiều, cơm gạo mới, ngọn đèn thắp đợi, rền hoa. Thế hệ thanh niên nay có thể chẳng hiểu rền hoa là gì, biết nói sao, nỗi đời dâu biển. Ngôn ngữ đẹp đẽ của tổ tiên ta còn không giữ được, làm sao hiểu chuyện đợi người mà đèn thắp đã rền hoa!

Chỉ một câu đầu đoạn nói chuyện xí xóa, bỏ qua, nhân đây tôi muốn nhắc lại bài Mùa Hạn, bài thất ngôn trường thiên vĩ đại dài 47 khổ - 188 câu vẽ lại một thời điên dại, bên thắng cuộc cuống cuồng xây xẩm vì cái men vinh quang hư tưởng, hành xử nông nổi khiến bao oan nghiệt ập xuống trên đầu dân chúng một nửa nước, tàn khốc ngút trời với những kẻ vốn chỉ là tù binh chiến tranh. Trong 188 câu đó, tác giả dành tới 132 câu tức 33 khổ thơ nói tới quê hương đất nước, tình yêu hoa mộng và ngập đầy sự xóa giải cùng với tâm tình giũ bỏ, quên lãng những nỗi oan khiên. Khổ thơ nào cũng là nỗi đợi, hy vọng, chờ mong.

Cát bụi, sao quên mình cát bụi,
Đành hanh nhau tàn khốc máu xương.
Mấy mươi năm chiến tranh, tù rạc,
Cười rộ vô thường một tiếng suông.
Đi nào chú bé của ta ơi,
Đem tấm lòng trang trải với đời,
Yêu cả con sâu cùng cái kiến,
Thả hồn vào cỏ lá bung phơi.
Sẽ lo chẳng những cho người sống,
Lo cả cho người khuất mặt kia,
Quen lạ bạn thù chung giấc ngủ,
Chung lời thương tiếc khóc trên bia.

Tôi ham trích dẫn từ một bài thơ khác để mong chấm dứt bài này, thiệt tình, coi không được, đành viết thêm đôi dòng về hai câu kết trong bài. Cũng xin nói thêm, bài này, trường quy không ra trường quy, biên khảo chẳng ra biên khảo, vậy xin độc giả đọc với lòng quãng đại, chỉ xem như những ý nghĩ rời của một người đọc thơ, sở học vốn còn nông cạn.

Tôi nghĩ lan man, không chừng hai câu tả cảnh buồn cuối bài phủ nhận những mê tưởng của tác giả chăng? Hào quang của ngày đã hết, thi sĩ cố níu kéo chút nắng tàn loi ngoi bên triền lũng. Bởi vì đêm sẽ xuống. Đêm không cùng trên quê hương đã hoàn toàn vô vọng.

CHIM KÊU BÃI QUẠNH

Dưới lũng, trên triền, nắng xếp nhỏ.
Nước ròng sâu, sông lảng lảng xa.
Khắc khoải chim kêu ngày tận tuyệt.
Ai trầm luân đó có về qua?
Mông quạnh bãi phơi vũng vướng mắc,
Con cò lặng ngẩng lắng hơi thu.

Xác cây gục hồn mang cành rễ.
Rừng đứng quanh đây, rừng tận đâu?
Gió thấp thoáng, xa xôi hiển ẩn.
Đêm nay, mây đậu nghỉ phương nào?
Khắc khoải chim kêu hồn khuất giạt.
Cảnh nổi trôi giờ đã lặng chưa?
Ngấn nước đục khoen lem cỏ sậy,
Lưu mà chi chỉ dấu phù hư?

Xương cốt vẫn là xương cốt cũ,
Đành rêm nhức mãi trở trời xưa.
Linh chăng những vàng tiền mẹ đốt?
Cửa để, con đi chơi về khuya.
Khắc khoải chim kêu đời khổ nạn
Còn ai ngồi rạng cội cây già?
Chim vút lên như hòn đá ném,
Rồi thôi, cái có chỉ là qua.
Chiều nay, trên bãi sông đun rủi,
Mường tượng dòng sông trôi tro ta.
Một mai, ngoài cõi gió hao đuối,
Ai hỏi ai về ai trước kia?
Khắc khoải chim kêu mùa xóa giải.
Hành nhân về bên giếng quê nhà.
Ngõ trúc chiều ngát cơm gạo mới.
Ngọn đèn thắp đợi đã rền hoa.
Cởi đôi giày vẹt, tấm áo tả,
Xót xa như lột một lần da.
Chiêm bao, âu cũng chiêm bao cả.
Mưa lớn, chừng mưa rợp hải hà.
Chiều bóc, bóc dần những rớt nắng
Loi ngoi nắm níu lũng triền xa

27

Mỗi lúc buồn đời, hoang mang thời thế tôi lại tìm an ủi nghe các bản concerto dễ dễ của mấy nhạc sĩ cổ điển từ thế kỷ 19 trở về trước, có khi tiếng hát của Joan Baez - tôi đặc biệt ngưỡng mộ cô trong các điệu dân ca Mễ Tây Cơ và Ái Nhĩ Lan, chẳng hạn. Đó là những lời ru buồn nhưng không quá thảm của kẻ mất tình, của phận người lao tác nghèo khó. Hẳn cô cũng bị phụ tình mới phát tiết nỗi u hoài não lòng qua giọng ca chết người, nhất là những lúc hạ cường độ như thủ thỉ bên tai. Thì cũng có người nói Nguyễn Du, nếu không thất tình e không viết được truyện Kiều. Cũng vậy, không đau tình ắt không viết nổi những câu

Ôi những con đường đến tự đâu
Một lần gặp gỡ ngã tư nào
Rồi trong vô hạn chia lìa miết

Có cuốn theo mình bụi của nhau. *

Thấy rõ văn hóa nghệ thuật đời nay đã khác nhiều, ca khúc thế giới hầu như chẳng còn bao nhiêu lyric nữa. Việt Nam càng tệ, sản phẩm gọi là âm nhạc, thật không thể chấp nhận được, gần như ai cũng thấy. Rất nhiều khi xót xa tưởng nhớ, lúc còn nhỏ nơi làng quê đèo heo hút gió, tôi thường nghe, những trưa hè oi ả, điệu hát đưa nôi lảnh lót khắp làng trên xóm dưới. Làn điệu dân ca độc đáo này đã hoàn toàn không còn dấu tích.

Xóm quê trải dài trên rẻo đất hẹp ven sông con, dựa lưng vào núi, thật ra cũng chẳng gì đặc biệt ngoài một dòng suối trời cho từ ba ngọn núi cấm chảy róc rách dưới những lùm tre xanh, cắt đôi cánh đồng lúa thành đồng trong đồng ngoài. Riêng đồng trong còn di tích lịch sử miếu thờ ông Lương bên gò khe Cạn. Được biết ông là tướng nhà Nguyễn bị quân của Nguyễn Huệ rượt đuổi từ miệt dưới, cưởi voi chạy vào núi, voi bị lún ruộng lầy, ông tử trận. Dân làng lập miếu thờ, dựng tượng voi

---

* Tôi ghi lại toàn bài theo bản in do An Tiêm xuất bản tại Hoa Kỳ, Xuân 2002.

Bản do Talawas công bố và hầu hết các bản trên mạng đều khác mấy chỗ có thể hiểu sai văn bản:

- câu 20, Talawas ghi **cỏ** thay vì **còn**.

- câu 22 ghi **rồi tôi** thay vì **rồi thôi**

ngay trước miếu. Tuổi nhỏ nghịch ngợm, có bữa tôi trèo lên lưng voi giả làm tướng, bị mấy đứa nhỏ trong làng dọa:

- Chết choa mi, tối ni thần linh về vặn cổ.

Tôi mất ngủ mấy đêm vì sợ.

Lưng chừng đồi phía tây, tổ tiên tôi xây chùa làng cùng một đền thờ lớn, sân rộng giống hệt cảnh ngoài Huế, gọi là Nghĩa Trũng, nhằm thờ cúng anh hùng liệt nữ vô danh, hình như nhằm vào công trạng nhà Nguyễn. Đó cũng là nơi diễn ra hội làng về mùa xuân nhưng sau 1945 gần như âm u hoang phế, là nơi lũ dơi treo lủng lẳng suốt ngày dưới mái ngói tối ám.

Nhà cửa những người khá giả thường giống nhau: ngõ trúc hoặc chè tàu quanh co mặt trước, sau lưng là vườn chuối, nhà ông nội tôi dựng theo truyền thống cổ, ông kêu thợ mộc từ cố đô Huế, nuôi cơm cả mấy tháng, có thợ chạm trổ chỉ mỗi cái đầu trính mất cả tháng trời. Đầu ngõ xây ngôi cổ miếu, tuổi nhỏ chạy chơi tôi ít dám lại gần. Riêng nhà ông ngoại tôi có vẻ Tây hơn vì chịu ảnh hưởng ông anh bạn rể Tây lai, con ông Tây trưởng đồn An Điềm. Nhà ngoại theo đạo Tin Lành chắc cũng ảnh hưởng từ ông dượng Richardson này. Vườn nhà ngoại trồng hàng chục thứ cây ăn trái, cam, quýt, xoài, mít ướt mít ráo, thứ bưởi quý nhỏ trái gọi là thanh yên, có cả trái vải và hồng ngâm, cư dân gọi là thị đề. Với chúng tôi, nơi đó là địa đàng và thời đó vàng son. Nguyễn Duyệt bạn thiết buổi ấu thời, nhà ở cuối làng, viết mấy câu thơ giản dị, mãi còn trong trí nhớ:

Lạ gì tiếng chim kêu

Lạ gì cảnh quê nghèo buồng cau
Lạ gì ngõ trước vườn sau
Lạ gì trăng – vẫn nguyên màu trăng xưa
Lạ gì sớm nắng chiều mưa
Mà ta sầu tự ngàn xưa sầu về.

Lịch sử phân chia Nam Bắc ở sông Gianh kéo dài tới ba trăm năm. Tôi chưa đi nhiều miệt bắc đèo Hải Vân nhưng tôi chắc từ bờ nam sông Gianh vào tới tận Rạch Giá Cà Mau dân chúng tuyệt đối tôn thờ nhà Nguyễn với tâm lý mang ơn sâu nặng. Quảng Nam vẫn tương truyền trái quí bòn bon còn in dấu móng tay của vua Gia Long khi ngài bôn ba tẩu quốc những ngày gian nan dựng nghiệp. Đến mấy hòn đảo ngoài khơi Rạch Giá, nơi nào cũng có đền thờ và dấu tích triều Nguyễn. Vũng nước ngọt kỳ diệu múc hoài không cạn từ mạch nước ngầm bên chân núi, cách mép nước mặn có mấy mét ở đảo Phú Quốc, dân chúng cũng gọi giếng Gia Long. Chuyện phân chia nam bắc, phân biệt người nam người bắc lần trước tuy dài tới mấy trăm năm nhưng có vẻ sự khác biệt về ngôn ngữ, văn hóa các thứ coi vậy mà không nặng nề bằng cuộc chia cắt hồi hai 1954 ở sông Bến Hải. Có lẽ chia đất đai sông núi chỉ ấn định địa phận cai trị chứ học thuật văn hóa vẫn tương đồng. Vua Lê chúa Trịnh hư hỏng sa đọa, chính quyền thối nát, chính sự rối ren nhưng tiếng nói, chữ nghĩa thơ phú vẫn phát triển rực rỡ, và là của chung, ngôn ngữ hai nơi không bị vong thân, chữ vẫn còn nghĩa, vì chính quyền không phải lừa phỉnh, tuyên truyền áp đặt một thứ chủ nghĩa xa lạ như cuộc qua phân lần hai. Chỉ hai mươi năm mà văn chương chữ nghĩa khác nhau tới khó tin, lòng người cũng xa nhau vời vợi, mãi ba mươi năm sau nữa, người phương nam còn chưa hết ngỡ ngàng!

Những khúc ru em nhắc qua ở đoạn trên gắn liền với chiếc nôi đan bằng tre có bốn tao cùng điệu hát à ơi đầm tình nay đà tuyệt tích, may ra chỉ còn trong ký ức người già. Lời ca của Joan Baez chắc gì mượt mà và huê tình bằng dân ca Quảng Nam, mặc dù phải nhận làn điệu dân ca mấy xứ tây phương tuy buồn bã nhưng ít vẻ thảm thiết như xứ sở ta. Ca dao diễm tình xứ Quảng tinh tế và sâu sắc, là mẹ, là gốc của thơ tình, phần lớn nói theo thể hứng. Ta vẫn hiểu "những câu mở bài lung khởi chỉ là giả thác, không có quan hệ gì với ý nghĩa những câu sau, tức những câu mượn để dẫn tới cái bản ý tiếp đó" (Phạm Quỳnh).

Thanh Tâm Tuyền có lý khi cho rằng đó là một cách hiểu sai. Ông nhận ra phần nhiều những câu mở theo thể hứng đều có ý nghĩa kết nối nhau với phần chính không gần thì xa, không chối cãi được. (Ông đi trước lý thuyết liên văn bản thịnh hành hiện nay?)

Tôi thấy ông sâu sắc khi đọc lại những câu như:

Con chim trả, ai vạy mà trả
Ngọn rau sưng, ai vả mà sưng
Đây người dưng, đó cũng người dưng
Mà sao trong dạ rưng rưng nhớ người
Hai tay nâng vạt áo dài
Chặm lên đôi mắt, chặm hoài chẳng khô

Ta dễ thấy sự đằm thắm và thiết tha ẩn trong từng ý từng lời.

"Trả" và "sưng" trong hai câu hỏi ỡm ờ vốn khác từ loại, tất nhiên khác nghĩa nhau, gợi ý sự xa lạ của hai người dưng trong câu kế.

Nói chuyện tinh tế, tôi lại nghĩ tới tuổi thơ thường nghe người trong xóm hát đưa nôi bài này:

Ba với ba là sáu
Sáu với bảy mười ba
Bạn nói với ta không thiệt không thà
Cũng giả như buồng đủng đỉnh trên già dưới non
Bạn nói với ta chưa vợ chưa con
Con ai đang khóc đầu non tê tề.
Bạn nói với ta chưa có hiền thê

Chớ hiền thê mô đứng đó
Bạn bỏ lời thề lại cho ai?

Rõ ràng sự đời không đơn giản chính xác như bài tính cộng, có khi ngược ngạo bất thường như buồng đủng đỉnh trên già dưới non. Thi sĩ vô danh thật tài tình từ con tính dẫn tới hình ảnh hết sức điển hình của sự vật khác thường nhằm diễn nỗi đau bị lừa phỉnh của nàng thôn nữ.

Cũng như phải có liên hệ rõ ràng giữa thiên nhiên với tâm cảnh trong mấy câu:

Gió đưa bụi chuối sau hè
Anh mê vợ nhỏ bỏ bè con thơ.

Phải chăng ngọn gió xao xác thâu đêm sau vườn chuối cũng thổi se lòng người nữ bị phụ tình, bị bỏ rơi với gánh nặng một mình nuôi con ?

Trời mưa bong bóng bập bồng
Mẹ đi lấy chồng con ở với ai ?

«Bong bóng bập bồng» nhiều ít không gợi tới số phận long đong bất hạnh của đứa bé mồ côi sao? « con ở với ai » thật bình dị sao gợi buồn muốn khóc, thiệt diệu kỳ chữ nghĩa ca dao.

Nói ca dao của xứ này xứ khác e cũng chỉ tương đối vì dễ gây ý kiến bất đồng. Một lần tôi cho mấy câu này xuất xứ từ Quảng Nam, bạn tôi nói Bình Định Phú Yên của anh cũng có câu đó, dâu tằm thì nhiều xứ chứ riêng gì Quảng Nam, chỗ dị bản là bậu chứ không phải bạn:

Chiều chiều mang giỏ hái dâu
Ghé vô thăm bạn nhức đầu khỏi chưa
Chưa khỏi, bẻ một nồi lá về xông
Phải chi nên đạo vợ chồng
Đổ mồ hôi ta quạt, ngọn gió lồng ta che.